विटामिन ज़िन्दगी

ललित कुमार

अनुवाद
मंजिरी धामणकर

मेहता पब्लिशिंग हाऊस

Please contact us at **Mehta Publishing House,** Pune 411030.
✆ +91 020-24476924 / 24460313 / Mob. No. 9545000513
Email : production@mehtapublishinghouse.com
Website : www.mehtapublishinghouse.com

- *या पुस्तकातील लेखकाची मते, घटना, वर्णने ही त्या लेखकाची असून त्याच्याशी प्रकाशक सहमत असतीलच असे नाही.*

VITAMIN JINDAGI by LALIT KUMAR

Translated into Marathi Language by Manjiri Dhamankar

विटामिन ज़िन्दगी / अनुवादित आत्मकथन

अनुवाद : मंजिरी धामणकर

Email : author@mehtapublishinghouse.com

प्रकाशक : सुनील अनिल मेहता, मेहता पब्लिशिंग हाऊस,
१९४१, सदाशिव पेठ, माडीवाले कॉलनी, पुणे ४११०३०.

मुद्रक : पार्कसन्स ग्राफिक्स

मुखपृष्ठ सौजन्य : कुमार अमित

प्रथमावृत्ती : ऑगस्ट, २०२१

किंमत : ₹ २८०

P Book ISBN 9789391151713
E Book ISBN 9789391151720
E Books available on : amazonkindle Apple Books Google Play Books

---

जे ‘वेगळे’ आहेत किंवा ज्यांना गर्दीपासून
‘वेगळं’ व्हायची इच्छा आहे, त्यांना हे पुस्तक अर्पण.

कुबड्यांनी साधियले जीवन
कुबड्यांनी बांधियले जीवन
कुबड्यांनी चालविले जीवन
कुबड्यांनी घडविले हे जीवन
कुबड्यांवरती उभे हे जीवन
कुबड्यांशी झुंजले हे जीवन
कुबड्यांहुनी वरचढ हे जीवन.

– ललित कुमार

प्रिय वाचकहो, नमस्कार!

'आपण जे जगतो ते खरे जीवन नव्हे--
तर आपल्या जे स्मरणात राहते ते खरे जीवन.'-
– गॅब्रिएल गार्सिया मार्केज –

या महान स्पॅनिश लेखकाने ही किती मोठी गोष्ट सांगितली आहे! एकएक श्वास घेताना आपली छाती किती वेळा वरखाली झाली आहे कोण जाणे! आपण सगळेच असंख्य क्षण जगलो आहोत, पण त्यातले काही निवडक क्षणच आज आपल्याला स्मरतात. हे जे पुस्तक तुम्ही आत्ता वाचताहात, ते मी एक वैयक्तिक दस्तऐवज म्हणून लिहायला सुरुवात केली. आयुष्याचे चढ-उतार पार करणं मला अत्यंत कष्टप्रद होते. म्हणून मला वाटलं, की माझं जीवन स्वतःसाठी, कुटुंबासाठी आणि मित्रांसाठी शब्दबद्ध केलंच पाहिजे. लिहिता लिहिता त्या आठवणी जेव्हा काही मित्रांना दाखवल्या, तेव्हा ते म्हणाले की, हे प्रकाशित झालं पाहिजे. त्यांचं म्हणणं होतं की, या आठवणी सगळ्यांनीच वाचायला हव्यात. मला वाटलं, की हे माझे मित्र आहेत, त्यामुळे ते तसे म्हणणारच; पण माझ्या आठवणी इतर कोणी कशाला वाचेल? या प्रश्नाच्या उत्तरादाखल मित्रांनी मला खूप समजावलं आणि अखेर मी माझे लिखाण प्रकाशित करायचं ठरवलं. तरीही हे पुस्तक प्रकाशकाकडे द्यायला मला बरीच वर्षे लागली, कारण मी वारंवार स्वतःला हेच विचारत राहिलो की माझ्या आठवणी इतर लोक कशाला वाचतील – आणि तसंही - आपल्या आयुष्याचा पट सर्वांसमोर मांडणं सोपं नसतं. त्यामुळे प्रकाशनाच्या बाबतीत माझं मन सतत बदलत होतं.

अखेर बऱ्याच ऊहापोहानंतर हे पुस्तक आत्ता तुमच्या हातात आहे. या पुस्तकाद्वारे मी प्रत्येक भारतीयाला साद घातली आहे की, त्यांनी दिव्यांगांकडे बघण्याचा आपला दृष्टिकोन सकारात्मक बनवावा.

यातून समाजाला मी वास्तवाचे भान करून दिलं आहे, जेणेकरून आपला समाज दिव्यांगांची उपेक्षा न करता त्यांना आपल्या व्यंगाशी सामना करण्यासाठी, मानसिक आणि विधायकरीत्या सक्षम होण्यासाठी मदत करू शकेल. हे पुस्तक एका जरी व्यक्तीचं आयुष्य सुधारण्यासाठी निमित्तमात्र ठरलं, तरी मी समजेन की

प्रकाशन सफल झालं. मी अनेक जणांना जीवनाशी लढा देताना पाहिलं, तेव्हा जाणवलं की, आजूबाजूच्या परिस्थितीमुळे ते आपल्या क्षमतेचा पूर्ण उपयोग करू शकत नाहीत. जर हे पुस्तक अशा एखाद्या व्यक्तीला अधिक जोमाने लढण्याचे बळ देणारं ठरलं, तर या पुस्तकाचं सार्थक झालं असं मी मानेन.

वाचकहो, तुम्हाला या पुस्तकातलं जे जे आवडेल, त्याचं संपूर्ण श्रेय माझ्या कुटुंबीयांचं आहे, ज्यांनी मला हे पुस्तक लिहिण्यास पात्र बनवलं. माझे स्वर्गवासी अम्मा- बाबा, माझे आई-पप्पा, काका-काकी, किशोर-सुधा, पूजा, नवीन, कपिल, मनीष, धैर्य आणि छवी – या माझ्या सगळ्या कुटुंबीयांनी काळाच्या चाकावर माझ्या आयुष्याला सुबक आकार दिला. तसेच हे श्रेय माझ्या मित्रांचंही आहे, ज्यांच्या मदतीमुळे एक वैयक्तिक दस्तऐवज पुस्तकरूपाने नटला. पहिला शब्द लिहिणं आणि पुस्तक प्रकाशित होणं यामध्ये बरीच वर्षे लोटली. यादरम्यान कित्येक जिवलग मित्र-मैत्रिणींनी हे पुस्तक साकारण्यासाठी मला मदत केली आहे. मधुरम् अपराजिता, शारदा सुमन, ममता व्यास, गायत्री गुप्ता, अनुपमा, प्रेक्षा जैन, कल्पना गांधी, चरण सिंह – आणि यांच्या व्यतिरिक्त इतरही अनेक मित्रांची मतं, त्यांचे सल्ले यांचं, हे पुस्तक वर्तमानरूपात आणण्यात महत्त्वाचं योगदान आहे. मी या सगळ्यांचा अत्यंत ऋणी आहे. मित्रांशिवाय आयुष्यातले फारच थोडे क्षण संस्मरणीय असू शकतात. कुमार अमितने अगदी मनापासून या पुस्तकाचं अत्यंत सुंदर, समर्पक मुखपृष्ठ तयार केलं आहे. आणि जेव्हा शैलेश भारतवासीच्या रूपाने एक मित्रच प्रकाशक बनतो, तेव्हा पुस्तक उत्तम साकारेल यात शंकाच उरत नाही. तुम्हा दोघांचे मनःपूर्वक आभार.

पोलिओच्या संगतीत भारतात व्यतीत झालेल्या माझ्या जीवनातील काही आठवणी आता तुमच्या हाती सोपवतो.

आम्हाला काही सांगायचंय –

नमस्कार! आम्ही ललितच्या कुबड्या – त्याच्या सहप्रवासिनी. आम्ही दोघींनी त्याच्यासमवेत दशकानुदशके जीवनप्रवास केला आहे. आम्ही जेव्हा पहिल्यांदा त्याच्या हातात आलो, तेव्हा त्याच्यासारख्याच छोट्या होतो – सुमारे अडीच फुटी. मग हळूहळू त्याच्याबरोबर आम्हीही मोठ्या झालो. जगाच्या दृष्टीने आम्ही निर्जीव आहोत, पण ललित आणि आमच्या नात्याइतकं जिवंत कदाचित दुसरं काहीच नसेल. आम्ही एकत्र राहतो, सगळी सुख-दुःखं सोबतीने भोगतो.

ललितची सोबत आमच्यापेक्षा अधिक कोणीही केली नाही – अगदी कोणीही नाही. आम्ही जीवनातलं प्रत्येक पाऊल त्याच्या बरोबरीने टाकलंय – खरंच. पावला-पावलाला आम्ही त्याच्याबरोबर होतो- असतो.

लोक चालायला फक्त एकदाच शिकतात, पण ललितला आयुष्यात किती वेळा चालायला शिकायला लागलंय याला आम्ही साक्षी आहोत. इतर मुलांसारखाच लहानपणी तोदेखील चालायला, पळायला शिकला होता – पण – पोलिओने त्याच्या पायातली शक्तीच हिरावून घेतली. तरीही तो लटपटत, धडपडत पुन्हा चालायला शिकला. एखाद्या मुलाने दुबळ्या पायांनी चालणं आणि चालतच राहणं अचंबित करणारं होतं. त्या प्रयत्नांत आम्ही त्याला हजारदा पडताना, जखमी होताना आणि जिद्दीने पुन्हा उठून उभं राहताना पाहिलं आहे.

वास्तविक आम्ही ललितच्या आयुष्यात नकोशा आहोत. आम्ही एखाद्याच्या आयुष्यात असावं असं कोणालाच वाटणार नाही, पण तरीही ललितने आम्हाला त्याच्या हृदयाजवळ बाळगलं. त्याला आमची गरज पडावी असं आम्हालाही वाटत नाही. सोडून जायला लोक घाबरतात, पण जर कधी ललित आम्हाला कायमचा सोडून गेला, तर तो आमच्या आयुष्यातला सर्वांत आनंदाचा दिवस असेल. आमचं ललितवर प्रेम आहे. त्याच्या जीवनाचा आधार बनणं आमच्यासाठी गौरवास्पद आहे, कारण मार्गात आलेल्या अडचणी कशा ओलांडायच्या हे आम्ही खुद्द त्याच्याकडूनच शिकलो. ललितच्या हातांमुळे आम्ही दिशा शोधायला शिकलो. त्याच्याबरोबर चालता चालता आम्ही जीवनातलं बरंच काही बघितलं. तो जिथे जिथे गेला, तिथे आम्हीही गेलो. नद्या, पर्वत, समुद्र, जंगलं, गावं, शहरं, देश, विदेश – त्याच्यासमवेत आम्ही दुनिया बघितली.

आम्ही कुबड्या आहोत. आमची सावली पडली की चांगली चांगली आयुष्यं वाया जातात, पण ललितने स्वतःचं आयुष्य नेहमी आमच्यापेक्षा उच्च पातळीवर ठेवलं. ललितचं आयुष्य कुबड्यांपेक्षा नेहमी चार अंगुळं वरचढ राहिलं आणि कायम राहील. त्याच्या हिमतीसमोर आमचं आणि पोलिओचं अस्तित्व थिटं पडलं.

आम्हाला हे पुस्तक वाचायची गरज नाही, कारण आम्ही ते सर्व प्रत्यक्ष घडताना पाहिलं आहे. समाजाने आणि यंत्रणेने ललितला रोखण्याचा, नाउमेद करण्याचा किंवा अपमानित करण्याचा प्रयत्न केला, त्या असंख्य क्षणांच्या आम्ही साक्षी आहोत. त्या वागणुकीमुळे ललितचं मन वारंवार विदीर्ण झालेलं आम्ही बघितलं आहे, त्याला लढा देताना पाहिलं आहे, मात्र त्याला कधीही हार मानताना पाहिलं नाही.

भरपूर जीवनसत्त्व – विटॅमिन्स असलेलं हे पुस्तक तुम्हालाही नक्की आवडेल अशी आशा आहे.

ललितच्या आयुष्यातल्या अगदी तुच्छ – आम्ही – कुबड्या—

अवकाशात कुठेतरी –

ती एक लांबच्या लांब रांग होती. तिला ना आदी ना अंत. रांगेत उभी असलेली सगळी मुलं साधारण एकाच वयाची होती. न हलता आपापल्या जागेवर उभी होती.

खुल्या मैदानातील हिरवळीवर ती मुलं खांद्याला खांदा लावून, उत्सुक डोळ्यांनी एखाद्या अदृश्य आज्ञेचं पालन करावं अशी उभी होती. कोणीही जरादेखील हलत नव्हतं.

तो मुलगापण त्याच रांगेत उभा होता.

रांग कुठपर्यंत आहे ते त्याने आपल्या उजव्या बाजूला वळून पाहिलं. क्षितिजाजवळ त्याला एका स्त्रीची आकृती उमटताना दिसली. रांगेतल्या प्रत्येक मुलाजवळ ती स्त्री थांबायची, वाकून त्याच्या कपाळाचं चुंबन घ्यायची. मग बसून थोडा वेळ त्या मुलाशी बोलून पुढे जायची. ती स्त्री कमालीची सुंदर होती. जगात जे जे म्हणून सुंदर आहे, ते तिच्या सौंदर्याचंच रूप आहे हे निर्विवाद.

ती स्त्री प्रकृतिमाता होती.

हळूहळू पुढे येत प्रकृतिमाता त्या मुलाजवळ येऊन बसली. तिच्या डोळ्यांत प्रेम, दया आणि करुणेबरोबर दुःखदेखील तरळत होतं. इतर मुलांप्रमाणेच तिने त्या मुलाच्याही कपाळाचं चुंबन घेतलंच, पण त्याशिवाय त्याच्या गालांचंही वात्सल्याने चुंबन घेतलं.

मग तिने त्याचे इवलेसे हात आपल्या हातात घेतले आणि एक लांब काटा त्याच्या हातावर ठेवला. त्या काट्याकडे ती बराच वेळ दुःखी नजरेने बघत राहिली, जणू काहीतरी करण्यासाठी धीर गोळा करत असावी.

तो मुलगा अगदी शांत होता. प्रकृतिमातेचा प्रेमळ स्पर्श अनुभवत होता. बराच वेळ काट्याकडे बघून तिने त्याच्या डोळ्यात कारुण्यपूर्ण दृष्टीने बघितलं आणि चटकन त्याची मूठ बंद केली. मूठ बंद झाल्याबरोबर तळव्यावरचा काटा त्याच्या कोमल हातांना चिरत गेला. तीव्र वेदनेची एक सणक त्याच्या शरीरात उठली आणि हातातून रक्त टपकू लागलं. प्रकृतिमातेचं प्रेम अश्रुरूपाने तिच्या डोळ्यांतून झरू लागलं आणि तिने त्याला उराशी धरलं.

'तू मला अत्यंत प्रिय आहेस- अत्यंत प्रिय. मी तुझी निवड केली आहे.'

प्रकृतिमातेने हलकेच त्याच्या कानात सांगितलं. मग ती उठली आणि पुढच्या मुलाकडे गेली. आता तिच्या चेहऱ्यावरचे विषादाचे, दुःखाचे सगळे भाव अदृश्य झाले होते. पुढच्या मुलाशी ती अशाप्रकारे हसून खेळून बोलली, जणूकाही झालंच नाही. त्या मुलाने आपल्या रक्ताळलेल्या मुठीकडे बघितलं आणि परत प्रकृतिमातेकडे पाहिलं. तोपर्यंत ती रांगेत डाव्या बाजूला बरीच दूर गेली होती. त्या मुलाने आजूबाजूच्या मुलांच्या हातांकडे पाहिलं – कोणाच्याही हातातून रक्त वाहत नव्हतं. तो दूर जाणाऱ्या प्रकृतिमातेकडे बघून हसला – मनोमन त्याने तिला वंदन केलं.

हातातल्या काट्यावरची पकड त्याने आणखी आवळली.

खुद्द प्रकृतिमातेने त्याची निवड केली याचा त्याला अभिमान वाटला.

भाग १

पडणे

आता मार्ग हाच

आज शाळेत खूपच धूमधाम आहे. मी बारावीचा विद्यार्थी. माझी परीक्षा आता दोन महिन्यांवर आली आहे. बारावी ही शाळेतील शेवटची इयत्ता असल्यामुळे आज बारावीच्या विद्यार्थ्यांसाठी निरोप समारंभ आयोजित केला आहे. ही केवळ एक प्रथा आहे. प्रत्येक जणच शाळा सोडतो असं नाही. कित्येक जण वर्षानुवर्षे या समारंभाची शोभा वाढवतात. असो, पण प्रथेनुसार अकरावीचे विद्यार्थी आणि शाळेतले शिक्षक बारावीच्या विद्यार्थ्यांसाठी या सोहळ्याचं आयोजन करतात.

दुपारचे बारा वाजत आले आहेत. ऊन कडक आहे, पण असह्य नाही. आज सकाळच्या प्रार्थनेच्या वेळीच मुख्याध्यापकांनी अकरावी आणि बारावीच्या विद्यार्थ्यांना बरोबर बारा वाजता मैदानात जमायची सूचना दिली होती. सगळे विद्यार्थी आत्ता ओळी करून बसले आहेत. काही जण पॅन्टला धूळ लागू नये म्हणून वह्यांचे कागद फाडून त्यावर बसले आहेत. पण मी मात्र तसं केलं नाही, कारण कितीही प्रयत्न केला तरी माझे कपडे धुळीने माखतातच.

ज्या ओळीत बारावीचे अगदी मोजकेच विद्यार्थी बसले आहेत, त्या ओळीत मी अत्यंत अभिमानाने बसलो आहे. ही ओळ बारावीत शास्त्र विषय शिकणाऱ्या विद्यार्थ्यांची आहे. आमच्या शाळेत शास्त्र विषय दोन वर्षांपूर्वीच सुरू झाला. आणि तो विषय शिकणाऱ्या पहिल्या वर्गात मीही सामील आहे. माझ्या शाळेत शास्त्र हा एक अत्यंत महान आणि अवघड विषय मानला जातो. त्यामुळे शास्त्र शिकणाऱ्या आम्हा विद्यार्थ्यांना एक अलिखित विशेष दर्जा प्राप्त आहे. सगळे शिक्षक आमच्याकडे मायेने, आशेने बघतात. आम्ही बोर्डाच्या परीक्षेत चांगले गुण मिळवून शाळेचं नाव उज्ज्वल करू अशी त्यांना आशा वाटते.

अशा प्रकारच्या निरोप समारंभांत बहुतेक विद्यार्थ्यांना आकर्षण असतं ते कार्यक्रमानंतर पाकिटात घालून दिला जाणारा एक सामोसा, एक बर्फी, एक केळं आणि एक संत्रं यांचंच. त्या समारंभाचं महत्त्व, शिक्षकांची भाषणं वगैरे गोष्टींत त्यांना काही रस नसतो.

ती बघा, भाषणं सुरू झाली. मुख्याध्यापक आणि बारावीचे वर्गशिक्षक

विद्यार्थ्यांना त्यांच्या त्यांच्या आशांविषयी सांगतायत. बहुतांश विद्यार्थ्यांना या आशांशी काही देणंघेणं नाही. ते दबक्या आवाजात एकमेकांशी बोलण्यात मग्न आहेत. सुमारे वीस मिनिटांनंतर भाषणं संपली आणि विद्यार्थ्यांचा उत्साह वाढवण्यासाठी आता काही बक्षिसांची घोषणा होते आहे. बक्षीस म्हणून साधारणपणे पेन, वही किंवा जॉमेट्री बॉक्स दिला जाते.

मला आजवर एकही बक्षीस मिळालेलं नाही.

गेल्या बारा वर्षांत माझा वर्गात कधीही पहिला नंबर आला नाही. मी खेळांतही भाग घेऊ शकत नव्हतो आणि का कुणास ठाऊक, कधी शिक्षकांच्या लाडक्या विद्यार्थ्यांतदेखील नव्हतो.

एकामागून एक बक्षिसं जाहीर होताहेत, त्या त्या विजेत्याला मंचावर बोलावलं जातंय. प्रत्येक नावाचा पुकारा मी धडधडत्या छातीने ऐकतोय. कदाचित- कदाचित पुढचं नाव माझं असेल—पण बक्षिसासाठी मंचावर ठेवलेल्या टेबलावरच्या वस्तूंची संख्या जसजशी कमी कमी होते आहे, तशी माझी आशा मावळत चालली आहे. 'शास्त्र' शिकणाऱ्या विशेष मुलांच्या ओळीत बसल्याचा मला अभिमान तर वाटतोच आहे, पण ज्या एका आनंदाची मी गेली कित्येक वर्ष वाट बघतो आहे, तो पुन्हा एकदा माझ्या हातातून निसटून चालल्याची जाणीव होते आहे. शाळेतल्या चाचणी परीक्षेत जरी मी दुसरा आलो असलो, आणि गेल्या दोन वर्षांत शास्त्र आणि इंग्रजी विषयांत इतर विद्यार्थ्यांपेक्षा माझी कामगिरी खूप चांगली असली तरी बक्षीस, पुरस्कार! छे! तो तर मला कधीच मिळत नाही.

"आणि – या वर्षीच्या सर्वोत्कृष्ट विद्यार्थी पुरस्काराचा मानकरी आहे – ललित कुमार," मंचावरून पुरस्कारांची घोषणा करणाऱ्या शिक्षकाने अचानक पुकारलं.

माझा माझ्या कानांवर विश्वासच बसेना, पण मी जे ऐकलं ते स्पष्ट ऐकलं होतं. सर्वोत्कृष्ट विद्यार्थी पुरस्कार मलाच घोषित झाला आहे.

मी मंचाकडे बघितलं तर शिक्षक मला पुढे येण्याची खूण करताहेत. मी थाडथाड उडणाऱ्या माझ्या हृदयाला सावरायचा प्रयत्न करतो आहे. शाळेच्या बारा वर्षांत मी एकदाही मंचावर गेलो नाही, पण आज शाळेच्या अंतिम टप्प्यावर असताना अखेर मी स्वत:ला सिद्ध केलंच – मीही काही कमी नाही.

अशाच भावनांचा कल्लोळ मनात घेऊन मी कुबड्यांच्या आधारे उभा राहण्याचा प्रयत्न करत होतो.

"अरे, याला हा पुरस्कार मिळालाय कारण हा लंगडा आहे." मागे बसलेल्या माझ्या वर्गमित्राचा आवाज ऐकू आला.

पुरस्कार मिळाल्याच्या आनंदात धडधडणारं माझं हृदय जणू एकदम बंद

पडलं. अशा प्रकारची बोलणी ऐकली की नेहमी होतं, तसं अचानक चारी बाजूंनी भयाण शांतता आणि रितेपणाने मला घेरलं. माझं डोकं सुन्न झालं – जणू कोणीतरी एका झटक्यात माझं अस्तित्वच मिटवून टाकलं.

"इथे सगळ्यांच्या समोर ये ललित," मंचावरून आलेल्या शिक्षकांच्या आवाजाने मला त्या शांततेतून बाहेर काढलं आणि माझ्या आक्रंदणाऱ्या मनाला कुबड्यांनी खेचत मी मंचाकडे जाऊ लागलो. बाकीच्या विद्यार्थ्यांनी मोघम टाळ्या वाजवून माझं स्वागत केलं.

त्यानंतर थोड्या वेळाने विद्यार्थ्यांच्यात सामोशाचे पुडे वाटले गेले. सगळे शिक्षक मुख्याध्यापकांच्या खोलीत चहा-नाष्ट्याला गेले आणि विद्यार्थी आपापले पुडे उघडून खाऊ लागले.

-पण मला त्या भयाण शांततेने पुन्हा घेरलं. मैदानाच्या एका कोपऱ्यात बसून मी मनातल्या मनात रडत होतो.

बारा वर्षांच्या कठोर परिश्रमांनंतर आज मला 'सर्वोत्कृष्ट' अशी उपाधी मिळाली होती, पण समाजाच्या दृष्टीने ती उपाधी मिळवणारा ललित आणि त्याने पार केलेल्या हजारो अडचणी यांना काहीही किंमत नव्हती. कुबड्यांवर चालणाऱ्याला पुरस्कार – केवळ तो दिव्यांग आहे म्हणूनच मिळतो, असंच समाज समजतो. एखादा दिव्यांगदेखील काही उंची गाठू शकतो अशी कल्पना समाज करूच शकत नाही.

माझ्या एकही सहाध्यायीचं आयुष्य माझ्याइतकं कष्टप्रद नव्हतं.

शालेय शिक्षण पूर्ण करण्यासाठी त्यापैकी एकालाही माझ्याइतकी मेहनत करावी लागली नव्हती, एकालाही कधी मन मारावं लागलं नव्हतं, शिक्षणासाठी शरीराला कष्ट द्यावे लागले नव्हते – पण- मग का माझ्या सहाध्यायीने मला टोमणा मारला?

मैदानाच्या एकाकी कोपऱ्यात बसलेला असताना मी निश्चय केला, की मी रागाने नव्हे, तर उत्तुंग यश मिळवून त्या वर्गमित्राच्या टोमण्याला उत्तर देईन. मी सर्वोत्कृष्ट आहे हे शिक्षकांनी मान्य केलं आहेच – आता मला त्या वर्गमित्रालाही असं उत्तर द्यायचं होतं, की जे तो काही केल्या अमान्य करूच शकणार नाही. बोर्डाची परीक्षा जवळ आली होती. मला स्वतःला सिद्ध करायचं होतं.

आणि मी नेमकं तेच केलं.

बोर्डाच्या परीक्षेत मला वर्गात सर्वांत जास्त मार्क मिळाले. मला मिळालेला पुरस्कार दयेपोटी, सहानुभूतीपोटी मिळालेला नव्हता हे मी सिद्ध केलं.

ही छोटीशी घटना कोणत्याही दिव्यांग व्यक्तीच्या आयुष्यातल्या अडचणी आणि आपल्या समाजाचा अपंगांकडे बघण्याचा दृष्टिकोन अधोरेखित करायला

पुरेशी आहे.

दिव्यांगत्व आणि समाज यांच्याविरुद्धची लढाई केवळ अथक परिश्रम आणि दुर्दम्य इच्छाशक्ती यांच्या बळावरच जिंकता येते.

पोलिओपूर्वी

माझा ज़न्म नवी दिल्लीच्या मेहरौली भागात १६ ऑगस्ट १९७६ मध्ये एका सुतार कुटुंबात झाला. मेहरौली हा दिल्लीचा सगळ्यात जुना भाग – जुन्या दिल्लीपेक्षाही कितीतरी जुना. मी माझ्या आजोबांना – कै. धनसिंह यांना – बाबा म्हणायचो. बाबा फक्त पाचवीपर्यंत शाळेत गेले होते आणि हिंदी, उर्दू लिहायला-वाचायला शिकले होते. मोठं झाल्यावर त्यांनी सरकारच्या सार्वजनिक बांधकाम विभागात सुतार म्हणून काम करायला सुरुवात केली. मध्य दिल्लीतील (ज्याला लुटियन्स झोन म्हणतात) सरकारी बंगल्यांतल्या खुर्च्या, टेबलं, कपाटं, दरवाजे अशा लाकडाच्या वस्तू बनवायचे आणि तुटलं-मोडलेलं दुरुस्त करायचे.

माझी आजी कै. गंगादेवी. तिला मी अम्मा म्हणायचो. तीदेखील बाबांप्रमाणेच खूप खूप छान होती. बाबांच्या तुलनेत अधिक शिस्तप्रिय होती.

अम्मा-बाबांची अपत्ये म्हणजे निर्मला, परमानंद (माझे वडील), शोभा आणि कैलाशचंद. तुमच्या लक्षात आलं असेल, की यात आडनाव कुठेच नाही. आमच्या पूर्वजांनी शिक्षणाकडे फारसं लक्ष दिलं नव्हतं. यामागचं सर्वांत महत्त्वाचं कारण म्हणजे, सुतारकाम करण्यासाठी शालेय शिक्षणाची आवश्यकता नाही, हे असू शकेल. असे पिढीजात व्यवसाय वडील आपल्या मुलांना स्वतःच शिकवतात. दुसरं कारण गरिबी असेल. संपूर्ण कुटुंबाची जी काही तुटपुंजी कमाई होती, त्यातून शाळेची फी वगैरे निघणं खूपच कठीण होतं. कामगार लोकांना चांगलं आडनाव शोधण्यापेक्षा काळज्या करण्यासारखे इतर बरेच मुद्दे असतात. शिक्षणाचा अभाव, सतत पोटाची चिंता आणि घर चालवण्याची धडपड यापुढे आडनाव शोधणं अगदीच किरकोळ. पण तरीही बाबांनी त्यांच्या मुलांना शाळेत पाठवलं. जोपर्यंत दुबळ्या आर्थिक परिस्थितीला शक्य होतं, किंवा जोपर्यंत त्या त्या अपत्याला शाळेत जायचं होतं, तोपर्यंत प्रत्येक अपत्याला शाळेत जाऊ दिलं. माझे वडील अकरावीपर्यंत शिकले होते. ते चांगले विद्यार्थी होते, पुढे शिकायची इच्छा होती; पण शाळेचा खर्च बाबांना झेपेना म्हणून नाइलाजाने शाळा सोडावी लागली. नंतर त्यांनी आय.टी.आय. पूर्ण केलं आणि दिल्ली परिवहन निगममध्ये कारकून म्हणून लागले.

कैलाश काका पाचवीपर्यंतच शाळेत गेले आणि मग बाबांकडून काम शिकून केंद्रीय बांधकाम विभागात नोकरीला लागले. कैलाश काकांनी जरी पिढीजात व्यवसायच पत्करला असला, तरी आमच्या कुटुंबात या पिढीने एक अत्यंत महत्त्वपूर्ण बदलाची पायाभरणी केली.

या पिढीपासून आम्ही शिक्षणाभिमुख झालो. या पिढीतली सगळी मुलं शाळेत गेली – त्यांत माझे वडील सर्वाधिक- म्हणजे- अकरावीपर्यंत शिकले. हे काही फार मोठं शिक्षण होतं असं नाही, पण एका बदलाची एक आवश्यक सुरुवात होती. आमच्या नातेवाइकांत अशी उदाहरणं फारशी नव्हती. आमचे बहुतेक नातलग सुतारकाम, बांधकाम किंवा मूर्तिकाम करत होते. गावांमध्ये ते दगड-विटा-चुन्याची घरं बांधत होते, मूर्ती घडवत होते, मंदिरांच्या भिंतींवर, छतांवर कोरीवकाम करत होते. ते सगळे चांगले कलाकार होते, पण सामाजिक स्तरावर त्यांना केवळ कामगारच मानलं जात होतं. ते आपल्या वडिलांकडून किंवा आजोबांकडून काम शिकायचे आणि पुढे आपल्या मुलांना तेच शिकवायचे. मुलांना शाळेत पाठवणं हे एक नकोसं ओझं होतंच, शिवाय पिढीजात व्यवसाय शिकण्यातला एक अडसरदेखील. अर्थात बहुतेक मुलंही शाळेत जायचा, शिकायचा हट्ट करत होती असं काही म्हणता येणार नाही.

'काम शिका, काम चालवा' हीच त्यांच्या आयुष्याची सरळ, सोपी परिभाषा होती.

नोकरी लागल्यावर काही काळाने पप्पांचं लग्न माझी आई राजबालाशी झालं. आई हरियाणाच्या रोहतक जिल्ह्यातल्या एका मागासलेल्या गावातली होती. लग्नानंतर दोन वर्षांनी परमानंद आणि राजबालाचा पहिला मुलगा – मी – जन्मलो.

माझी पहिली चार वर्षं सर्वसाधारण मुलांसारखीच- आई, वडील, आजी-आजोबा, काका, आत्या यांच्या प्रेमात, लाडात गेली. माझा पहिला फोटो मी दीड वर्षाचा असतानाचा आहे. फोटोत मी अगदी गुटगुटीत, मोठ्या मोठ्या डोळ्यांचा गोंडस मुलगा दिसतो- कुठल्याशा फोटो स्टुडिओत फोटो काढण्यासाठी एका गोल खुर्चीत बसलेला.

पहिली चार वर्षं किती छान, सुखाची होती! – तेव्हाच्या फारच कमी आठवणी आज माझ्या मनात उरल्या आहेत. मला तर वाटतं, की माझं खरं आयुष्य चौथ्या वर्षीच सुरू झालं - तेव्हा आम्ही वैष्णोदेवीच्या यात्रेला गेलो होतो.

वैष्णोदेवीची यात्रा

जेव्हा मी भूतकाळाबद्दल विचार करतो, तेव्हा मनःपटलावर काही चित्रं उमटतात.

सुमारे चार वर्षांचा एक उत्साही मुलगा आनंदाने उड्या मारत, नाचत तऱ्हेतऱ्हेच्या झाडाझुडपांनी झाकलेल्या एका डोंगराचा खडा चढ चढतो आहे. त्याने अर्धी चड्डी आणि अर्ध्या बाह्यांचा शर्ट घातला आहे. त्या दृश्यात आणखी दोन लोक आहेत. तेही चढत आहेत. त्यांचे चेहरे स्पष्ट नाहीत, पण नक्कीच ते त्या मुलाचे कुटुंबीय आहेत. त्या मुलाच्या चालण्यात चपळता आहे, आणि मोठमोठ्या दगडांमधून सहज वाट काढत तो चढतो आहे. वाटेत एखादा चढून बसण्यासारखा दगड आला, तर तो आपल्या छोट्या पावलांनी त्यावर चढून बसून मागून येणाऱ्यांकडे बघून हसतो आहे. ते दोघं जण त्याला सावकाश चालायला सांगत आहेत, पण सावकाश चालणं त्या मुलाच्या स्वभावातच नाही. तो सर्वांत पहिल्यांदा डोंगराच्या शिखरावर पोचतो आणि दुसऱ्या बाजूला डोकावून पाहतो. त्या बाजूला फक्त उतार दिसतो – आणि –

ते दृश्य अंधूक होतं – दुसरं उमटतं.

एका चिंचोळ्या गुहेत गुडघाभर पाण्यातून चालताना तो मुलगा जरा घाबरला आहे. गुहेत अगदी कमी जागा आहे. लोक रांगेने पुढे पुढे जात आहेत. गुहेतल्या दिव्यांच्या पिवळट प्रकाशात मार्ग स्पष्ट दिसतो आहे; पण जागा इतकी कमी आहे की, त्या लहान मुलालादेखील वाकून चालावं लागतं आहे. त्याला थंड पाणी आणि पायाखालचे गुळगुळीत दगड यांचा स्पर्श सुखद वाटतो आहे. त्याच्या मागेपुढे चालणारे त्याचे कुटुंबीय त्याला पाण्यात खेळण्याची मनाई करत आहेत आणि पुढे चल म्हणून खूण करत आहेत. तो काहीही खळखळ न करता त्यांचं ऐकतो आहे. त्या गुहेचं पावित्र्याशी नातं आहे अशी जाणीव त्याला होते आहे.

दृश्य पुन्हा एकदा काळाच्या धुक्यात विरून जातं. – आणखी एक दृश्य स्मृतींच्या आरशात उमटतं.

तो मुलगा आता एका मोठ्या हॉलमध्ये घातलेल्या पातळ सतरंजीवर बसला आहे. हवेतला गारठा त्याच्या कपड्यांतूनही बोचतो आहे. त्याला कडकडून भूक लागली आहे. खाण्याचे पदार्थ ठेवलेल्या एका मोठ्या पिशवीकडे तो आशाळभूत नजरेने पाहतो आहे. आजी कधी काहीतरी खायला देईल याची तो आतुरतेने वाट पाहतो आहे. शेवटी आजी आली आणि तिने एका डब्याचं झाकण उघडून गूळपापडीचा लाडू त्याला खायला दिला.

ते दृश्य पुन्हा धूसर होऊन विरलं आणि मग मात्र त्या यात्रेतली कुठली आठवण मनात येत नाही.

मी चार वर्षांचा असताना आम्ही सगळे कुटुंबीय वैष्णोदेवीच्या यात्रेला गेलो होतो. तिथल्याच मागे राहिलेल्या या काही आठवणी.

त्या यात्रेहून परत आल्यावर थोड्याच दिवसांत मला पोलिओ झाला होता.

पोलिओशी भेट

पोलिओ हा एका प्रकारच्या व्हायरसमुळे होणारा आजार. गेल्या हजारो वर्षांपासून माणसांना होत आलेला. पोलिओच्या ९० ते ९५ टक्के केसेसमध्ये त्या व्हायरसचा माणसावर काहीही परिणाम होत नाही. ५ ते १० टक्के लोकांना जरा ताप, उलट्या, थोड्या वेदना एवढ्यावरच भागतं. केवळ ०.५ टक्के लोकांमध्ये व्हायरस मज्जासंस्थेवर हल्ला करतो आणि त्यामुळे स्नायू कमकुवत होतात.

---प्रकृतिमातेने माझी निवड या ०.५ टक्क्यांमध्ये केली होती.

सन १९८० – उन्हाळ्याची काहिली हळूहळू दूर होत सुखद पावसाळ्याची चाहूल येत होती. मरणाच्या उकाड्यानंतर जेव्हा पावसाळा येतो, तेव्हा दिल्लीतले लोक अतिशय खूश होतात. पण माझ्या आईचं मन मात्र मुळीच प्रसन्न नव्हतं. ती काळजीत होती, कारण मला अनेक दिवसांपासून फणफणून ताप येत होता. ताप सतत १०३ फॅ.च्या आसपास होता. आमच्यासारख्या निम्न मध्यमवर्गीयांच्या घरात सहसा काही आजार झाला की पहिली प्रतिक्रिया अशीच असते, की जरा वाट पाहू या. हवाबदलाने होणाऱ्या सर्दी-खोकल्यासारखा हाही आजार कदाचित आपोआप कमी होईल. अशाने कधीकधी आजार गंभीर रूप धारण करू शकतो, पण त्या विचारामागे तर्कशुद्ध कारण असतं. बेताचा पैसा असल्याने डॉक्टरांचा सल्ला घेणे शक्यतो नकोच वाटायचं. डॉक्टरांची फी आमच्यासारख्यांना परवडत नाही. डॉक्टरांचा सल्ला न घेण्याचं आणखी एक कारण म्हणजे अशिक्षितपणा. आजारावर लवकरात लवकर उपचार सुरू करण्याचं महत्त्व तितकंसं ध्यानात घेतलं जात नाही. आजही त्या परिस्थितीत फारसा बदल झालेला नाही.

वाट पाहता पाहता घरगुती उपाय सुरू होतात. ताप आला की क्रोसिन द्या, कपाळावर थंड पाण्याच्या घड्या ठेवा, थंडीचे दिवस असतील तर तुळस आल्याचा काढा द्या वगैरे. पण माझा ताप इतका जास्त होता की, दुसऱ्याच दिवशी मला डॉक्टरांना दाखवलं होतं, आणि डॉक्टरांनी ताप उतरण्यासाठी काही औषधंही दिली होती. त्याशिवाय घरगुती उपाय चालू होतेच.

...पण माझा ताप साधासुधा नव्हता.

कोणाला कल्पनाच नव्हती की, पोलिओच्या व्हायरसने माझ्या शरीरात प्रवेश केला होता आणि त्याने आपलं आक्रमण सुरू केलं होतं.

ताप काही केल्या हटत नव्हता. घरचे सगळे घाबरून गेले होते. बाबा मला दुसऱ्या एका डॉक्टरकडे घेऊन गेले. त्यांना वाटलं, की बहुधा पहिल्या डॉक्टरला आजार नीट कळला नव्हता आणि परिस्थिती वेगळ्या दृष्टिकोनातून बघणं आवश्यक होतं. त्या डॉक्टरांनी काही नवीन औषधं दिली, पण तरीही काही फरक पडला नाही. मग मला तिसऱ्या डॉक्टरकडे नेलं. माझा ताप अनेक दिवस उतरला नाही हे ऐकल्याबरोबर त्या डॉक्टरांनी मला एक इंजेक्शन दिलं आणि बाबांना आश्वासन दिलं, की मुलाला आता बरं वाटेल. बाबा मला घरी घेऊन आले. पण झालं उलटंच. दुपारपर्यंत माझा ताप आणखीनच वाढला आणि अवस्था आणखी बिकट झाली.

व्हायरस जरी माझ्या शरीरात आधीच घुसला असला तरी त्या दुपारी माझी त्याच्याशी भेट झाली.

मी सारखा रडत होतो. आई मला निजवायचा प्रयत्न करत होती, पण मी झोपूच शकत नव्हतो. झोपवायचे सगळे प्रयत्न हरल्यावर ती मला मांडीवर घेऊन पलंगावर बसली आणि माझ्या डोक्यावरून हलका हात फिरवू लागली. मला शांत करण्याचा ती बराच वेळ प्रयत्न करत होती. मी काहीच बोलत नव्हतो, फक्त रडत होतो. मी इतका का रडतोय हे तिला कळतच नव्हतं. तिला वाटत होतं, की मला कुठेतरी खूप दुखतंय. दुखण्यापासून माझं चित्त विचलित करण्यासाठी बिचारी शक्य तेवढे उपाय करत होती. तिने मला हातात घेऊन झुलवलं, मिठीत घेतलं, पापा घेतला, माझ्याशी खेळायचा प्रयत्न केला.

त्याच प्रयत्नात आईने मला पलंगावर उभं केलं, पण तेव्हा तिने जे पाहिलं त्याने तिच्या काळजाचा ठोकाच चुकला.

मी उभाच राहू शकलो नाही आणि एखाद्या निर्जीव वस्तूसारखा तिच्या मांडीवर कोसळलो. तिने मला पुन्हा उभं करण्याचा प्रयत्न केला, पण माझे पाय माझं वजन उचलू शकत नव्हते. मी पुन्हा तसाच पडलो. तिने पुन्हा प्रयत्न केला, पुन्हा तेच. आता मात्र ती प्रचंड घाबरली. मी ज्या तऱ्हेने पडतोय ते फक्त अशक्तपणामुळे नाही, हे काहीतरी वेगळंच आहे, हे तिला जाणवलं. पडताना माझं शरीर काहीच विरोध करत नव्हतं. हे बघून घाबरून आईने अंगणात खाटेवर पडलेल्या अम्माला हाक मारली.

''अम्माजी, ललित आपल्या पायांवर उभाच राहू शकत नाहीये हो. मी आधार देतीये तरी उभा राहत नाहीये.'' आई जवळजवळ रडतच म्हणाली. अम्मा

आईजवळ आली.

"अगं, अशक्तपणामुळे असेल. कितीतरी दिवस ताप उतरत नाहीये ना. ललतीला माझ्याकडे दे. जा, तू जरावेळ विश्रांती घे." अम्मा आईला समजावत म्हणाली. अम्मा मला ललती म्हणायची.

आता अम्मा मला मांडीवर घेऊन शांत करण्याचा प्रयत्न करू लागली. आई म्हणाली ते ताडून पाहण्यासाठी अम्माने देखील मला पलंगावर उभं केलं. परिणाम तोच – मी एकदम पलंगावर कोसळलो.

आता घाबरण्याची पाळी अम्माची होती. काहीतरी अघटित घडल्याची शंका तिच्या जरा सुरकुतलेल्या चेहऱ्यावर स्पष्ट दिसू लागली. तिने मोठ्याने बाबांना हाक मारली आणि थोड्याच वेळात मी सकाळी इंजेक्शन दिलेल्या डॉक्टरांच्या दवाखान्यात होतो. तोपर्यंत सूर्य मावळतीला आला होता. सगळीकडे सांजसावल्या पसरू लागल्या होत्या, पण सर्वांत काळी सावली माझ्या कुटुंबावर पडली होती. माझी अवस्था बघून डॉक्टरही चिंतेत पडले. त्यांनी बाबांना सांगितलं की, पुढच्या तपासण्या करण्यासाठी मुलाला इस्पितळात न्यावं लागेल. तोपर्यंत रात्र झाली होती. त्यामुळे दुसऱ्या दिवसाची वाट पाहावी लागली.

दुसऱ्या दिवशी सकाळी सकाळीच बाबांनी तापाने फणफणलेलं माझं शरीर उचललं. अम्माने मला पांघरूण घातलं. आईने तोपर्यंत पोळ्या केल्या होत्या. काही पोळ्या आणि लोणचं अम्माने कागदात बांधून घेतलं. माझी अवस्था बघून अम्मा-बाबा दोघांनीही ओळखलं होतं की इस्पितळात वेळ लागू शकतो, पण तिथे मुळीच वेळ लागला नाही.

माझी पहिली तपासणी सफ्दरजंग हॉस्पिटलच्या बाह्य रुग्ण विभागातील एका डॉक्टरांनी केली. त्यांना काही शंका आल्यामुळे त्यांनी वरिष्ठ डॉक्टरांना बोलावणं पाठवलं. ते आले. त्यांनीही माझी स्थिती बघितली.

"या मुलाला पोलिओ झाला आहे," वरिष्ठ डॉक्टर चिंतित स्वरात बाबांना म्हणाले. बाबांना बहुधा पोलिओ म्हणजे काय हेच माहीत नव्हतं, पण डॉक्टरांचा चिंताग्रस्त चेहरा बघून ते समजले की प्रकरण गंभीर आहे.

"पण डॉक्टर साहेब, हा बरा होईल ना? या आजारावर काहीतरी उपचार असेलच!" बाबांनी स्वतःचीच समजूत घालण्यासाठी धीर एकवटून विचारलं.

"नाही. या रोगावर जगभरात कुठेही काहीही उपचार उपलब्ध नाहीत. हा मुलगा आता कधीच चालू शकणार नाही. थोडाफार सुधारू शकेल, पण पहिल्यासारखा कधीच होऊ शकणार नाही," डॉक्टरांनी एकदम सांगून टाकलं.

हे शब्द कानावर पडताच बाबांची काय अवस्था झाली असेल कुणास ठाऊक!

अतीव दुःखाने त्यांचा ऊर कसा फाटला असेल याची कल्पनाही करणं अशक्य! हॉस्पिटलमधील डॉक्टरांनी माझ्यासाठी आणखी काही औषधं दिली आणि मला घरी घेऊन जायला बाबांना सांगितलं.

नशिबापुढे हरलेले दोन हतभागी जीव- अम्मा आणि बाबा- अश्रूभरल्या डोळ्यांनी मला छातीशी कवटाळून घरी आले. घरात त्या दिवशी कोणीतरी मेल्यासारखं सुतकी वातावरण होतं. प्रत्येक जण रडत होता. पप्पा, बाबा आणि कैलाश काका माझ्या पुढील उपचारांबद्दल चर्चा करत होते.

माझ्या घरच्यांनी आशा सोडली नव्हती- कधी सोडणारही नव्हते. अत्यंत चिकाटी असलेल्या माझ्या घरच्यांनी पुढची कित्येक वर्षं हा आशावाद टिकवून ठेवला होता की, असा जगात काहीतरी उपचार असेलच ज्याने मी पूर्ण बरा होईन. हा कोरडा आशावाद नव्हता, त्या दिशेने त्यांचे सतत प्रयत्न देखील सुरू होते.

माझा ताप उतरायचं नाव घेत नव्हता. माझा उजवा पाय पूर्णपणे निर्जीव झाला होता. मला उजवा पाय मुळीच हलवता येत नव्हता. कोणी जर तो पाय वर उचलला आणि सोडला, तर तो मी तसा धरून ठेवू शकत नव्हतो. माझ्या कंबरेचे आणि नितंबाचे स्नायू कुचकामी झाले होते, त्यामुळे मी बसू शकत नव्हतो. कोणी मला बसवायचा प्रयत्न केला तरी मी कलंडत होतो. माझी चौकशी करायला येणारे शेजारीपाजारी वारंवार मला उभं करण्याचा किंवा बसवण्याचा प्रयत्न करायचे. जे माझी ही अवस्था प्रथमच बघत होते, ते ऐकलेली माहिती स्वतः पडताळून पाहण्यासाठी मला उभं करायचा प्रयत्न करायचे. ज्यांनी मला पडताना पाहिलं होतं तेदेखील काहीतरी सुधारणा दिसेल या आशेने मला उभं करायला बघायचे.

पण भविष्यात प्रगती तर राहोच- उलट आणखी अधोगतीच लिहिलेली होती.

प्रकृतिमातेने दिलेले काटे आणखी खोल रुतणार होते, आणखी वेदना देणार होते. दुसऱ्या दिवशी देखील माझा ताप चढाच राहिला आणि संध्याकाळ होता होता पोलिओचा माझ्यावर आणखी एक हल्ला झाला. संध्याकाळी मी पुन्हा मोठमोठ्याने रडू लागलो आणि काही वेळातच माझ्या डाव्या पायानेही राम म्हटलं. माझ्या कुटुंबीयांची उरलीसुरली आशा या दुसऱ्या हल्ल्याने नामोहरम केली.

आता माझं कंबरेच्या खालचं शरीर पूर्णतया निष्प्राण झालं होतं. घरच्यांची आशा निराशेच्या गर्तेत लुप्त झाली होती. व्हायरसच्या या दुसऱ्या हल्ल्यानंतर सगळ्यांना वाटू लागलं की, एकेक करून माझे सगळे अवयव निकामी होणार

आणि माझं अवघं शरीर निष्क्रिय, निष्प्राण होणार. हळूहळू माझं मरण जवळ येतंय असंच त्या वेळी वाटत होतं.

माझा डावा पायसुद्धा निकामी झाला हे सांगण्यासाठी बाबा मला घेऊन दुसऱ्या दिवशी सकाळी पुन्हा सफ्दरजंग इस्पितळात गेले. मला तपासून डॉक्टरांनी बाबांना सांगितलं की, या दुसऱ्या हल्ल्यानंतर माझी सुधारण्याची शक्यता आणखीनच कमी आहे.

"आता तुमचा नातू कधीच स्वतःच्या पायांवर उभा राहू शकणार नाही," डॉक्टर बाबांना म्हणाले.

गेल्या काही दिवसांतल्या घटना पाहता बाबांना हा अंदाज आलाच होता. डॉक्टर हेच सांगणार ही सगळ्यांना अपेक्षा होतीच. प्रत्येकाने ही बातमी ऐकायची मनाची तयारी केली होतीच, पण तरीही प्रत्यक्षात ती बातमी आमच्या कुटुंबावर विजेसारखी निर्दयतेने कोसळली.

आशा आणि मनांच्या चिंधड्या उडाल्या होत्या.

माझ्यासाठी ही एका अशा आयुष्याची सुरुवात होती, जे चारचौघांपेक्षा निश्चितपणे वेगळं असणार होतं. माझं आयुष्य इतरांसारखं चाकोरीबद्ध असणार नव्हतं हे नक्की झालं होतं.

मला चेचायची, नेस्तनाबूत करण्याची अमर्याद शक्ती माझ्या भविष्यकाळात होती, आणि मी आयुष्यातल्या अडचणींवर मात करायची की त्यांच्यापुढे गुडघे टेकून हार मानायची, हे सर्वस्वी माझ्यावर अवलंबून होतं.

प्रकृतिमातेची ती भेट, तो काटा आता माझ्या जीवनात पुरता रुतला होता. मलाच का निवडलं, हे मी प्रकृतिमातेला विचारलं नाही. पोलिओ व्हायरसच्या ज्या कणांनी माझ्या शरीराचा विध्वंस केला, त्या कणांनी माझ्यावर हल्ला केला नसता तर कदाचित दुसऱ्या कोणाला तरी आपलं लक्ष्य बनवलं असतं. प्रकृतिमातेने त्या कणांना माझ्या शरीरात डांबून कदाचित त्या दुसऱ्याचं रक्षण केलं असावं. प्रकृतिमातेला विचारणारा मी कोण! तिची आज्ञा शिरसावंद्य.

माझ्या आयुष्याच्या नोंदवहीत पोलिओने त्याच्या हजेरीची स्वाक्षरी करून टाकली होती – माझ्या आयुष्यभराच्या लढाईला तोंड फुटलं होतं.

जितकं लढता येईल तितकं आम्ही लढणार!

मी कायमचा दिव्यांग झालो आहे हे वास्तव जेव्हा माझ्या कुटुंबीयांनी स्वीकारलं, तेव्हाच त्यांनी हाही निश्चय केला की, या रोगाशी जितकं लढता येईल तितकं

लढायचं. आपल्या 'ललती'ला बरा करणारा काहीतरी उपाय शोधण्यासाठी पुढची कित्येक वर्षं सगळ्यांनी प्रयत्नांची पराकाष्ठा केली.

मला निष्क्रिय करून अखेर माझा ताप उतरला. माझी स्थिती जरा स्थिरस्थावर झाल्याबरोबर पप्पा, आई, अम्मा, बाबा, काका सगळ्यांनी शक्य तितक्या लोकांना भेटून माझ्या उपचारांसाठी शोध सुरू केला. ते माझी अवस्था प्रत्येकाला सांगायचे – मग ते शेजारी असोत, मित्र असोत, नातेवाईक असोत, नातेवाइकांचे नातेवाईक असोत की नुसते ओळखीचे लोक असोत.

कधीकधी तर घरावरून जाणाऱ्या अनोळखी माणसांनासुद्धा माझ्याबद्दल सांगितलं जायचं आणि काही उपाय माहिती असला किंवा कळला तर सांगण्याची विनंती केली जायची.

पोलिओबद्दलचा सर्वसाधारण समज

सर्वसामान्यपणे पोलिओला 'अंगावरून वारे जाणे' म्हटलं जातं. बहुतेक वेळा लोकांना लकवा, स्नायूंचे इतर आजार आणि पोलिओ यातला फरकच कळायचा नाही. त्यांच्या लेखी अशा प्रकारच्या अपंगत्वाचं कारण एकच – वारे जाणे. वारे जाणे म्हणजे ती व्यक्ती वाईट हवेच्या किंवा वाऱ्याच्या संपर्कात आली आणि त्यामुळे तिचे स्नायू आखडून कायमचे निष्क्रिय झाले, अशी काहीशी लोकांची समजूत. त्यांना असंही वाटायचं की, थंडीमुळे शरीर आखडतं आणि पुरेशी ऊब मिळाली की ते मोकळं होऊन पुन्हा काम करू लागेल.

हितचिंतकांनी माझ्यासाठी तऱ्हेतऱ्हेचे उपाय सुचवले. या लोकांना वस्तुस्थितीची जाणीव नव्हती हे जरी खरं असलं तरी त्यांना माझी खरोखर काळजी होती आणि ते अत्यंत प्रामाणिकपणे, कळकळीने उपाय सुचवत होते. त्यांनी लकवा झालेल्या लोकांना विशेष खुराक, व्यायाम किंवा औषधांनी सुधारलेलं बघितलं होतं. त्यामुळे त्यांना वाटत होतं की, त्याच उपायांनी मलाही बरं वाटेल आणि माझे आई-वडील तर कोण काय सांगेल ते लगेच करायला तयारच होते.

मला काय झालंय, हे सगळे लोक काय बोलताहेत, ते इतके काळजीत का आहेत, हे मला त्या वेळी कळत नव्हतं. मला फक्त इतकंच कळत होतं की आता मला इतर मुलांसारखं बसता येत नाही, चालता येत नाही, पळता येत नाही, खेळता येत नाही. मला एवढंच कळत होतं की, आता अंथरुणावर पडल्या पडल्या मला इतर मुलांना खेळताना फक्त बघायचंय. माझं कंबरेच्या खालचं शरीर पूर्णपणे निकामी झालं होतं.

अनेक वर्षांनंतर जेव्हा मी पोलिओचा व्हायरस, त्याची कार्यप्रणाली, परिणाम याबद्दल पुस्तकं आणि डॉक्टरांच्या मदतीने समजावून घ्यायला लागलो, तेव्हा लोक पोलिओ बरा करण्याचा दावा करतात याचं मला कमालीचं आश्चर्य वाटायचं. जेव्हा मी सांगायचो की पोलिओवर काहीही उपाय नाही, तेव्हा ज्येष्ठ लोक मला झिडकारायचे आणि इतर लोक माझ्यावर नाराज व्हायचे. पोलिओ बरा होतो हा या सगळ्या लोकांचा विश्वास मला अतर्क्य वाटायचा, कारण ते असत्य होतं; पण मला हेही मान्य आहे की, त्यांचा विश्वास आसपास बघितलेल्या वास्तवावर आधारित होता.

डॉ. जोनास सॉक

कदाचित तुम्हाला डॉ. जोनास एडवर्ड सॉकबद्दल माहिती नसेल, पण त्यांनी मानवजातीला अनमोल भेट दिली आहे. अमेरिकन शास्त्रज्ञ डॉ. सॉक यांनी १९५५ साली पोलिओची लस शोधून काढली. या लसीमुळेच जगातून पोलिओचं हळूहळू उच्चाटन झालं.

सध्या फक्त पाकिस्तान, अफगाणिस्तान आणि नायजेरिया या देशांतच पोलिओच्या केसेस आढळतात.

डॉ. सॉक यांनी पोलिओ लसीचं पेटंट घ्यायला नकार दिला होता. त्यांनी ते पेटंट घेतलं असतं तर त्यांना आतापर्यंत जवळजवळ चाळीस कोटी रुपयांचा फायदा झाला असता, पण पोलिओ हद्दपार करणं अत्यंत कठीण झालं असतं. डॉ. सॉकना जेव्हा विचारलं की, या लसीचं पेटंट कोणाकडे आहे तेव्हा त्यांनी उत्तर दिलं होतं – "याचं कोणतंही पेटंट नाही. तुम्ही सूर्याचं पेटंट घेऊ शकता का?" खरोखर, डॉ. सॉकसारखे लोकच या पृथ्वीला उजळून टाकतात.

असं म्हणतात की, त्या काळात अमेरिकन लोकांना फक्त दोन गोष्टींची भीती वाटायची – एक अणुबॉम्ब आणि दुसरा पोलिओ. १९५२ मध्ये अमेरिकेत पोलिओच्या ५८,००० केसेस समोर आल्या होत्या. डॉ. सॉक आणि त्यांच्या टीमने परीक्षण करताना जवळजवळ १८,००,००० शालेय विद्यार्थ्यांवर लसीचा प्रयोग केला. अखेर १२ एप्रिल १९५५ रोजी जेव्हा जाहीर केलं गेलं. की डॉ. सॉक यांचं औषध सुरक्षित आणि परिणामकारक आहे तेव्हा संपूर्ण अमेरिकेत आनंदीआनंद झाला. पोलिओला घाबरणारे लोक रस्त्यांवर आले, चर्चमध्ये विशेष प्रार्थनासभा आयोजित केल्या. लोकांनी एकमेकांना मिठ्या मारल्या, अभिनंदन केलं, मिठाया वाटल्या. लोकांनी आपापल्या घरांवर, दुकानांवर ठळक अक्षरांत

लिहिलं – 'धन्यवाद डॉ. सॉक.' १२ एप्रिल १९५५ रोजी सबंध अमेरिकेत सुट्टीचं उत्सवी वातावरण होतं. डॉ. सॉकना देवदूत मानल गेलं आणि त्यांचा सत्कार-सन्मान करण्याची लोकांत चढाओढ लागली.

भारतात पल्स पोलिओ लसीकरण कार्यक्रमाची सुरुवात १९७८ साली झाली. पण १९८४ सालापर्यंत केवळ ४० टक्के मुलांनाच ही लस दिली जाऊ शकली होती. १९८० साली जेव्हा मला पोलिओ झाला तेव्हा दर वर्षी भारतात हजारो, लाखो पोलिओच्या केसेस समोर येत होत्या. पोलिओला प्रतिबंध करणं अत्यंत कठीण होतं, तरीही भारत सरकारच्या सातत्याने राबवल्या गेलेल्या पल्स पोलिओ अभियानामुळे आता भारतात खूपच कमी केसेस आढळतात. जागतिक आरोग्य संघटनेने भारताला अधिकृतरीत्या पोलिओमुक्त म्हणून घोषितदेखील केलं आहे. पण हे साध्य होईपर्यंतच्या काळात जे कोणी पोलिओ व्हायरसच्या तावडीत सापडले, त्यांना पोलिओने एक विकलांग शरीर आणि आयुष्यभराचा घोर संघर्ष प्रदान केला.

पोलिओला बळी पडलेल्या व्यक्तीसमोर माणूस म्हणून जगण्यासाठी आत्मसन्मान मिळवणं आणि जगण्यासाठी लढणं ही दोन सर्वांत मोठी आव्हानं असतात.

मच्छा की डेरीवाल्या वैद्यांचं आगमन

मला पोलिओ झाल्याची बातमी लवकरच आजूबाजूच्या घरांमध्ये पसरली. माझी चौकशी करायला आणि आपापल्या परीने काहीबाही उपाय सांगायला रोज कोणी ना कोणी लोक घरी यायचे. तसेच एक दिवस एक मध्यमवयीन गृहस्थ आले.

"मिस्त्री जी, माझ्या मुलालाही काही वर्षांपूर्वी पोलिओ झाला होता, त्यामुळे त्याच्या एका पायावर जरा परिणाम झाला होता," ते गृहस्थ बाबांना सांगत होते. "आम्ही एका वैद्यांकडून त्याच्यावर उपचार करून घेतले, तेव्हा त्याच्या पायातली गेलेली ताकद जवळजवळ पूर्णपणे परत आली. आता तो कोणत्याही आधाराशिवाय चालू शकतो, पळू शकतो. चालताना फक्त थोडा लंगडतो."

हे ऐकून माझ्या कुटुंबीयांची विझत चाललेली आशा पुन्हा उजळली. त्या गृहस्थांना वैद्यांचा पत्ता विचारला. त्यांनी सांगितलं, की ते उत्तर प्रदेशातल्या मच्छा की डेरी गावात राहतात.

बाबांनी लगेच त्या वैद्यांशी संपर्क साधला आणि खूप आग्रह करून त्यांना घरी आणलं. वैद्य साधारण पन्नाशीचे होते. त्यांची प्रकृतीही चांगली होती. काही लोकांचे चेहरेच स्नेह, करुणेने ओथंबलेले असतात, वाणी मिठ्ठास असते. वैद्य

तसेच होते. डोक्यावर पांढरी गांधी टोपी, पांढरं धोतर, पांढरा कुडता. थंडीच्या दिवसांत त्यावर एक राखाडी रंगाचं जाकीट.

निबिड अंधारात चाचपडणाऱ्या माझ्या कुटुंबीयांना वैद्यांच्या रूपाने जणू प्रकाशाचा किरण दिसला. ते आमच्या घरी पहिल्यांदा आले, तो क्षण अवघ्या कुटुंबासाठी आनंदाचा, उल्हासाचा क्षण होता. आमच्या विनंतीला मान देऊन ते शेकडो किलोमीटरचा प्रवास करून दिल्लीला आमच्या घरी आले होते, त्यामुळे अत्यंत नम्रतेने आणि कृतज्ञतेने त्यांचं आमच्या घरात स्वागत झालं.

माझ्या नाजूक परिस्थितीमुळे मला त्यांच्या गावी घेऊन जाणं शक्य नव्हतं याची त्यांना जाणीव होती. त्यामुळे दर पंधरा दिवसांनी दिल्लीला येऊन माझ्यावर उपचार करण्याचं त्यांनी मान्य केलं.

मला आठवतंय- वैद्य जेव्हा प्रथम घरी आले, तेव्हा अंगणात एका खाटेवर सतरंजी अंथरून त्यांना त्यावर बसवलं होतं. आईने मला घरातल्या एका खोलीत झोपवलं होतं, तिथून मला ती खाट दिसत होती. बाहेर उजेड होता, पण दिवसाची ती कुठली वेळ होती मला आठवत नाही. वैद्य पाणी प्यायले, चहा प्यायले. घरच्या लोकांशी त्यांनी काही चर्चा केली. मग कोणीतरी मला उचलून आणून वैद्य बसले होते त्याच खाटेवर निजवलं. पोलिओचा माझ्या पायांवर काय परिणाम झाला आहे ते जाणून घेण्यासाठी वैद्यांनी माझे निर्जीव पाय उचलून, सोडून देऊन, वाकवून, वळवून बघितले. बराच वेळ ते मला तपासत होते. माझे कुटुंबीय श्वास रोखून प्रतीक्षा करत होते, की वैद्य कधी चांगली बातमी देतायत. तपासून झाल्यावर वैद्यांनी जे सांगितलं, ते ऐकून सगळ्यांचेच चेहरे उजळले.

"या मुलाच्या बाबतीत काहीतरी करता येईल. कदाचित पायांत थोडाफार जीव परत येईल." ते पुढे म्हणाले, "मी खात्री देऊ शकत नाही, पण प्रयत्न नक्की करेन." पोलिओचा प्रभाव किती कमी होऊ शकेल याबाबत वैद्य काही भविष्यवाणी करू इच्छित नव्हते.

"एकही दिवस कुचराई होता कामा नये," असं बजावून वैद्यांनी उपचाराच्या अनेक गोष्टी सांगितल्या. त्या न चुकता रोज करायच्या होत्या.

वैद्यांनी जे जे करायला सांगितलं होतं, त्याचं माझ्या आई-वडिलांनी पुढची दोन वर्षं तंतोतंत पालन केलं – दररोज, न चुकता.

पोलिओशी संघर्षाची सुरुवात

धावणं, पळणं, खेळणं या गोष्टी माझ्या आयुष्यातून हद्दपार झाल्या होत्या. रात्रंदिवस मी एखाद्या प्रेतासारखा अंथरुणात पडून असायचो. दिवसाची सुरुवात माझे पाय, कंबर, नितंब यांवर गरम पाणी घालून शेकण्याने व्हायची. त्या काळात पप्पांची साप्ताहिक सुट्टी शुक्रवारी असायची आणि इतर दिवशी वेगवेगळ्या पाळ्यांमध्ये ते काम करायचे. कधी त्यांना सकाळी कामाला जायला लागायचं, कधी संध्याकाळी, तर कधी रात्री. त्यामुळे वैद्यांनी सांगितल्यानुसार माझ्यावर उपचार करण्यासाठी आई-पप्पांना त्यांच्या दिनक्रमात सतत बदल करावा लागायचा. माझ्यावरच्या उपचारांव्यतिरिक्त आई दिवसभर घर सांभाळण्यातही गुंतलेली असायची.

आमच्या घरी 'नूतन' ब्रँडचा एक वातीचा स्टोव्ह होता. तो स्वयंपाक करायला आणि पाणी तापवायला वापरला जायचा. अम्माने अंगणात एक मातीची चूलदेखील मांडली होती. इंधन म्हणून कोळसे किंवा लाकडं मिळाली की ती चूल वापरली जायची. त्या काळी कोळसा रेशनवर मिळायचा आणि तो रॉकेलपेक्षा स्वस्त असायचा, त्यामुळे पैसे वाचवण्यासाठी शक्यतो कोळसे आणि लाकडं वापरून चुलीवरच आमचा स्वयंपाक व्हायचा. पण लवकरच रॉकेलचा स्टोव्ह चुलीपेक्षा अधिक लोकप्रिय झाला, कारण स्टोव्हवर लवकर काम व्हायचं. रॉकेलदेखील रेशनवर मिळायला लागलं होतं आणि स्टोव्हचा धूरही खूपच कमी व्हायचा. लाल-पिवळ्या रंगाचा आकर्षक 'नूतन' ब्रँडचा स्टोव्ह त्या काळी जवळजवळ प्रत्येक घरात असायचा.

मला शेक देण्यासाठी आई सकाळी सकाळीच एक मोठं पातेलं पाण्याने भरून स्टोव्हवर चढवायची. ते बघितलं की माझ्या हृदयाची धडधड वाढायची, कारण शेक आणि व्यायामाने आता दुखणार ही भीती मनात घर करून होती. ही रोजची कथा! हा सगळा त्रास लवकरात लवकर संपावा असं सारखं वाटायचं.

स्टोव्हवर उकळणाऱ्या पाण्यात आई मूठभर ओवा घालायची. त्यानंतर आणखी वीस मिनिटं पाणी उकळू दिलं जायचं. सगळ्या घरात ओव्याचा गंध पसरायचा आणि पाण्याचा रंग सोनेरी व्हायला लागायचा.

आमच्या घरात लोखंडाची, पितळेची आणि काशाची अनेक जुनी भांडी होती, त्यातली काही अजूनही घरात ठेवली आहेत. चकचकीत स्टीलच्या भांड्यांच्या आजच्या काळात ती भांडी एखाद्या पुराण वस्तुसंग्रहालयातून आणल्यासारखी वाटतात. त्यांत पितळेची चार इंच खोल आणि दोन फूट व्यासाची एक भलीमोठी

परात देखील आहे. ओव्याचं उकळतं पाणी या परातीत घालून चटका न लागेल इतपत गार होईपर्यंत ठेवलं जायचं. आई-पप्पांना जेव्हा इतर कामांची घाई असायची, तेव्हा परातीत पाणी थोडंथोडं, हळूहळू ओतलं जायचं, जेणेकरून त्याचं तापमान लवकर सुसह्य होईल. पाणी सुसह्य तापमानाला आल्यावर मला त्या परातीत पाणी गरम असेपर्यंत शेक घ्यायला बसवलं जायचं. मला आधाराशिवाय बसता येत नव्हतं, म्हणून आई किंवा पप्पांना मला धरून बसायला लागायचं. परात जास्त खोल नसल्यामुळे माझे संपूर्ण पाय पाण्यात बुडायचे नाहीत. पोलिओने ग्रासलेल्या सगळ्या अवयवांना चांगला शेक मिळावा म्हणून आई किंवा पप्पा शेजारी बसून कंबरेवर, पायांवर गरम पाणी घालत राहायचे.

त्या गरम पाण्यात मला तासापेक्षाही जात वेळ बसावं लागायचं, आणि ते मला मुळीच आवडायचं नाही. एका लहान मुलासाठी हा सगळा रोजचा प्रकार शिक्षेसारखाच होता.

मला पुन्हा चालता यावं, यासाठी हे सगळं केलं जातंय हे एव्हाना मला समजायला लागलं होतं. मला बरं व्हायची, पुन्हा धावायची-पळायची तीव्र इच्छा होतीच; पण माझ्या बालमनाला त्या त्रासदायक दिनचर्येची दहशत वाटायची. शेकायच्या पाण्याचा चटका जरी बसला नाही तरी ते खूपच गरम असायचं आणि भाजल्याची जाणीव बराच वेळ होत राहायची.

हळूहळू मी ते गरम पाणी सहन करायला शिकलो, पण इतका वेळ त्या परातीत बसून राहण्याला मात्र मी कधीच सरावलो नाही.

माझा धाकट्या भावाचा – किशोरचा- जन्म माझ्यानंतर दोन वर्षांनी झाला. मला पोलिओ झाला तेव्हा तो दोन वर्षांचा होता आणि माझे उपचार सुरू झाले तेव्हा अडीच-तीन वर्षांचा.

मला किशोर आणि इतर मुलांबरोबर खेळायचं होतं, त्यांच्याबरोबर इथे-तिथे बागडायचं होतं.

माझ्या दिनचर्येची ही केवळ सुरुवात होती. ओव्याच्या पाण्याने शेकल्यानंतर मग मालीशची पाळी. वैद्यांनी एका औषधी तेलाने माझ्या पायांना रोज मालीश करायला सांगितलं होतं. ते बहुधा माशाचं तेल होतं आणि त्यात वैद्यांनी काही वनौषधी घालून आम्हाला दिलं होतं. त्यात नक्की काय औषधी होत्या ते आम्हाला माहीत नव्हतं. वैद्य दर पंधरा दिवसांनी मला तपासायला यायचे आणि ते तेल देऊन जायचे. दुपारी पप्पा, किंवा ते ऑफिसमध्ये असले तर आई माझ्या पायांना त्या तेलाने मालीश करायची. रोज एक ओंजळभर तेल माझ्या पायांत मुरलं पाहिजे हा त्या मालीशचा हेतू होता. पलंगावरची चादर खराब होऊ नये म्हणून मालीश सुरू करायच्या आधी माझ्या अंगाखाली एक मेणकापड घातलं

जायचं- लहान मुलांनी रात्री बिछाना ओला करू नये म्हणून गादीवर घातलं जातं तसंच. मालीश करताना माझ्या पायांना वारा लागू नये म्हणून दारं-खिडक्या बंद केल्या जायच्या. जवळजवळ तासभर मालीश चालायचं. त्यानंतर जुन्या सुती धोतरांच्या, ओढण्यांच्या पट्ट्यांमध्ये माझे पाय गुंडाळले जायचे. मालीशनंतर त्या अंधाऱ्या खोलीत कापडाच्या पट्ट्यांत एखाद्या 'ममी'सारखा लपेटून मी पडून राहायचो.

मग पप्पा मला गच्चीवरच्या एका कोपऱ्यात थेट ऊन लागेल अशा ठिकाणी उभं करायचे. दोन्ही हातांनी भिंतीला धरून मी माझ्या पायांवर किंचित वजन टाकायचा प्रयत्न करायचो. हे भारी अवघड काम होतं. प्रचंड वेदना व्हायच्या. माझे पाय मुळीच वजन घेऊ शकत नव्हते, पण मला सर्व शक्तीनिशी उभं राहण्याचा सराव करावा लागायचा. त्या कडक उन्हात पप्पादेखील माझ्याशेजारी बसून मी उभं राहावं म्हणून माझे गुडघे दाबून धरायचे. बहुतेक वेळा पप्पांनी त्यांचा हात काढून घेतला की मी खाली पडायचो. पडल्यावर कधीकधी मला पप्पा रागवायचे, पण ते अर्थातच माझ्या भल्यासाठी होतं.

गावातल्या पद्धतीप्रमाणे आम्ही रात्री लवकर जेवायचो. नऊपर्यंत तर निजानीज देखील व्हायची.

पण मला पोलिओ झाल्यापासून आई-पप्पांचा दिनक्रम खूपच बदलला होता. रात्रीची जेवणं झाली की सगळी आवराआवर करून आई पाण्याचा एक पितळेचा हंडा स्टोव्हवर चढवायची. त्यात जवळजवळ वीस-पंचवीस लीटर पाणी मावायचं. त्या पाण्यात एरंडाची बरीच पानं घालून आई हंड्यावर झाकण ठेवायची आणि कणीक लावून ते सीलबंद करायची. मग त्या पाण्याला चांगली उकळी फुटेपर्यंत हंडा स्टोव्हवर ठेवला जायचा. पाणी उकळायला लागलं की त्याची वाफ झाकणापाशी लावलेल्या कणकेला छिद्रं पाडून त्यातून बाहेर यायची.

मग आई मला बाजेवर चादर, गादी काहीही न घालता निजवायची. उकळत्या पाण्याचा तो हंडा बाजेखाली अशाप्रकारे ठेवला जायचा, जेणेकरून ती वाफ माझ्या पायांना लागेल. आई-पप्पा रात्री उशिरापर्यंत तिथे बसून माझ्या पायांना सगळीकडे त्या वाफेचा शेक मिळेल अशा रीतीने तो हंडा हलवत राहायचे. मी त्या बाजेवर पडल्या-पडल्याच झोपी जायचो, पण आई-पप्पा खूप वेळ मला शेक देत राहायचे. मध्यरात्रीनंतरच ते झोपायचे.

माझ्या घरच्यांनी कित्येक वर्षं असे श्रम घेतले. ते कधीही थकले नाहीत की कंटाळले नाहीत. उलट आणखी काय करता येईल याच्या शोधात असायचे. सगळ्यांची फक्त एकच इच्छा होती – मला पुन्हा चालताना बघण्याची. दिवसेंदिवस त्यांच्या लक्षात येऊ लागलं होतं की पोलिओ खरोखरच एक असा रोग आहे,

ज्यावर एका मर्यादेपर्यंतच उपचार होऊ शकतात. तो कधीच पूर्णपणे बरा होत नाही.

आई रोज प्रार्थना करायची, की मला माझ्या मुलाला पुन्हा चालताना बघायचंय. स्वतःच्या पायांनी नाही चालता आलं तर कुठल्या तरी आधाराने, कशाच्या तरी मदतीने का होईना, पण ललित चालला पाहिजे.

ललितला चालताना बघणं हीच इच्छा सगळ्यांच्या प्रार्थनेच्या केंद्रस्थानी होती.

बुडत्याला काडीचा आधार

वैद्यांचे उपचार सुमारे दोन वर्षं चालू होते. या दोन वर्षांत कित्येकदा घरच्यांची आशा धूसर झाली. सगळे जण मला बरा झालेला बघण्यासाठी आतुर होते; पण वैद्यांनी सुरुवातीलाच सांगितलं होतं की, ते कुठल्याच फायद्याची खात्री देऊ शकणार नाहीत. फरक पडलाच तरी त्याला बराच काळ लागेल. ही अनिश्चितता आणि प्रदीर्घ काळ चालणारे, दमवणारे उपचार यांमुळे कधीकधी वैद्यांवर टाकलेला विश्वास डळमळीत व्हायचा. म्हणूनच माझे कुटुंबीय मला इतरही अनेक ठिकाणी उपचारांसाठी घेऊन जायचे – पण वैद्यांनी सांगितलेल्या उपचारांत खंड पडला नाही.

हितचिंतकांनी अनेक उपाय सुचवले. कोणी रायफलीच्या तेलाने पायांना मालीश करा म्हणून सांगितलं, कोणी कबुतराचं मांस खायला सांगितलं, तर कोणी माशाच्या तेलाने मालीश करा म्हणून सुचवलं. कोणी म्हणालं – मुलाला समुद्राच्या वाळूत गळ्यापर्यंत गाडून दोन दिवस बसवा, तर कोणी गांडुळं असलेल्या मातीत गळ्यापर्यंत पुरायला सांगितलं. आमचं कुटुंब शुद्ध शाकाहारी. त्यामुळे मी मांस वगैरे खाणं शक्यच नव्हतं. घरचे लोक बाहेरून आणून द्यायला तयार होते, पण मी साफ नकार दिला. एक हितचिंतक मला अंडं खाऊ घालावं म्हणून खूपच आग्रह करत होते. त्यांचं ऐकून पप्पांनी मला अंडं आणूनही दिलं, पण ते तोंडात घालताच मला भयंकर उलट्या होऊ लागल्या. त्यानंतर अंडी, मांस वगैरेचा विचारच आम्ही सोडून दिला.

लोकांनी जिथेजिथे उपचार होऊ शकतील असं सांगितलं, तिथे तिथे मला घरचे लोक घेऊन जात होते.

मुजफ्फरनगरला गेलेलं मला आठवतंय. त्या दिवशी प्रचंड उकाडा होता. बहुधा मे किंवा जूनचा महिना होता. बाबा आणि अम्मा खचाखच भरलेल्या

खिळखिळ्या एसटीतून मला घेऊन उत्तर प्रदेशातल्या मुजफ्फरनगरला गेले.

तिथे एका व्यक्तीने रुग्णांसाठी मोफत शिबिर आयोजित केलं होतं. एका हितचिंतकाने बाबांना सांगितलं होतं की, ही व्यक्ती कोणताही आजार बरा करू शकते. अशी काही माहिती मिळाली की बाबांच्या आशेला नवीन धुमारे फुटायचे आणि मला इथे-तिथे –कुठेही घेऊन जायला तयार व्हायचे.

मला आठवतंय – मुजफ्फरनगरमधल्या एका मोकळ्या शेतात अम्मा मला मांडीवर घेऊन बसली होती. शेतातल्या पिकांची कापणी होऊन गेली होती. आम्ही मातीतच बसलो होतो. डोक्यावर सूर्य आग ओकत होता. आम्ही सगळे रुग्ण एका लांबच्या लांब रांगेत बसलो होतो. ती रांग न संपणारी वाटत होती. जवळजवळ सगळेच लोक गरीब वाटत होते. (म्हणूनच तर मोफत शिबिरात आले असणार). आमच्या आसपास बसलेल्या बायकांच्या मांडीवर वेगवेगळ्या वयाची अशी मुलं होती, ज्यांचे हातपाय वाळक्या काटक्यांसारखे होते. त्या लोकांकडे ॲल्युमिनिअम किंवा स्टीलचे वेगवेगळ्या प्रकारचे डबे होते. त्यात बहुधा त्यांनी घरून आणलेली पोळी-भाजी होती. सगळे जण भरपूर वेळ वाट पाहण्याच्या तयारीने आलेले होते. रांग अगदी मुंगीच्या गतीने सरकत होती.

सावकाश त्या मातीतून पुढे सरकत सरकत कित्येक तासांनी आम्ही त्या शेतात लावलेल्या एका तंबूजवळ पोचलो. त्या उघड्या तंबूखालीच रुग्णांना औषध दिलं जात होतं. तिथे एका प्लॅस्टिकच्या तारांनी विणलेल्या खुर्चीवर बसलेला एक माणूस दिसत होता. त्याच्याशेजारी ठेवलेल्या टेबलावर अनेक लहान-मोठ्या बाटल्यांमध्ये औषधं ठेवलेली होती. तो माणूस रुग्णांशी काही बोलायचा आणि वेगवेगळ्या बाटल्यांमधून औषध काढून द्यायचा.

आमची पाळी आली तेव्हा सूर्य जवळजवळ मावळतीला टेकला होता. त्या माणसाने अम्मा-बाबांना काय सांगितलं ते मला माहीत नाही, पण त्याने एका पाकिटात बऱ्याच गोळ्या घालून दिल्याचं मात्र मला आठवतंय. दिवसभराची प्रतीक्षा आणि खडतर प्रवास वाया गेला नाही, माझ्यासाठी औषध मिळालं यातच अम्मा-बाबांना समाधान होतं. त्यांचा त्या गोळ्यांवर कितपत विश्वास होता कुणास ठाऊक, पण त्यांच्या मनात आशा नक्की पल्लवित झाली होती. आम्ही पुन्हा दिल्लीला जाणाऱ्या एसटीत बसलो, तेव्हा अंधार पडायला लागला होता. नवीन औषधांच्या आशावादी खजिन्यासह आम्ही घरी पोचलो, तेव्हा बराच उशीर झाला होता. घरी जाऊन जेवण झाल्यावर मला त्या कडू औषधांचा पहिला खुराक दिला गेला.

माझे कुटुंबीय या गोष्टी वैद्यांपासून लपवायचे नाहीत. वास्तविक, असे उगीचच कुठलेही उपचार करून बघणं वैद्यांना मान्य नव्हतं, पण आपला मुलगा

लवकरात लवकर बरा व्हावा ही अधीरता, व्याकूळता ते समजू शकत होते. म्हणूनच बहुधा त्यांनी माझ्या उपचारांसाठी येणं थांबवलं नाही. मला वैद्यांकडून आणि इतर अनेक जणांकडून वरून लावायची आणि पोटात घ्यायची अनेक औषधं मोठ्या प्रमाणात मिळत राहायची आणि मी ती घेत राहायचो.

पोलिओच्या हल्ल्यानंतरच्या काही वर्षांत मला गोळ्या, कॅप्सूल्स, सिरप्स, तेल, काढे, चाटण अशा विविध रूपांत किती किलो औषधं खावी लागली कुणास ठाऊक! ही सगळी औषधं उष्ण प्रकृतीची होती, कारण उपचार करणाऱ्या सगळ्याच लोकांची साधारणपणे अशीच धारणा होती की, रक्तवाहिन्या बंद झाल्यामुळे किंवा स्नायू कमकुवत झाल्यामुळे माझी ही स्थिती झाली आहे. त्यामुळे उष्ण प्रकृतीच्या वनौषधी आणि औषधं त्या बंद रक्तवाहिन्या मोकळ्या करतील आणि स्नायूंना ताकद देतील.

नाश्ता, दुपारचं, रात्रीचं जेवण यांच्याबरोबर आणि मध्येमध्येही सारख्या गोळ्या गिळत राहणं हा माझ्या दिनचर्येचा अविभाज्य भाग बनला होता. कॅप्सूल्समध्ये बहुतेक वेळा कसलं ना कसलं तेल भरलेलं असायचं. चाटण म्हणजे वनौषधींचं मिश्रण असायचं आणि त्याची चव आंबट-गोडच्या मधली असायची. गोळ्या घेणं अर्थातच मला मुळीच पसंत नव्हतं, पण चाटणाची चव बरी असल्यामुळे ते मी न कुरकुरता घ्यायचो. तेलाने भरलेल्या कॅप्सूल्स गिळणं हे सर्वांत कठीण काम होतं, कारण त्या कॅप्सूल्सचा वास आला आणि जिभेला त्यांचा स्पर्श झाला, की मला उलटी यायची. पण तरीही त्या कॅप्सूल्स मला दिवसातून अनेक वेळा घ्यायला लागायच्या.

एकदा कैलाश काका मला जवळच्याच एका गावात काही उपचारांसाठी घेऊन गेले. आम्हाला सांगितलं होतं की, त्या गावातला एक माणूस कुठलाही आजार जादू केल्यासारखा बरा करतो. एका हितचिंतकाने सांगितलं होतं की, तो आजार झालेल्या अवयवाला एका फुलाने स्पर्श करतो आणि ताबडतोब आजार बरा होतो. वाचकहो, तुम्ही काय विचार करता आहात ते मला माहीत आहे. 'हा काय वेडेपणा आहे!' हो ना? माझ्या कुटुंबीयांनाही असंच वाटलं होतं; पण मला पुन्हा चालताना-फिरताना बघायची इच्छा इतकी प्रबळ होती की, त्यांनी तर्क वगैरे गोष्टी बाजूला सारून मला त्या माणसाकडे नेण्याचा निर्णय घेतला.

कोणताही रोग बरा करणारा तो माणूस शेजारच्या गावात एका भल्या मोठ्या फार्महाउसमध्ये राहत होता. एक पांढऱ्याशुभ्र रंगाचं आलिशान, प्रशस्त घर होतं. त्याच इमारतीत तो माणूस आठवड्यांतून काही दिवस रुग्णांवर मोफत उपचार करायचा. अशा प्रकारचे उपचार करणारे कित्येक डॉक्टर, साधू, वैद्य, हकिमांकडे मला नेलं गेलं होतं. प्रत्येक ठिकाणी मला आजारी गरीब लोकांची लांबच्या लांब

रांग बघायला मिळायची.

खूप वेळ वाट पाहिल्यावर आमचा नंबर लागला, तेव्हा कैलाश काकांनी मला उचलून त्या घराच्या आत नेलं. घराचा दिवाणखाना महागडं फर्निचर आणि सजावटीच्या वस्तूंनी भरला होता. त्या खोलीतल्या एका माणसाने काकांना मला टेबलावर निजवायला सांगितलं. काही मिनिटांनी दुसरा एक माणूस खोलीत आला. सुमारे पंचेचाळीस वर्षांच्या त्या ऐटदार माणसाने पांढरा रेशमी कुडता-पायजमा घातला होता. गळ्यात रुद्राक्षांची माळ होती. दोन्ही खांद्यांवर फिकट पिवळ्या रंगाचं उपरणं होतं. बॉलीवूडच्या सिनेमातला एखादा राजकारणी गुंड असावा तसा तो दिसत होता. सिनेमातल्यासारखीच दोन माणसं त्याच्या मागून चालत होती.

''मुलाची पॅन्ट काढा,'' माझ्याजवळ आल्याबरोबर त्या माणसाने काकांना सांगितलं. पॅन्ट काढल्यावर त्याने शेजारी ठेवलेल्या एका ताटलीतून एक झेंडूचं फूल उचललं आणि ते माझ्या पायांवरून दोन-तीनदा फिरवलं.

''चला झालं, त्याला पॅन्ट घाला. एकदम बरा होईल आता.'' तो म्हणाला.

आम्ही घरी परतलो. उपचारांसाठी मला अनेक चित्रविचित्र ठिकाणी नेलं होतं, पण त्या फार्महाउसमधले उपचार सर्वांत विचित्र, काहीही शेंडाबुडखा नसलेले होते. तिथून आल्यावर मला किंवा कैलाश काकांना कोणालाच मुळीच आशा नव्हती की त्या 'उपचाराचा' काही फायदा होईल! तिथे जाणं म्हणजे वेळ आणि शक्ती दोन्ही वाया घालवणं होतं. त्या उपचारांनी काहीच फरक पडला नाही हे सांगणे नलगे!

या अशा व्यक्तींसमोर रुग्णांच्या लागणाऱ्या लांबच्या लांब रांगा म्हणजे आपल्या देशातली आरोग्यसेवा, आपल्या वेडगळ श्रद्धा, निरक्षरता, आशावाद याबरोबरच आपल्या देशात असे अर्धवट हकीम किती सहजपणे लोकांच्या मनावर पगडा बसवतात याचं मूर्तिमंत उदाहरण आहे. अडाणीपणा आणि निराशा लोकांची तर्कबुद्धी नष्ट करते आणि आशेचा अंधूक किरण दाखवणाऱ्या माणसावर लोक विश्वास ठेवायला लागतात – भले मग ती आशा कितीही अतर्क्य असो. अशिक्षित, आजारी आणि हताश लोकांची मोठी संख्या जणू सुपीक जमिनीसारखी असते, ज्यात हे अर्धवट हकीम कुत्र्याच्या छत्र्यांसारखे उगवतात आणि फोफावतात.

मात्र इथे मी माझ्या अनुभवांच्या आधारे काही वैद्यांना अर्धवट हकिमांपेक्षा वेगळं स्थान देणार आहे. कदाचित एखादा वैद्य आयुर्वेद किंवा होमिओपॅथीचा डॉक्टर नसेलसुद्धा; पण एक चांगला, अनुभवी वैद्य लहानमोठ्या आजारांवर काय उपचार करायचे हे चांगलं जाणतो. 'मी सगळे आजार बरे करू शकतो' अशा खोट्या वल्गना हे वैद्य करत नाहीत. असे वैद्य बहुतेक घरगुती उपायांवर

आधारित आपले उपचार ठरवतात. वैद्याला सहसा त्याच्या वडिलांकडून ज्ञान मिळतं आणि ते ज्ञान पिढीगणीक पुढे जात जात परिष्कृत आणि उन्नत होतं. आपण कुठला आजार बरा करू शकतो- कुठला नाही हे एका चांगल्या वैद्याला पुरेपूर माहीत असतं. रुग्णाला इस्पितळात जाण्याचा सल्ला कधी द्यायचा हेही तो जाणून असतो. एका चांगल्या वैद्याचा हेतू येनकेनप्रकारे पैसा, प्रसिद्धी मिळवणं हा नसतो तर तो असतो – मानवसेवा.

शाळेची सुरुवात

पोलिओ झाल्यानंतर एका वर्षाने – जेव्हा मी पाच वर्षांचा होतो – तेव्हा मला शाळेत दाखल करण्यात आलं. माझ्या कुटुंबीयांनी घेतलेल्या या योग्य निर्णयाबाबत मी नेहमी विचार करतो. त्या काळी साधारणपणे मूल पाचव्या वर्षीच शाळेत जायचं. आमच्या कौटुंबिक पार्श्वभूमीत शिक्षणाचं खूप काही महत्त्व नव्हतं, आणि शाळेत प्रवेश घेते वेळी माझी शारीरिक स्थिती चांगली नव्हती, तरीही घरच्यांनी मला योग्य वेळी शाळेत घालायचा विचार केला – ही फार मोठी गोष्ट होती.

आमच्या कुटुंबात शिक्षणाकडे कल वाढत चालला असला तरी त्या वेळी माझ्या आई-वडिलांनी कोणत्या प्रेरणेने मला शाळेत घातलं असावं असा मला नेहमी प्रश्न पडतो. कारण काहीही असो, त्यांनी तो निर्णय घेतल्याबद्दल मी त्यांचा कायमचा ऋणी आहे.

मला नगर निगमच्या स्थानिक प्राथमिक शाळेत प्रवेश घेतला. ही शाळा आमच्या घराच्या अगदी जवळ होती, सर्वांत स्वस्त होती, आणि मुलांच्या शिक्षणाबद्दल सर्वाधिक उदासीन. बाबा मला शाळेत घेऊन गेले आणि माझ्यासाठी प्रवेश घेतला. मग शाळेच्या मुख्याध्यापकांना भेटून माझा आजार आणि दिवसभर चालणाऱ्या उपचारांबद्दल सांगितलं. बाबांनी त्यांना विनंती केली की, या मुलाला पहिल्या वर्षी शाळेत न येण्याची मुभा द्यावी. नियमितपणे शाळेत जाणं मला शक्यच नव्हतं. मुख्याध्यापकांनी समजूतदारपणा दाखवून मला रोज शाळेत येण्याची अट ठेवली नाही. त्याबदली बाबांनी त्यांना आश्वासन दिलं की, आम्ही मुलाला घरी शिकवू आणि परीक्षा द्यायला त्याला शाळेत आणू.

ज्ञानाच्या जगातलं हे माझं पहिलं पाऊल. एका अशा प्रवासाचा आरंभ- ज्याचं अंतिम लक्ष्य होतं मला एक सुशिक्षित व्यक्ती बनवणं. तेव्हा मी ना बसू शकत होतो, ना चालू शकत होतो. वैद्यांनी सांगितलेले उपचार न चुकता

नियमितपणे चालू होते. रात्रंदिवस मी ओव्याच्या गरम पाण्यात तरी असायचो, किंवा पट्ट्या बांधून पडलेला किंवा उन्हात माझा व्यायाम करवून घेणं चाललेलं असायचं, नाहीतर वाफेचा शेक, गोळ्या, कॅप्सूल्स, किंवा इतर कुठली औषधं घेत असायचो. जरी कागदोपत्री मी पहिलीचा विद्यार्थी झालो होतो, तरी अक्षरज्ञान मिळवण्यासाठी आवश्यक असलेली पाटी, पुस्तक, पेन्सील वगैरे गोष्टी सातत्याने वापरू शकत नव्हतो.

शाळेचं पहिलं वर्ष असंच पोलिओशी लढण्यात आणि शिकण्याच्या प्रयत्नांत सरलं. मी परीक्षेलाही बसू शकलो नाही. त्यामुळे मुख्याध्यापक नाराज होते. शाळेत गैरहजर राहण्याची तोंडी परवानगी त्यांनी याच अटीवर दिली होती, की मी परीक्षेला बसेन आणि पास होईन.

नाराज झालेल्या मुख्याध्यापकांशी बोलायची जबाबदारी बाबांवर पुन्हा एकदा आली. या वेळी त्यांना राजी करणं कठीण गेलं, पण अखेर बाबांनी त्यांना राजी केलंच. मुख्याध्यापक सहृदय होते. माझी समस्या समजू शकत होते. पण या वेळी त्यांच्या अटी जास्त कडक होत्या. ते म्हणाले की, मुलगा या वर्षीदेखील शाळेत गैरहजर राहू शकेल, पण वर्षाच्या शेवटी त्याला पहिली आणि दुसरी अशा दोन्ही परीक्षा एकदम द्याव्या लागतील आणि त्यांत पासही व्हावं लागेल.

आणि – माझ्यावर पडणाऱ्या अभ्यासाच्या ओझ्याचा विचार न करता बाबांनी साभार मान्यता दिली.

वैद्यांच्या उपचारांची सांगता

आता मी सहा वर्षांचा झालो होतो आणि वैद्यांच्या उपचारांचा थोडा थोडा परिणाम दिसू लागला होता. माझ्या डाव्या पायांच्या स्नायूंची थोडीशी ताकद परत आली होती. उजवा पाय अजूनही पूर्णपणे निष्क्रिय असल्यामुळे, आणि थोडा फरक पडला असला तरी डावा पायदेखील कमजोरच असल्यामुळे जरी अद्याप मला चालता येत नव्हतं, तरी वैद्यांच्या उपचारांमुळे माझ्या कंबरेच्या स्नायूंत बऱ्यापैकी ताकद आली होती. त्यामुळे मी बसू शकत होतो, आणि जमिनीवरून सरकत हालचाल करू शकत होतो. दोन वर्षांनंतर मला आपलं आपण 'बसता' आणि 'चालता' येत होतं, त्यामुळे मला खूप आनंद झाला होता. तो आनंद इतका होता की त्या भरात, वास्तविक मी चालत नाहीये, तर जमिनीवर सरकतो आहे, याचंही मला भान नव्हतं. दिवसभर पलंगावर पडून राहायचं आणि कोणी येऊन मला इथून तिथे घेऊन जाईल याची वाट बघत बसण्यापेक्षा हे जमिनीवर घासत,

सरकत फिरणं कितीतरी चांगलं होतं.

"मुलाच्या स्थितीत आता आणखी सुधारणा होण्याची शक्यता नाही. जे करता येण्यासारखं होतं, ते सगळं मी केलं आहे." असं सांगून वैद्यांनी एक दिवस उपचार थांबवण्याची सूचना दिली.

आपला मुलगा अजूनही अपंगच असला तरी आई-पप्पांना वैद्यांबद्दल अत्यंत कृतज्ञता होती. त्यांच्या उपचारांची काहीतरी मदत नक्कीच झाली होती. त्यानंतर वैद्यांनी आमच्या घरी येणं थांबवलं आणि गेली दोन वर्षं सतत चाललेले उपचार देखील संपले.

त्यानंतर मी वैद्यांना फक्त दोन-तीन वेळाच पाहिलं. अधूनमधून ते माझी विचारपूस करायला यायचे. हळूहळू त्यांच्या येण्यात अंतर पडत गेलं आणि मग त्यांचं येणं पूर्णपणे थांबलं.

मला त्या वैद्यांचं नावदेखील माहीत नाही, पण त्यांचे प्रयत्न माझ्या बुडत्या जिवाला काडीच्या आधारासारखे होते. त्यांचे आभार शब्दात मानणं शक्य नाही. त्यांच्याबद्दल माझ्या मनात जी कृतज्ञता आहे ती फक्त माझं अंतर्मनच समजू शकतं.

घरी अभ्यासाला सुरुवात

आता मला आधाराशिवाय बसता यायला लागल्यामुळे माझा अभ्यास जरा जोर धरू लागला. आमच्या घराजवळ एक शिक्षिका राहायच्या. त्या आपल्या घरी मुलांच्या शिकवण्या घ्यायच्या. मी आजवर औपचारिक शैक्षणिक वातावरणात एक दिवसही काढला नव्हता, त्यामुळे इतर मुलांबरोबर बसून अभ्यास करण्याची सवय मला लवकरात लवकर लावणं गरजेचं होतं. म्हणून त्या बाईंशी बोलून मला त्यांच्याकडे पाठवायचं ठरलं. मला आठवतंय की, पहिल्यांदा आई आणि अम्मा मला त्यांच्याकडे घेऊन गेल्या होत्या.

बाई मला आधीपासूनच ओळखत होत्या. शेजारपाजारचे सगळे लोक मला दिव्यांग आणि अभागी मुलगा म्हणून चांगलेच ओळखत होते. आई आणि अम्माने माझ्या शाळेतील प्रवेशाबद्दल आणि जवळ येणाऱ्या परीक्षांबद्दल बाईंना सांगितलं. हेही सांगितलं की, मला दोन्ही इयत्तांच्या परीक्षांत पास व्हायचं आहे. बाईंनी मला शिकवायचं मान्य केलं आणि मला थोडा जास्त वेळ द्यायचं आश्वासन दिलं, कारण मला काही महिन्यांतच दोन वर्षांचा अभ्यासक्रम पूर्ण करायचा होता. अशा तऱ्हेने माझ्या औपचारिक शिक्षणाची सुरुवात झाली.

आई मला कडेवर घेऊन रोज दुपारी तीन वाजता बाईंकडे सोडून जायची. मी बाईंच्या घरी दोन तास अभ्यास करायचो. संध्याकाळी पाच वाजता आई येऊन मला परत उचलून घरी घेऊन जायची.

मला बाईंच्या घरी जायला आवडायचं, कारण तिथे माझ्या वयाची इतर मुलं असायची. एकटेपणा, बंधन आणि वेदना यांच्या साथीने अनेक वर्षं काढल्यानंतर माझ्या वयाच्या मुलांच्यात जाणार, त्यांच्याशी मैत्री करणार ही एक अत्यंत सुखद कल्पना होती.

मी इतर मुलांसारखा राहिलो नव्हतो

माझ्यासारख्याच लहान मुलांत मिसळायचा माझा आनंद लवकरच मावळला. पोलिओ झाल्यानंतर बाईंच्या घरी पहिल्या प्रथमच मी जगाच्या रीतीला सामोरा जात होतो. अंथरुणात जखडण्यापासून सुटका आणि इतर मुलांच्यात मिसळण्याचा आनंद माझ्या आयुष्यातील कटू सत्य घेऊन आला – मी आता इतर मुलांसारखा राहिलो नव्हतो.

त्या वेळी पोलिओच्या आधीच्या दिवसांच्या स्मृती माझ्या मनात अगदी ताज्या होत्या – मी कसा शेजारच्या मुलांबरोबर धावत, पळत, खेळत होतो. पण माझ्या लक्षात येऊ लागलं होतं की मी आता दिव्यांग झालो, एवढाच बदल झालेला नाही. बदल फक्त माझ्या शरीरातच झाला नव्हता तर पोलिओ होण्यापूर्वी जी मुलं माझ्याशी खेळायची, त्यांच्या माझ्याशी वागण्यात देखील खूपच फरक पडला होता.

बाईंच्या घरी पहिल्यांदा जाणवलेला हा फरक म्हणजे पुढे आयुष्यभर मला समाजाच्या ज्या व्यवहाराचा सामना करावा लागणार होता, त्याची एक झलक होती. बाईंच्या घरी माझ्याबरोबर शिकणारी मुलं सतत मला जाणीव करून द्यायची की, आता मी त्यांच्यापेक्षा कमजोर झालो आहे. बाई आसपास नसताना त्या मुलांतला कोणीतरी मुद्दाम माझी वही किंवा पेन्सील हिसकावून घेऊन दूर जाऊन बसायचा आणि मला येऊन ती घेऊन जाण्याचं आव्हान द्यायचा. माझ्याच वयाच्या मुलांचं आत्तापर्यंत कधीच न बघितलेलं ते वागणं बघून मी अवाक् व्हायचो. घबराटीमुळे आणि गोंधळल्यामुळे मला उमजायचं नाही, की ते आव्हान स्वीकारून सरकत जाऊन मी माझी वस्तू घेऊ, की बाई येऊन मला वाचवण्याची वाट पाहू!

अशी गोंधळलेली अवस्था मला अगदी हतबल करून टाकायची आणि

कधीकधी तर मला रडू फुटायचं.

बाई परत आल्या की मला त्रास देणाऱ्या मुलांना रागवायच्या. त्या माझी समजूत काढायचा खूप प्रयत्न करायच्या की, अखेर मीच जिंकलो कारण त्या खोड्या काढणाऱ्या मुलांना बोलणी बसली. पण तरीही मला कधीही विजेता झाल्यासारखं वाटायचं नाही. मुलांनी मला त्रास देणं बंद करावं आणि त्यांनी माझी चेष्टा केली हे कोणाच्याही लक्षात राहू नये एवढीच माझी इच्छा होती. त्या घटनांशी जोडल्या गेलेल्या वास्तवाची जाणीव मला नको होती. माझं अंतर्मन मला सांगत होतं, की आता ही मुलं मला कधीही त्यांच्यातला एक मानणार नाहीत. बाईंची पाठ वळली की ती मला असाच त्रास देणार, माझी चेष्टा करणार.

उपचारांव्यतिरिक्त इतर कारणासाठी घराबाहेर पडण्यात मला मोकळेपणा वाटत होता, पण त्या मोकळेपणात असुरक्षिततेची भावना होती. कधीकधी आईला इतर कामांमुळे मला आणायला यायला उशीर व्हायचा. तिला माहीत होतं की, बाईंच्या घरी मी आरामात राहीन आणि त्या माझ्याकडे लक्ष देतील, म्हणून आई कधीकधी इतर महत्त्वाच्या कामांना प्राधान्य द्यायची.

शिकवणी संध्याकाळी पाच वाजता संपायची आणि सगळी मुलं आपापलीच घरी जायची. कारण ती सगळी माझ्यासारखी जवळ राहणारीच होती. थंडीच्या दिवसांत पाच वाजता जरा अंधार पडायला लागायचा. बाकीची मुलं गेल्यावर बाईसुद्धा घरातली कामं आवरण्यात गुंतायच्या. आईला उशीर झाला तर बाई मला पाटीवर काहीतरी अभ्यास करायला द्यायच्या. पण माझं अभ्यासात लक्ष लागायचं नाही. आई अजून का आली नाही, आज ती आलीच नाही तर, असे विचार मला भीती दाखवायचे. मला फार असुरक्षित वाटायचं. कारण आई आली नाही तर मला रस्त्यावरून सरकत सरकत घरी जावं लागेल अशी भीती वाटायची. त्या विचाराने मला फार घाबरायला व्हायचं.

जेव्हा जेव्हा मी माझ्या घरात सुरक्षित, ओळखीच्या, प्रेमळ वातावरणात नसायचो, तेव्हा तेव्हा मला भीती वाटायची. पण वास्तविकता अशी होती की, मी एकटा आहे असं फक्त मलाच वाटायचं. बाई खूपच चांगल्या होत्या आणि आई आली नसती तरी त्यांनी मला घरी सोडलं असतं. पण ही गोष्ट मला त्या वेळी ठाऊक नव्हती.

आईला उशीर झाला की मी आणखी एका कारणाने बेचैन व्हायचो – मला आपलं आपण टॉयलेटला जाता यायचं नाही. घरी जेव्हा मला टॉयलेटला जायचं असायचं, तेव्हा कोणीतरी मला उचलून घराबाहेरच्या गटारावर बसवायचं. (तेव्हा आमच्या घरात टॉयलेट नव्हतं.) शिकवणीला गेल्यावर मला जायला लागू नये म्हणून तिथे जायच्या आधी मला आई गटारावर बसवून मगच न्यायची. पण

शिकवणीच्या मध्ये कधी मला 'लागली' तर धरून ठेवण्याशिवाय मला पर्याय नसायचा. कधीकधी ते असह्य व्हायचं आणि आई आल्याआल्या मी तिला सांगायचो की मला टॉयलेटला जायचंय. तेव्हा आई मला उचलून बाईंच्या घरातल्या टॉयलेटमध्ये न्यायची. बाकी मुलांना असं उचलून न्यावं लागायचं नाही. त्यामुळे त्या वेळेला मला खूप लाज वाटायची. शिकवणी चालू असताना जरी मला 'लागली' तरी मी बाईंना मला घेऊन जायला सांगणं शक्यच नव्हतं. त्यामुळे मी हळूहळू माझ्या त्या नैसर्गिक गरजेवर नियंत्रण ठेवायला शिकलो. घरी जाईपर्यंत रोखून धरायला शिकलो.

मानसिक त्रासापेक्षा शारीरिक त्रासाला प्राधान्य देण्याची ही सुरुवात होती. मी लवकरच अशा परिस्थितींत होणारे शारीरिक त्रास सहन करायला आणि स्वतःला स्थिरचित्त ठेवायला शिकलो.

शाळेचा माझा पहिला दिवस

जसजशी मला शिकवणीला दोन तास बसायची सवय झाली, तसं घरच्यांना वाटू लागलं की आता मला शाळेत पाठवायला हरकत नाही. जेव्हा बाबा, अम्मा, आई, पप्पा या विषयावर चर्चा करायचे तेव्हा मला भीती घेरायची. मला घरापासून लांब मुळीच जायचं नव्हतं, कारण मी आधी सांगितल्याप्रमाणे घरापासून दूर जायचं म्हटलं की माझ्या मनात असुरक्षिततेची भावना दाटून यायची. बाबा मला समजावून सांगत होते की, शाळा हे ठिकाण खूप छान असतं, तिथे पुष्कळ मुलं असतात, त्यांच्याशी माझी मैत्री होईल. बाबांनी समजूत घातल्यावर मी काहीसा शांत झालो खरा, पण तरीही पहिल्या दिवशी शाळेत जाताना मी भरपूर रडारडी, आरडाओरडा केला.

त्या दिवशी आईने मला सकाळी सकाळी अंघोळ घातली, माझे केस थोडं मोहरीचं तेल लावून छान विंचरले. आई डाव्या बाजूला माझा भांग पाडून केस इतके व्यवस्थित विंचरायची की माझ्या डोक्यावर एक सपाट काळा थर असल्यासारखं दिसायचं. मग ती उजव्या बाजूला देव आनंद सारखा केसांचा कोंबडा पाडायची. अशी माझी केशरचना झाल्यावर तिने माझ्या डोळ्यात काजळ घातलं आणि दृष्ट लागू नये म्हणून काजळाचं एक बोट कपाळावर केसांच्या जवळ लावलं. आई आणि इतर कुटुंबीयांसाठी तो फार मोठा दिवस होता. त्यांच्या अनेक वर्षांच्या परिश्रमांना फळ येऊ पाहत होतं. माझ्यासाठी शाळेचा गणवेश आदल्या दिवशीच शिवला होता. निळा शर्ट आणि खाकी अर्धी चड्डी असा गणवेश होता. आईने

मला तो घालून अगदी नटवलं होतं. एक लहानसं दप्तर माझ्या पाठीवर अडकवलं. त्यात एक दगडी पाटी, पाटीवर लिहायच्या दोन-तीन पेन्सिली, हिंदी अंकलिपी, दोन-तीन इतर पुस्तकं, एक वही आणि एक पेन्सील अशा वस्तू होत्या.

सकाळी नऊच्या सुमारास बाबांनी मला खांद्यावर बसवलं आणि म्हणाले – चला शाळेत जाऊ या. झालं, हे शब्द ऐकले आणि मी ऊर फुटल्यासारखं भोकाड पसरलं. रडताना डोळे चोळले आणि – डोळ्यांतल्या काजळाने पूर्ण चेहरा माखला. आईला साहजिकच हे बघून राग आला, पण बिचारी मला फारसं बोलली नाही, थोडीच रागावली. संयमपूर्वक तिने पुन्हा माझं तोंड स्वच्छ धुवून थोडी पावडर लावली, केस विंचरले आणि डोळ्यांत काजळ घातलं. धन्य ती आईची ममता. पण बाबा मला घेऊन घरातून निघाले आणि मी पुन्हा गळा काढला. आईने पुन्हा माझं तोंड धुतलं, आणि – घरी आलास की मस्तपैकी खाऊ देईन – अशी लालूच दाखवून मला समजवायचा प्रयत्न केला.

पण मला मुळीच शाळेत जायचं नव्हतं. आई, अम्मा, बाबा यांचे माझी समजूत घालायचे सगळे प्रयत्न फोल ठरले. शेवटी बाबांनी निर्णय घेतला की, मला रडतच शाळेत न्यावं लागणार, आणि त्यांनी तेच केलं.

गालांवर ओघळणाऱ्या अश्रूंसह मी शाळेत पोचलो. त्या शाळेत प्रवेश घ्यायच्या वेळेला मी आधीपण एकदोनदा गेलो होतो; पण तेव्हा मला माहीत होतं की इथे थांबायचं नाहीये, थोड्याच वेळात बाबा मला घरी घेऊन जाणार आहेत. ती शाळेची इमारत बघून माझ्या मनात एक अनामिक भीती दाटून आली. मी खूप प्रयत्न केला, पण तरीही शाळेच्या कुठल्याच गोष्टीविषयी मला आपलेपणा वाटत नव्हता. ती शाळा एका जुन्या हवेलीसारख्या इमारतीत भरायची. नगर निगमने ती शाळेसाठी भाड्याने किंवा विकत घेतली होती. त्या इमारतीचे काही दरवाजे किल्ल्यांच्या दारांसारखे भव्य होते. ते मजबूत, सुस्थितीत होते. ते सहसा बंदच असायचे, कारण ते उघडणं, बंद करणं सोपं नव्हतं. शाळेच्या इमारतीत प्रवेश करायला दोन सर्वसाधारण आकाराचे दरवाजे होते, पण काळाच्या ओघात ते इतके कमकुवत झाले होते की असून नसल्यासारखेच होते. एखाद्याला जबरदस्तीने शाळेत शिरायचं असेल तर अगदी लुकडा माणूससुद्धा सहज ती दारं तोडू शकेल, कडी-कुलपाशी झटायची गरजच नाही. दिल्ली नगर निगमची ही शाळा फक्त मुलांची होती. हिंदी माध्यमाच्या या शाळेत पहिली ते पाचवी इयत्ता होत्या.

शाळेच्या दारापाशी पोचताच मला तळमजल्याच्या वर्गांतून पाढे म्हटल्याचा आवाज ऐकू येऊ लागला. पाढे पाठ होण्यासाठी वर्गांत मोठमोठ्याने एका लयीत पाढे म्हणण्याची तेव्हा पद्धत होती.

माझी शाळा हिंदी माध्यमाची असल्यामुळे – दो एकम दो – दो दूनी चार – दो तिया छह – असे पाढे रटले जायचे. जेव्हा पन्नास एक मुलं एका सुरात, एका लयीत मोठ्याने पाढे म्हणायचे तेव्हा तो आवाज घुमल्यासारखा यायचा. मला घेऊन बाबांनी शाळेत प्रवेश केल्या केल्या मला त्या इमारतीत भुताटकी असल्यासारखी वाटली. प्रवेशद्वाराच्या आतमध्ये एक म्हातारी बसली होती. तिच्यासमोर पसरलेल्या गोणपाटावर पारदर्शक पिशव्यांत लिमलेटच्या आंबट-गोड गोळ्या आणि इतर काही खाऊ होता. बाबांनी मला तिच्याजवळ बसवलं आणि माझं लक्ष रडण्यापासून विचलित करण्यासाठी मला गोळ्या घेऊन दिल्या. ही मात्रा लागू पडली. मी गप्प झालो आणि बाबा मला मुख्याध्यापकांच्या खोलीत घेऊन गेले. ती खोली छोटीशी होती. सरांच्या खुर्चीच्या मागे एकुलती एक खिडकी होती. लोखंडी सळ्या असलेली ती खिडकी त्या खोलीतल्या उजेडाचा एकमेव स्रोत होती. खिडकीच्या बाहेर खेळाचं मैदान दिसत होतं. तिथे काही मुलं धावत-पळत होती.

बाबांनी मला एका खुर्चीवर बसवलं आणि सरांना नमस्ते करायला सांगितलं. त्यानंतर त्या दोघांचं काय बोलणं झालं मला कळलं नाही, कारण मी माझ्या गोळ्या खाण्यात मग्न होतो. काही वेळाने बाबांनी मला पुन्हा कडेवर घेतलं आणि मुख्याध्यापकांच्या बरोबर दुसरीच्या वर्गात घेऊन गेले. हा वर्ग तळमजल्यावर सरांच्या खोलीसमोर होता. त्या वर्गाचा दरवाजा इतका भव्य होता, की त्यातून हत्तीदेखील सहज जाऊ शकला असता. उंच छत असलेल्या त्या वर्गाच्या दरवाजाला तावदानं नव्हती. वर्गाच्या आतल्या भिंती जमिनीपासून सहा फुटांपर्यंत गडद हिरव्या रंगाने रंगवलेल्या होत्या. जमिनीवर घातलेल्या लांबलचक फाटक्या जाजमावर विद्यार्थी चार ओळी करून बसले होते. त्या सगळ्यांनी माझ्याचसारखे कपडे घातलेले बघून मला खूपच आश्चर्य वाटलं. त्याचं उत्तर त्या वेळी मला सुचलं नाही. त्या वर्गात शिकवणाऱ्या शिक्षकांबद्दल मला काहीही आठवत नाही.

याच खोलीत, याच मुलांबरोबर मला बसायचं आहे याचा अंदाज मला एव्हाना आला होता. त्या कल्पनेनेच मी भयभीत झालो होतो. थोड्याच वेळात माझा अंदाज खरा ठरला. बाबांनी मला वर्गाच्या आत नेऊन भिंतीजवळ घातलेल्या जाजमावर इतर मुलांच्यात बसवलं. बाबा आणि मुख्याध्यापकांच्या अचानक वर्गात येण्याने मुलांनी पाढे म्हणणं थांबवलं होतं. काही मुलं आपापसात बोलायला लागली, पण बहुतांश मुलं विविध नजरांनी माझ्याकडे टक लावून बघत होती. बाबा म्हणाले की, शाळा संपेपर्यंत ते वर्गाबाहेर थांबतील. मुख्याध्यापक वर्गातल्या शिक्षकांशी काहीतरी बोलले आणि बाबांच्या बरोबर तेही बाहेर गेले.

थांबलेले पाढे पुन्हा सुरू झाले. मला पाढे त्या लयीत म्हणता येत होते तरी

मी त्यांच्याबरोबर म्हटले नाहीत. शिकवणीच्या वेळी व्हायचं तसंच आताही माझं मन नको त्या शंकाकुशंकांनी भरून गेलं होतं. बाबा मला न्यायला आले नाहीत तर – ते बाहेर बसले असतील की नाही- ते आले नाहीत तर मी घरी कसा जाऊ- मला तर इथून घराचा रस्ताही ठाऊक नाही- मला चालताही येत नाही- अशा विचारांनी माझ्या डोक्यात थैमान घातलं होतं. जरा वेळाने थोडा सावरल्यानंतर मी वर्गाकडे बारकाईने बघू लागलो. मांडी घालून ओळीत बसलेली मुलं लयीत पाढे म्हणताना मागेपुढे डोलत होती. माझ्या उजवीकडे बसलेला विद्यार्थी त्याच्या नटराज ब्रँडच्या कंपासपेटीशी खेळत होता. पाढे म्हणताना मुलांच्या हळूच खोड्या चालू होत्या. मी माझ्या जागेवर बसून असाच इतर मुलांकडे, उंच छताकडे बघत राहिलो.

त्या वर्गात किती वेळ थांबायचं आहे हे मला माहीत नव्हतं. उजेड येण्यासाठी छताला लावलेल्या काही काचांतून येणाऱ्या उन्हाचे कवडसे समोरच्या भिंतीवर उतरले होते. त्यावरून किती वाजले असतील याचा साधारण अंदाज मला येत होता. थोड्या थोड्या वेळाने मी उन्हाने चमकणाऱ्या भिंतीकडे नजर टाकत होतो. हळूहळू मला जाणवलं की दुपार झाली आहे. माझ्या मनातली भीती वाढू लागली.

या खोलीत मी आता कायमचा अडकलो, बाबा मला न्यायला येणार नाहीत असं मला वाटू लागलं, तेवढ्यात शाळा सुटल्याची घंटा झाली.

घंटा झाल्या झाल्या सगळे विद्यार्थी आपापली दप्तरं उचलून वर्गाबाहेर पळू लागले. निमिषार्धात वर्ग रिकामा झाला. जणू तिथे कधी कोणी नव्हतंच. आता वर्गात उरलो फक्त मी आणि शिक्षक. ते टेबलावरून खडू, रजिस्टर आणि छडी उचलत होते. बाहेर जाताना त्यांनी बाबांना आत पाठवतो असं मला आश्वासन दिलं. छताजवळ बसलेली एक चिमणी सोडली तर त्या भल्या मोठ्या खोलीत आता एकटा मी उरलो होतो. भीती आणि काळजीने मला घेरून टाकलं होतं. तेवढ्यात बाबा आत आले. त्यांची उंच, सडपातळ ओळखीची आकृती मला दारात दिसली मात्र, विश्वास ठेवा - ते माझ्यासाठी त्या क्षणी जगातलं सर्वांत सुंदर दृश्य होतं.

बाबांनी माझं दप्तर उचललं. सकाळी जसं होतं तसंच आत्ताही दप्तर बंदच होतं. बाबांनी मला कडेवर घेतलं आणि शाळेच्या इमारतीच्या बाहेर आणलं. खरं सांगतो, प्राथमिक शाळेच्या दिवसांत शाळेतून बाहेर पडणं हा एक अत्यानंदाचा अनुभव होता. असाच आनंद मला हॉस्पिटल्समधून बाहेर पडतानाही व्हायचा. माझ्या आणि हॉस्पिटल्सच्या नात्याबद्दल मी पुढे तुम्हाला सांगेनच.

अशारीतीने शाळेतला माझा पहिला दिवस संपला. घरी येताना बाबांनी मला

आणखी गोळ्या घेऊन दिल्या. लढाईहून परतलेल्या विजयी वीराप्रमाणे माझं घरी स्वागत झालं.

प्राथमिक शाळेचे दिवस

पहिल्यांदा शाळेत जाऊन आल्याचं काम केल्यामुळे मी खूश होतो. त्या संध्याकाळी मला खूप बरं वाटत होतं. मी धाकट्या भावाशी – किशोरशी- खेळलो आणि रात्री अगदी आनंदाने जेवलो. मी आनंदात होतो कारण उद्या, परवा, तेरवा पुन्हा शाळेत जायचंय हे मला माहीत नव्हतं. आज मला गंमत वाटते की, जर ते मला माहीत असतं, तर त्या संध्याकाळी मी किती घाबरून बसलो असतो!

दुसऱ्या दिवशी सकाळी शाळेसाठी तयार होण्याचा प्रकार पुन्हा सुरू. फरक इतकाच, की दुसऱ्या दिवशी मी सकाळपासूनच रडणं सुरू केलं. आईने मला लवकर उठवून सांगितलं की शाळा नावाच्या त्या भयानक इमारतीत मला आज पुन्हा जायचं आहे. मग काय! 'शाळेत जायचंय' हे ऐकताच मी भोकाड पसरलं. माझ्या आक्रस्ताळेपणाकडे लक्ष न देता आई मला तयार करू लागली. बाबा पुन्हा रडणाऱ्या ललितला उचलून शाळेत घेऊन गेले आणि मी पुन्हा वर्गात नुसतं बसून दिवस घालवला. बाबा आणि शिक्षकांमध्ये काय ठरलं होतं कुणास ठाऊक, पण मास्तरांनी माझ्या बंद दप्तराला कधीही हरकत घेतली नाही. तोही दिवस पुन्हा एकदा भयभीत अवस्थेत गेला; पण आता मला समजलं होतं की, शाळेत मला कायमचं राहायचं नाहीये. घंटा वाजली की बाबा येतील आणि मग मी मजेत घरी जाईन. त्या आशेवर पहिल्या दिवसापेक्षा दुसऱ्या दिवशी मी जरा शांत होतो.

असेच दिवस जाऊ लागले. मी हळूहळू शाळेत रुळत चाललो आणि माझा अभ्यास जोरात सुरू झाला. हिंदीच्या पुस्तकात सरळ सोपी वाक्यं असलेले धडे होते – रानी डर मत- अमर खाना खा- मदन इधर आ- वगैरे. याच रानी, अमर, मदनच्या पुस्तकात काढलेली चित्रं बघून आम्ही हिंदी अक्षरं लावून लावून वाचायला शिकत होतो. आम्हाला मास्तर अधलीमधली अक्षरं लिहायला लावायचे. ते म्हणायचे – हं, आता लिहा ई – मग आम्ही पाटीवर ई अक्षर लिहायचा प्रयत्न करायचो.

वर्षाच्या शेवटी मी पहिली आणि दुसरीच्या सगळ्या परीक्षांत उत्तीर्ण झालो. या गोष्टीचा कुठे लिखित पुरावा नसेल. कारण मुख्याध्यापक आणि बाबा यांच्यात तोंडी करार झाला होता, आणि बाबांनी दिलेला शब्द मला पूर्ण करायचा

होता. मुख्याध्यापकांनी मला घरी राहून अभ्यास करण्याची परवानगी दिली होती, पण पोलिओमुळे माझी किती वाईट अवस्था झाली आहे याची त्यांना कल्पना नव्हती. त्यामुळे पहिल्या वर्षात माझा मुळीच अभ्यास झाला नव्हता.

एकाच फटक्यात पहिली आणि दुसरीची परीक्षा पास होणं हे मी पोलिओला दिलेलं पहिलं सडेतोड उत्तर होतं. माझ्या नियमित शाळेत जाण्यावर आणि शिकण्याच्या शक्यतांवर पोलिओने प्रश्नचिन्ह उभं केलं होतं, आणि मी अत्यंत कष्ट सोसून ते प्रश्नचिन्ह पुसून टाकलं होतं. हा माझा पहिला विजय होता, पण हे केवळ पहिलं पाऊल होतं – एका अंतहीन प्रवासातील पहिलं पाऊल!

इयत्ता तिसरी

परीक्षा पास केल्यावर मला तिसरीच्या वर्गात बढती मिळाली. एव्हाना मला माझ्यात ज्ञान आणि माहितीची अंधूक ज्योत तेवते आहे याची जाणीव होऊ लागली होती. मी आजूबाजूच्या गोष्टी शिकायचा, समजून घेण्याचा, त्यांच्याबद्दल माझं असं मत बनवण्याचा प्रयत्न करत होतो. कुठल्याही मुलाची शिकण्याची ही बालसुलभ प्रक्रिया पोलिओने केवळ झाकोळलीच नव्हती, तर अनेक वर्षं ती रोखून धरली होती. कित्येक वर्षं मी शिक्षणाद्वारे किंवा स्वाभाविक प्रकारे काही शिकलोच नव्हतो. पोलिओनंतरच्या त्या वर्षांबद्दल मला इतकंच आठवतं, की त्या काळात मी घोर संघर्ष, हतबलता, निराशा आणि वेदनांच्या निबिड अंधारात जगत होतो. ज्या वयात मुलांचा जास्तीत जास्त मानसिक विकास होणं अपेक्षित असतं, ती माझ्या आयुष्यातली वर्षं त्या अंधाराला वाहिलेली होती. त्यामुळे त्याची भरपाई करण्यासाठी मी भराभर सगळ्या गोष्टी शिकत, उमजत होतो. हे मी जाणूनबुजून करत होतो असं नाही, ते आपोआपच घडत होतं आणि मी फक्त त्या प्रवाहाबरोबर वाहत होतो, फक्त मेहनत घेत होतो.

स्मृतींच्या गल्ल्या आता धुंडाळल्या तर जाणवतं की, मी माझ्या सहाध्यायींपेक्षा अधिक वेगाने मानसिकरीत्या विकसित होत होतो, प्रगल्भ होत होतो. प्रेम, मैत्री, आनंद, दुःख, स्तुती, निंदा, शरम, तिरस्कार, क्षमा, दया, करुणा, एकता, राग, यश, सफलता, असफलता, असमर्थता वगैरे भल्याबुऱ्या भावना माझ्या वर्गमित्रांपेक्षा मला अधिक तीव्रतेने जाणवू लागल्या होत्या. मला खात्री आहे की याचं कारण – मी त्या सगळ्यांपेक्षा अगदी वेगळं आयुष्य जगत होतो – हे होतं. माझं आयुष्य चारचौघांसारखं नव्हतं.

त्या वयात माझ्या वर्गमित्रांच्या आयुष्यात संघर्ष असलाच तरी माझा संघर्ष

त्यापेक्षा कितीतरी अधिक कठोर आणि निर्मम होता.

तिसरीत येईपर्यंत मी कुबड्या वापरायला शिकलो होतो.

कैलाश काकांनी माझ्यासाठी ॲल्युमिनिअमच्या नळ्यांच्या कुबड्या घरीच बनवल्या होत्या. मी दोन कुबड्यांच्या मध्ये झुलत चालायला सुरुवात केली होती. माझा उजवा पाय पूर्णतः निष्क्रिय झाला होता, पण वैद्यांच्या उपचारांमुळे डाव्या पायावर मी थोडं वजन घेऊ शकत होतो. कुबड्या घेऊन चालताना माझं बहुतांश वजन माझे हातच घ्यायचे.

तिसरीच्या वर्षाच्या पहिल्या दिवशी शाळेत पोचताच मला एका मोठ्या आव्हानाला सामोरं जावं लागलं, जे इतर विद्यार्थ्यांसाठी मुळीच आव्हानात्मक नव्हतं. तिसरीचा वर्ग शाळेच्या इमारतीच्या पहिल्या मजल्यावर होता. मी आधी सांगितल्याप्रमाणे ही इमारत बांधताना असा विचार केलेलाच नव्हता की इथे कधीतरी शाळा भरू शकेल, आणि हा विचार तर मुळीच केलेला नव्हता त्या शाळेत एक लहान मुलगा कुबड्या घेऊन येऊ शकेल. ती एक जुनाट दोनमजली इमारत होती. वरच्या मजल्यांवर जाण्यासाठी अगदी खडे आणि अरुंद जिने होते – जुन्या इमारतींचं ते एक लक्षणच होतं. मजल्यांची उंची भरपूर असल्यामुळे बहुधा जिने इतके खडे असायचे.

अजूनही मला घरून कोणी ना कोणी उचलूनच शाळेत न्यायचं, कारण अद्याप मला कुबड्या घेऊन बाजारातून जायची सवय झाली नव्हती. बाबा, पप्पा किंवा काका मला शाळेत सोडायला यायचे. ते बरोबर कुबड्याही घेऊन यायचे. मला वर्गात बसवून कुबड्या माझ्या शेजारी ठेवायचे, जेणेकरून मला टॉयलेटला जाताना जमिनीवरून सरकत जावं लागू नये. मला कोणीतरी कडेवर घेऊन वर्गात येतंय हे माझे सहाध्यायी बघतात याची हळूहळू मला लाज वाटू लागली. ते माझी चेष्टा करायचे आणि त्यांचे धावणारे-पळणारे पाय बघताना मला न्यूनगंड वाटायचा. म्हणून मी शाळेच्या प्रवेशद्वारातच कडेवरून उतरू लागलो आणि तिथून कसातरी वर्गात जाऊ लागलो.

तिसरीच्या वर्षाच्या पहिल्या दिवशी कैलाश काका मला शाळेत सोडायला आले. ते जेव्हा मला कडेवर घेऊन पहिल्या मजल्याच्या पायऱ्या चढू लागले तेव्हा मी हट्टाने त्यांना तसं करू दिलं नाही आणि कडेवरून खाली उतरलो. कोणाच्या कडेवर बसून मला मुळीच शाळेत जायचं नव्हतं. तुमचा विश्वास बसणार नाही, पण मी गेल्या काही महिन्यांपासून नियमितपणे शाळेत जात होतो, तरी ते जिने मी आधी कधीच पाहिले नव्हते. वास्तविक ते जिने शाळेच्या तळमजल्याच्या दरवाजाच्या शेजारूनच वर जात होते. याचं कारण म्हणजे एकेक पाऊल चालणं हे माझ्यासाठी एकेक लढाई जिंकण्यासारखं होतं. त्यामुळे मी

आवश्यक तेवढीच पावलं चालत होतो. रोजच्या ठरावीक मार्गापेक्षा एकही पाऊल इकडेतिकडे जाणं मला शक्य नव्हतं.

पहिल्या मजल्यावर जाण्यासाठीचे ते खडे आणि उंच पायऱ्यांचे जिने बघताच माझ्या लक्षात आलं की कुबड्या घेऊन हे जिने चढणं मला शक्य नाही.

"चल रे, तुला उचलून वर नेतो," काका पुन्हा म्हणाले.

पण मी नकार दिला. इतर विद्यार्थी देखील शाळेत येत होते आणि अगदी सहज पायऱ्या चढून वर जात होते. मी मात्र संकोचून जागच्या जागी उभा होतो. मला ते जिने चढणं अत्यंत कठीण आहे हे इतरांना जाणवावं अशी माझी मुळीच इच्छा नव्हती, त्यामुळे मी तिथेच उभा राहून पर्याय शोधत होतो आणि वर जायचा सर्वांत चांगला उपाय कोणता याचा विचार करत होतो. सगळ्या शक्यतांचा विचार केल्यावर निर्णय झाला की, मला सरकत सरकतच चढावं लागणार. दुसरा काही पर्यायच नव्हता.

मी घरातही असाच चालत होतो.

***

मी जरी कुबड्या वापरू लागलो होतो तरी त्यांचा वापर मी फक्त घरातून बाहेर कुठे लांब जायचं असेल तरच करत होतो. घरात किंवा आसपासच्या गल्ल्यांत मी हातापायांचा झोपाळा करूनच चालत होतो. हालचाल करण्याचा हा माझ्यासाठी सर्वांत सोपा उपाय होता. घराचे जिनेदेखील असेच चढून मी गच्चीवर जायचो.

घरात अशा पद्धतीने वावरायला मी सरावलो होतो. पण बाहेर गल्लीमध्ये असं सरकताना मला जाणवू लागलं होतं की, वावरायचा हा मार्ग काही खरा नाही.

इतर मुलांसारखं धावावं, त्यांच्यात खेळावं असं मलाही फार वाटायचं. कुबड्या घेऊन त्यांच्याशी खेळणं अशक्य होतं. माझे पाय निकामी झाले होते, हात कमकुवत होते आणि शरीराच्या खालच्या भागावर नियंत्रणच नव्हतं. कुबड्या घेऊन एकेक पाऊल चालणं धोक्याचं होतं, कारण कोणत्याही क्षणी मी पडायचो आणि जखम व्हायची. बराच काळ मी घराच्या उंबरठ्यात बसून गल्लीत खेळणाऱ्या मुलांकडे बघण्यावरच समाधान मानत होतो, पण फार काळ मी स्वतःला रोखू शकलो नाही. इतर मुलांबरोबर खेळण्याच्या प्रबळ इच्छेने शरमेवर काही अंशी मात केली आणि मी सरकत सरकत त्यांच्यात खेळायला जाऊ लागलो.

मी कुबड्या घरीच ठेवायचो, कारण बाहेर धावणाऱ्या मुलांच्यात मी त्या वापरू शकत नव्हतो. मला कोणी बघत नाहीये अशी खात्री झाल्यावरच मी गल्लीत सरकत जायचो, अन्यथा खेळणाऱ्या मुलांजवळ जमिनीवरच बसून राहायचो. बाकी काही नाही, तरी इतर मुलांच्यात असण्याची जाणीव मनाला

दिलासा द्यायची. मुलं सहसा मला त्यांच्यात खेळू द्यायची नाहीत, कारण मी त्यांच्या खेळात तसा सहभागी होऊ शकत नव्हतो आणि – मुख्य म्हणजे मला ती त्यांच्यातलाच एक मानत नव्हती. कधीतरी मात्र ती मुलं मला त्यांच्यात खेळू द्यायची. अशा प्रसंगी मला अत्यंत आनंद व्हायचा. गल्लीत बसून इतर मुलांना खेळताना बघणं ठीक होतं, पण त्यांच्याशी खेळण्यासाठी मला गल्लीत इकडून तिकडे जावं लागायचं. माझा तर प्रयत्न असायचा की मला हातापायांनी सरकताना शक्यतो कोणी बघू नये, त्यामुळे मनात असूनदेखील त्यांच्यात खेळणं मोठं अवघड होऊन बसायचं. मला सरकताना कोणी बघितलेलं माझ्या लक्षात आलं की लाजेने मला –धरणी दुभंगून पोटात घेई तर बरं – असं होऊन जायचं.

***

चला आता पुन्हा इयत्ता तिसरीच्या पहिल्या दिवसाकडे जाऊ या. त्या दिवशीही मी अशाच मन:स्थितीचा सामना करत होतो.

हातापायांच्या आधाराने स्वतःला सरकवत वर जाण्याखेरीज दुसरा पर्याय नाही हे मला ठाऊक होतं, पण तशा अवस्थेत कोणी मला पाहावं हेही मला मान्य नव्हतं. त्यामुळे मी अशा संधीची वाट पाहत होतो जेव्हा आसपास कोणीही नसेल आणि मी वर जाऊ शकेन. सुमारे दहा पंधरा मिनिटांच्या प्रतीक्षेनंतर असा क्षण आला की माझ्या मोजणीनुसार आणि अंदाजाप्रमाणे मला कोणी बघण्याची शक्यता अगदी कमी होती. या संधीचा फायदा घेऊन मी माझ्या कुबड्या काकांकडे दिल्या आणि सरकत भरभर पायऱ्या चढू लागलो. वरच्या पायरीला धरून मी स्वतःला वर उचलून त्या पायरीवर बसायचो. अशी एकेक पायरी चढत गेलो. काका कुबड्या घेऊन मागून येत होते. मी पडलो तर सांभाळण्याच्या तयारीत होते. सुमारे वीस पायऱ्या होत्या. शक्य तितक्या वेगात मी त्या पायऱ्या चढून गेलो. काकांच्या हातातून कुबड्या घेतल्या आणि उभा राहिलो. मग, कोणी मला बघितलं नाही याची खात्री करण्यासाठी आजूबाजूला नजर टाकली. कोणी नाही हे बघून सुटकेचा नि:श्वास टाकला. अत्यंत आव्हानात्मक असं एक उद्दिष्ट मी साध्य केलं होतं. हे घडू शकलं कारण त्या वेळी सगळे विद्यार्थी आणि शिक्षक सकाळच्या प्रार्थनेसाठी मैदानावर जमले होते. इतर मुलांनी काकांना बघू नये म्हणून मी त्यांना लवकरात लवकर घरी जाण्याचा आग्रह केला.

मी पूर्णपणे स्वावलंबी आहे आणि त्यांच्यापेक्षा कुठेही कमी नाही, अशा भ्रमात मला इतर मुलांना ठेवायचं होतं.

***

मी तिसरीत गेलो त्या वर्षी माझ्या धाकट्या भावाने- किशोरनेही – त्या

शाळेत प्रवेश घेतला. तळमजल्यावरच्या त्या पहिलीच्या वर्गात बसून तोही तसेच पाढे म्हणायला लागला, जसे काही महिन्यांपूर्वी मी म्हटले होते.

***

शाळेतल्या सकाळच्या प्रार्थनेला गैरहजर राहण्याची मला परवानगी होती, कारण मला जास्त वेळ उभं राहणं शक्य नव्हतं. म्हणून मी प्रार्थना सुरू झाल्यावरच शाळेत जायला सुरुवात केली, त्यामुळे कोणी मला न बघता मी जिना चढून जाऊ शकत होतो.

''तुझी मजा आहे रे, तुला प्रार्थनेला यावं लागत नाही,'' माझे वर्गमित्र नेहमी मला चिडवायचे. मी त्यांना प्रामाणिकपणे सांगायचो की मला रोज प्रार्थनेला जायची तर इच्छा आहेच, पण त्यापुढे जाऊन जे पाच जण प्रार्थनेचं नेतृत्व करतात त्यांच्यात उभं राहण्याचीही इच्छा आहे. इतर विद्यार्थ्यांना प्रार्थना म्हणजे शिक्षा वाटायची. त्यामुळे ते मला नेहमी म्हणायचे की, तुझा लंगडेपणा म्हणजे एक वरदानच आहे, ज्यामुळे आम्हाला जी मजा मिळत नाही ती तुला मिळते. असे रोजचे टोमणे माझ्या मनाला खूप लागायचे. माझा आत्मविश्वास आणि आत्मसन्मान यांवर पडणारे हे घाव मला रोजच सहन करावे लागायचे- काही इलाजच नव्हता.

प्रार्थना जिथे व्हायची ते मैदान पहिल्या मजल्यावरच्या एका खिडकीतून स्पष्ट दिसायचं. मी रोज त्या खिडकीतून प्रार्थना होताना बघायचो; पण लपून, कोणाला मी दिसू नये याची काळजी घेत. एव्हाना तुमच्या लक्षात आलंच असेल की मी इतरांपेक्षा वेगळा दिसू नये यासाठी माझा सगळा आटापिटा असायचा. मला प्रार्थनेला न जाण्याची सूट होती; पण मी प्रार्थनेला हजर नाही हेही मला इतरांना दिसू द्यायचं नव्हतं, नाहीतर 'ललित' वेगळा आहे या त्यांच्या मनातल्या विचाराला पुष्टी मिळाली असती.

प्रार्थना चालू असताना, वर्गात कोणी लपून बसलं असेल तर त्यांना प्रार्थनेला हाकलण्यासाठी एकदोन शिक्षक सगळ्या वर्गांतून फेरी मारायचे. ते रोज मला खिडकीपाशी बसलेला पाहायचे. मला मुख्याध्यापकांनी प्रार्थनेला न जाण्याची परवानगी दिली आहे हे त्यांना चांगलं ठाऊक होतं, तरीही माझं दिव्यांगत्व आणि प्रार्थनेला न जाणं याबाबत ते कधीकधी असे शेरे मारायचे, की त्यांनी माझं बालमन अत्यंत दुखावलं जायचं.

रोजच्या या मानसिक वेदना आणि संघर्षाने मला इतकं संकोची बनवलं होतं की, मी कुणाच्या नजरेलाच पडू नये अशी माझी धडपड असायची.

पण याच दुःख आणि कष्टांचं शक्तीत रूपांतर करून मी स्वतःमध्ये काही

चांगले गुण विकसित केले. त्याबद्दल मी पुढच्या पानांत लिहिणारच आहे.

***

तिसरीच्या त्या पहिल्या दिवसाच्या पूर्वी मी कधीही त्या इमारतीच्या वरच्या मजल्यावर गेलो नव्हतो. आमच्या वर्गाची जमीन विटांची होती. त्यातल्या काही विटा तुटलेल्या होत्या आणि काही तुटण्याच्या बेतात होत्या. त्याच फरशीवर आम्ही गोणपाटाच्या पट्ट्यांवर बसायचो. शाळेच्या पाच वर्षांच्या काळात फारतर दोनदा मी नवीन पट्ट्या आलेल्या बघितल्या. नव्या पट्ट्या आल्या की मुलांच्या ओढाताणीत त्या लगेच फाटून जायच्या आणि मग हळूहळू ते तुकडेही गायब व्हायचे. गोणपाटाच्या त्या तुकड्यांसाठी मुलांची भांडणं लागायची. वर्गातली दांडगी मुलं सगळ्यात चांगले आणि मोठे तुकडे पटकावायची, आणि दुबळ्या मुलांचे पार्श्वभाग आणि जमीन यांमध्ये फक्त त्यांची अर्धी चड्डी असायची. मला बसायला कधी असा तुकडा मिळायचा, कधी नाही. मिळालाच तर त्यामागे शिक्षकांची दयेची भावना असायची किंवा वर्गातल्या एखाद्या गुंड मुलाची स्वतःला हिरो म्हणून सिद्ध करायची इच्छा असायची.

***

माझ्या प्राथमिक शाळेतली सगळी मुलं मेहरौली भागातल्याच विविध प्रभागांतून येणारी होती. त्यातील बहुतांश मुलं कामगार कुटुंबातली होती. सधन लोक त्यांच्या मुलांना जास्त चांगल्या, महागड्या शाळांत घालायचे. आमच्या शाळेतली दुकानदारांची मुलं स्वतःला उच्च समजायची. कारण वर्गातल्या बहुतेक मुलांचे वडील रिक्षाचालक, चपराशी, मेकॅनिक यांसारखे कमी कमाईची कामं करणारे होते. मुलं नेहमी जातपात किंवा आर्थिक परिस्थितीवरून एकमेकांना चिडवायची. माझ्या वर्गातली मुलं कशा प्रकारची होती हे यावरून तुमच्या लक्षात येईल. बहुतेक विद्यार्थी शाळेत यायचे, कारण त्यांना जबरदस्तीने शाळेत पाठवलं जायचं. ते रोज शाळेत का येताहेत, ते काय आणि का शिकताहेत, याबद्दल त्यांना सुतराम कल्पना नव्हती. बहुतेकांचा हेतू आठवी पास झाल्याचं प्रमाणपत्र मिळवणं हाच होता.

त्यांच्या आई-वडिलांना वाटत होतं, की ते प्रमाणपत्र मिळालं की ताबडतोब मुलाला सरकारी नोकरी लागेल. पण मी मात्र असं होताना पाहिलं नाही. त्यातले बरेच जण वीस-पंचवीस वर्षांचे होईपर्यंत रस्त्यांतून रिकामटेकडे फिरले आणि मग कुठेतरी मजुरीच्या कामावर लागले. आमच्या शाळेतले विद्यार्थी जात, घराणी, कुटुंबाची कमाई, शारीरिक बळ आणि कुटुंबाची सामाजिक प्रतिष्ठा या निकषांवर विभागले होते. मैत्रीची भावना होती, पण फारच कमी.

शाळेत माझी परिस्थिती तर फारच अस्थिर होती. जर कर्मधर्मसंयोगाने एखादा दिवस माझी चेष्टा न होता गेला तर त्या दिवशी मला फार बरं वाटायचं. एखादा दुर्मीळ दिवस असाही उजाडायचा, जेव्हा एरवी माझी टर उडवणारी, मला त्रास देणारी मुलंच माझे 'रक्षक' असल्याचा अभिनय करायची. त्या दिवशी ती मला सांगायची – "तुला कोणी त्रास दिला तर लगेच आम्हाला सांग. आम्ही त्यांची चांगली खबर घेऊ." पण दुसऱ्याच दिवशी या 'रक्षकांचा' मूड बदलायचा आणि पुन्हा ते माझं शरीर, कुबड्या, दिव्यांगत्व यांवर विनोद करायला लागायचे.

मला त्रास देण्याचा त्यांचा सगळ्यात आवडता प्रकार म्हणजे माझी कुबडी हिसकावून घेणं. मग ती कुबडी बंदुकीसारखी रोखून ते एकमेकांना म्हणायचे – "आपल्याला लंगड्या ललितला घाबरून राहिलं पाहिजे, कारण त्याच्याजवळ बंदूक आहे." मुलंच काय, शाळेतल्या शिक्षकांनासुद्धा माझ्या कुबड्यांची मजा वाटायची. 'त्याच्याकडे बंदूक आहे,' 'तो तुम्हाला त्याच्या दंडुक्याने मारेल' अशी वाक्यं शिक्षकांच्या तोंडून देखील ऐकावी लागायची. ते भर वर्गात असं बोलायचे आणि मग त्यामुळे चेकाळून मुलंही त्यांचीच री ओढायची. त्या विद्यार्थ्यांना आणि शिक्षकांना माझी कुबडी बंदुकीसारखी का वाटायची हे कोडं मला कधीच उलगडलं नाही आणि हेही, की अशी चेष्टा करायला मुलं शिक्षकांकडून शिकली होती की शिक्षक मुलांकडून.

माझं संपूर्ण शालेय जीवन भीतीच्या छायेत गेलं. मला इतर विद्यार्थ्यांच्यात राहायला नको असायचं, कारण ते सतत माझी टर उडवायचे. नेहमी मला 'बिचारा', 'लंगडा', 'अपंग' अशी विशेषणं लावून संबोधायचे.

प्राथमिक शाळेत तर मला चिडवण्यासाठी मुलं यमक जुळवून एका लयीत काही ओळी म्हणायचे. माझे सहाध्यायी स्वतः कविता रचण्याइतके बुद्धिमान नाहीत हे मला माहिती होतं, त्यामुळे अर्थातच त्यांनी या ओळी शाळेच्या बाहेरच्या समाजाकडून उचलल्या होत्या. त्या ओळी होत्या –

लंगड़दीन, बजाये बीन, हाथ में सोटा, मुँह में लींड.

या ओळींना काही अर्थ नाही. त्यांचा उद्देश एकच – ज्याला उद्देशून म्हटल्या असतील त्याचा अपमान करणे. मला तर वाटायचं, की या ओळी सगळ्या जगाला माहीत आहेत. नंतर नंतर जेव्हा मी घरापासून शाळेपर्यंत कुबड्या घेऊन चालत जायचो, तेव्हा रस्त्याने मला जाताना पाहून मुलं याच ओळी म्हणत माझ्या मागे लागायची. ते क्षण माझ्यासाठी सर्वाधिक त्रासदायक असायचे. मला त्या वेळी खूप शरम वाटायची. मुलांचा आवाज ऐकून आजूबाजूच्या लोकांचंही माझ्याकडे लक्ष जायचं, पण एकानेही कधी पुढे होऊन मुलांना 'असा त्रास देऊ नका' असं सांगितलं नाही. मला चिडवून चिडवून दमल्यावरच मुलं

माझा पिच्छा सोडायची.

हे सगळं होत असताना माझी प्रतिक्रिया काय असायची? मला हळूहळू जाणवू लागलं, की अशा वेळी त्या मुलांकडे लक्ष न देता चालत राहणं हे सर्वांत उत्तम. मी चिडलो नाही, काहीच प्रतिक्रिया दिली नाही म्हटल्यावर मुलं त्या मानाने चिडवणं लवकर थांबायची.

प्राथमिक शाळेत हे सगळं अनुभवल्यावर आज माझ्या मनात शिक्षकांच्या भूमिकेबद्दल एक भलंमोठं प्रश्नचिन्ह उभं राहतं.

त्याचप्रमाणे शिक्षकांची निवड, त्यांचं प्रशिक्षण, नियुक्ती प्रक्रिया या सगळ्याबद्दलच प्रश्न आहेत. बहुतेक लोकांसाठी शिक्षकी हा इतर पेशांसारखाच एक पेशा आहे असं माझ्या बघण्यात आलं आहे. वास्तविक शिक्षकांचं काम इतर व्यवसायांपेक्षा खूपच वेगळं आणि अधिक जबाबदारीचं असतं. शिक्षकांचा – विशेषतः प्राथमिक शाळेतल्या शिक्षकांचा – विद्यार्थ्यांच्या आयुष्यांवर अत्यंत मोठा प्रभाव पडतो. एखादा मूर्तिकार दगडातून सुंदर मूर्ती साकारतो, त्याचप्रमाणे शिक्षकदेखील मुलांच्या कोवळ्या मन-बुद्धीवर योग्य संस्कार करून त्यांचं भविष्य घडवतात.

विद्यार्थी आपल्या शिक्षकांना आदर्श मानतात. शिक्षकांचे शब्द, त्यांचं कार्य विद्यार्थ्यांच्या मनावर कोरले जातात.

पण प्रश्न हा आहे की, आपल्या समाजात शिक्षक स्वतःच्या कामाकडे किती गांभीर्याने बघतात! त्याबद्दल मी बोलणारच आहे; पण त्याआधी, ज्या प्रक्रियेद्वारे शिक्षकांची निवड, नियुक्ती होते, आणि एका सामान्य माणसाच्या हातात शेकडो विद्यार्थ्यांचं भविष्य सोपवलं जातं, त्या प्रक्रियेबद्दल मला बोलायचंय.

भारतात बरेच (बहुतांश म्हणायला मी जरा बिचकतो आहे) लोक केवळ याच कारणासाठी शिक्षक बनतात, कारण शिक्षकाचं सोपं आयुष्य त्यांना आकर्षित करतं. भरपूर सुट्ट्या, रोज कामाचे कमी तास, आणि समाजात मान, आदर मिळतोच, त्याशिवाय पगारदेखील चांगला. ही पदवी घेतलेले अनेक लोक मला माहिती आहेत, पण त्या पदवीधारकांकडून जे गांभीर्य आणि जबाबदारीची जाणीव अपेक्षित आहे ती मला दिसत नाही.

बी.एड्.ची पदवी कुठल्याही 'शिक्षणाच्या दुकानातून' घ्यायला लोकांना मुळीच संकोच वाटत नाही, कारण त्यांचा केवळ पदवीशी मतलब असतो आणि त्यांच्या निवड प्रक्रियेचाही फक्त पदवीवर विश्वास. या नियुक्ती प्रक्रियेत लाच आणि जुगाड यांची इतकी चलती असते की बी.एड्. केलेली ही व्यक्ती वास्तविक शिक्षक व्हायला लायक आहे की नाही हे कोणी पडताळून पाहत नाही. बी.एड्च्या अभ्यासक्रमात शिक्षकांना आदर्श प्रस्थापित करण्याचं, नैतिकता पाळण्याचं,

एक चांगला, सुजाण नागरिक बनण्याचं, आणि माणुसकीची मूल्यं अंगी बाणवण्याचं शिक्षण दिलं जातं की नाही कोण जाणे, आणि दिलं जात असलं, तरी त्याचा काही उपयोग होत नाहीये हे उघड आहे.

अशी व्यक्ती जेव्हा शिक्षक म्हणून प्रत्यक्ष काम करायला लागते, तेव्हा तर परिस्थिती आणखीनच बिघडते. विद्यार्थ्यांच्या भविष्यासाठी स्वतःला काया-वाचा-मने जबाबदार मानणारा शिक्षक हातात दिवा घेऊनच शोधावा लागेल. नाव सांगत नाही, पण आमच्या शाळेतले एक शिक्षक शाळेबाहेरच्या रस्त्यावर दारूच्या नशेत पडलेले सापडले होते. आपण कुठे आहोत याचंही त्यांना भान नव्हतं.

अनेक जुन्या-नव्या शिव्या ते बरळत होते. मी स्वतः काही त्यांना त्या अवस्थेत पाहिलं नाही, पण शाळेत प्रत्येकाच्या तोंडी तीच चर्चा होती. ते शिक्षक वर्गातही खूप शिव्या द्यायचे आणि 'कडक मास्तर' म्हणून ओळखले जायचे. 'कडक' म्हणजे ते आपले आदर्श, तत्त्वं यांवर ठाम होते असा अर्थ मुळीच नाही. त्याचा अर्थ इतकाच की, गृहपाठ न करणाऱ्या विद्यार्थ्याला ते चांगले झोडपून काढायचे. त्यांच्या या 'कडकपणाबद्दल' आमच्या मनात यत्किंचितही आदर नव्हता, होती ती केवळ भीती. ते विद्यार्थ्यांना कडूनिंबाच्या फोकाने मारायचे. जेव्हा त्या फोकाचा तडाखा तळहातावर बसायचा, तेव्हा शरीरातून प्रचंड वेदनेची लहर सळसळायची. मुलांना काबूत ठेवण्यासाठी आमच्या शिक्षकांचं ते आवडतं हत्यार होतं.

भीतीचा अंधकार

तिसरीच्या वर्षातच मी जगनला पहिल्यांदा भेटलो. त्याचं शरीर फार तगडं, बळकट होतं असं नाही. तो गुंड वाटायचा नाही- पण गुंडच होता. जगन आणि त्याचे काही मित्र समाजाच्या अशा वर्गातले होते, जिथे शिक्षणाबद्दल जास्तच उदासीनता होती. त्या वर्गात आई-वडील शिक्षणाबद्दल जरा तरी जागरूक दिसायचे, पण मुलं मात्र केवळ दंगामस्ती करण्यासाठीच शाळेत जायची. तीच मुलं मोठी झाल्यावर जेव्हा स्वतः पालक बनायची तेव्हा त्यांना वाटायचं की, तेव्हा शिकलो असतो तर बरं झालं असतं. मग आपली मुलं तरी शिकावीत या हेतूने ते आपल्या मुलांना शाळेत पाठवायचे, पण त्यांची मुलं त्यांचाच कित्ता गिरवायची. अशाप्रकारे प्रत्येक पिढी सुशिक्षित आणि सुजाण नागरिक बनण्याचा भार पुढच्या पिढीवर टाकायची. परिणामी, बराच काळ गेला तरी समाजाच्या त्या वर्गामध्ये काही उल्लेखनीय परिवर्तन व्हायचं नाही. शिक्षणाचं महत्त्व प्रत्येक जण तोपर्यंतच

मान्य करायचा जोपर्यंत त्याला स्वतःला शिकायला लावलं जात नाही.

तेव्हा मी शाळेच्या मैदानाजवळच्या एका जिन्यापाशी क्षणभर उभा राहून मुलांचा खेळ बघत होतो. पायरीवर एक विद्यार्थी बसला होता. एका वेळी एकच जण नीट बसू शकेल एवढीच ती पायरी होती, आणि मैदानावर बसायला दुसरी जागाही नव्हती.

''चल उठ, माझ्या भावाला इथे बसू दे,'' जगन एखाद्या रक्षकासारखा येऊन त्या मुलाला म्हणाला. त्या मुलाने आज्ञाधारकपणे उठून मला बसायला जागा दिली. वास्तविक मला अशी मदतीची भीक नको असायची, पण या घटनेमुळे पहिल्या भेटीतच जगन मला मित्रासारखा वाटला. मात्र लवकरच मला कळलं, की जगनसारखी मुलं लहरी असतात. एखाद्या व्यक्तीला मदतीची गरज आहे म्हणून ते मदत करतात असं नाही, तर स्वतःला रक्षक, शूर, नेता म्हणून सिद्ध करण्यासाठी करतात. जगनचं खरं रूप फार दिवस लपून राहिलं नाही, आणि एके दिवशी माझं जगनशी भांडण झालं.

त्या दिवशी जगनने माझ्या कुबड्या ओढून घेतल्या आणि त्या बंदुकीसारख्या धरून तो मला चिडवायला लागला. तो बऱ्याचदा तसं करायचा. माझ्याशी मुलांचं हे वागणं रोजचंच होतं, त्यामुळे मी ते चिडवणं, ती चेष्टा सहन करायला शिकलो होतो. पण त्या दिवशी जगनने मर्यादा ओलांडली. माझी मनसोक्त चेष्टा करून झाली की सहसा मुलं माझ्या कुबड्या परत द्यायची, पण त्या दिवशी जगनने बराच वेळ मला कुबड्या परत दिल्या नाहीत. तो कुबड्यांशी खेळत खेळत मला टोमणे मारून घायाळ करत होता. अखेर माझा संयम सुटला.

''माझ्या कुबड्या परत दे जगन, नाहीतर मी मास्तरांना सांगेन,'' मी चिडून जरा चढ्या आवाजात म्हटलं.

''खरं की काय? तू घोडीशिवाय मास्तरांकडे कसा जाणार रे?'' जगन आढ्यतेने म्हणाला. माझ्या कुबड्यांना घोडी का म्हणायचे कुणास ठाऊक, पण मी बऱ्याच लोकांना तसं म्हणताना ऐकलं होतं. माझा चढा आवाज ऐकून जगनचे मित्र त्याच्याजवळ येऊन उभे राहिले, जणू त्यांना शक्तिप्रदर्शन करायचं होतं. जगनच्या बोलण्यावर मी चिडून काय म्हटलं ते आता आठवत नाही, पण मला राहवलं नाही. याचना करण्याची माझी सीमा संपली होती, आणि त्यामुळे मी जगनला काहीतरी बोललो.

माझ्या डोळ्यात अश्रू होते, पण त्यापेक्षा कितीतरी अधिक माझं मन रडत होतं. माझ्या दिव्यांगत्वाची टर उडवत जगनने या वास्तवावर बोट ठेवलं होतं, की मी तक्रार करायला मास्तरांकडे जाऊ शकत नाही. माझ्या मनात दाटलेल्या क्रोधाकडे जगनला द्यायला एकही सडेतोड उत्तर नव्हतं, त्यामुळे त्या क्रोधाचं

रूपांतर अश्रूत झालं. माझ्या डोळ्यात असे असंख्य वेळा अश्रू दाटून आले आहेत, पण मी फारच कमी वेळा त्यांना पापणीच्या बाहेर जाऊ दिलं. जे सत्य होतं, त्याच्या उलट मी लोकांना भ्रमात ठेवू इच्छित होतो, की मी शारीरिकदृष्ट्या दुर्बल नाही.

माझे रागीट शब्द जगनला अर्थातच रुचले नाहीत. त्याने माझ्याच कुबडीने मला मारलं आणि कुबड्या घेऊन निघून गेला. कुबड्या माझ्या नजरेसमोरून दूर झाल्या. त्या क्षणी माझी अवस्था पंख छाटलेल्या पक्ष्यासारखी होती. दोन-एक मिनिटांनी जगन रिकाम्या हाताने परत आला.

"आता तू घरी कसा जातोस तेच बघतो. तुझी घोडी तर गेली," तो ओरडून म्हणाला.

त्याचं ते बोलणं ऐकून मी विलक्षण घाबरलो, कारण निमिषार्धात माझ्या नजरेसमोर अनेक दृश्यं तरळून गेली. त्यांत मी एकटाच शाळेत बसलो होतो, बाकी सगळी मुलं घरी निघून गेली होती. मी प्रचंड घाबरलो होतो तरी, जगनने माझ्या कुबड्या तोडल्या नसतील, फक्त लपवल्या असतील अशी मला आशा वाटत होती.

"जगन माझ्या कुबड्या परत दे. मी मास्तरांना काही नाही सांगणार," माझ्या आवाजात पुन्हा याचना दाटून आली होती. जगन जरा निवळेल अशी मी मनोमन प्रार्थना करत होतो.

मी दयेची अपेक्षा तर करत नव्हतो? या प्रश्नाचं उत्तर शोधायचा प्रयत्न मी कधीही केला नाही – आणि आत्ताही मला करायचा नाही.

"आता तुला घोडी मिळणार नाही," जगनने जाहीर केलं, आणि तो तिथून निघून गेला. त्याचे मित्रही त्याच्यामागून गेले. वर्गातली इतर मुलं जगनच्या भीतीने गप्प होती. जगन गेल्यावर काही जणांनी माझ्याजवळ येऊन सांगितलं, की त्यांना जगन कसा आवडत नाही.

त्यांनी मला दिलासा देत सांगितलं की, मास्तरांना हे कळलं की माझ्या कुबड्या परत मिळतील. त्या दिवशी आमचे वर्गशिक्षक शाळेत आले नव्हते. त्यामुळे मुलं मन मानेल तसं वागत होती. जेव्हा माझ्या वर्गातल्या एका मुलाने दुसऱ्या वर्गाच्या शिक्षकांना या घटनेबद्दल सांगितलं, तेव्हा ते जगनला बोलावून माझ्यासमोर रागावले. मास्तर जगनला रागवत होते, पण लाजेने मी अर्धमेला होत होतो. कारण? ते जगनला त्याचं चुकलं असं सांगत नव्हते, तर खोडी काढायला चुकीचा मुलगा निवडला हे सांगत होते.

"या बिचाऱ्याची देवाने अगोदरच क्रूर चेष्टा केली आहे, तू त्याला आणखी त्रास कशाला देतोस?" मास्तर जगनला समजावत होते.

हे ऐकताना माझी नजर जमिनीकडे होती. मास्तरांचे वाग्बाण ऐकल्यावर मला माझ्या कुबड्या परत मिळाल्या.

त्या दिवसानंतर जगन मला छळायची एकही संधी सोडेनासा झाला. मी सतत त्याच्या भीतीच्या छायेखाली वावरू लागलो. सुरुवातीला तो– तुझ्या कुबड्या तोडून टाकेन, तुला मारेन, जिन्यावरून ढकलून देईन – अशा धमक्या द्यायचा. कोणी बघत नसेल तेव्हा मला मारायचा सुद्धा. या गोष्टींबद्दल मास्तरांकडे तक्रार करणं मी आता सोडूनच दिलं होतं, कारण मी शाळेत कशा परिस्थितीत शिकतोय याचं त्यांना तिळमात्र सोयरसुतक नव्हतं. त्याशिवाय मला शिक्षकांच्या वृत्तीचीही भीती वाटायची, कारण ते नेहमी मला इतरांसमोर अशक्त, दुबळा म्हणत राहायचे. या सगळ्यामुळे जगनची मनमानी वाढतच चालली होती.

परीक्षेच्या वेळी जगन मुद्दाम माझ्या मागे बसला. मी अभ्यासात हुशार होतो आणि त्याला घाबरत होतो हे त्याला ठाऊक होतं. याउलट तो मात्र 'कसाबसा काठावर पास' होणाऱ्यांतला होता, गुंड तर होताच. वर्षभर त्याने वह्या-पुस्तकांना आराम दिला होता आणि आता परीक्षेच्या वेळी माझ्या मागे बसून मी लिहिलेली उत्तरं कॉपी करून आरामात पास होण्याची त्याची मनीषा होती.

त्या दिवशी परीक्षा सुरू होऊन दहा-पंधरा मिनिटं होतात न होतात तोच जगनने मागून कुजबुजत मला एका प्रश्नाचं उत्तर विचारलं.

माझ्या मनात त्याच्याबद्दल राग होताच. भीतीवर नियंत्रण ठेवत मी त्याच्याशी काहीही बोललो नाही आणि जरा सरकून माझी उत्तरपत्रिका झाकली. वर्गात लक्ष ठेवण्यासाठी उपस्थित असलेल्या शिक्षकांची नजर चुकवून माझी उत्तरपत्रिका बघण्याचा जगन सारखा प्रयत्न करत होता. मी ठरवलं की, त्याला माझी उत्तरं दाखवायची नाहीत, म्हणजे तो नापास होईल आणि माझी त्याच्या तावडीतून सुटका होईल. मी उत्तरं दाखवत नाही म्हटल्यावर तो हलक्या आवाजात मला मारण्याच्या धमक्या द्यायला लागला. मी शिक्षकांकडे त्याची तक्रार केली. शिक्षकांनी येऊन त्याला ताकीद दिली आणि पेपर लिहायला सांगितला. शिक्षकांची पाठ वळताच जगन माझ्या कानात कुजबुजला, ''लंगडदीन, आता तर तुला सोडणारच नाही. पेपर संपल्यावर तुला कोटावर नेऊन चांगला धोपटून काढीन आणि –''

संकोचाने मी इथे फार सौम्य शब्द लिहितो आहे. जगनचे शब्द अगदी सडकछाप होते. ते ऐकून मी अंतर्बाह्य थरारलो. 'कोट' या जागेबद्दल मी फक्त ऐकलं होतं, पण ती कुठे आहे हे मला माहीत नव्हतं. इतर मुलं बोलायची त्यावरून मला इतकं कळलं होतं, की भरपूर झाडी असलेल्या त्या भागात घाणेरडे लोक घाणेरडे धंदे करतात.

आसपासच्या लोकांच्या अशा धमक्यांमुळे कित्येक लहान मुलांचं बालपण

नासून जातं. दुबळ्या बालपणाचा अनेक लोक गैरफायदा घेतात. ओळखीच्याच माणसांकडून बालकांचं – विशेषतः मुलींचं लैंगिक शोषण होणं, किंवा ते करण्याची सतत धमकी येत राहणं हे समाजात ज्या प्रमाणात होतं असं आपण मानतो किंवा मानू इच्छितो, त्यापेक्षा कितीतरी अधिक प्रमाणात ते होत असतं. जगनच्या धमकीने मी अत्यंत भयभीत झालो. शिक्षकांनी जर माझ्या मनात विश्‍वास उत्पन्न केला असता की मी माझं दुःख त्यांच्यापाशी मोकळं करू शकतो, तर मी त्यांना माझ्या भीतीविषयी सांगितलं असतं. एखाद्या अनोळखी जागी मला घेऊन जाऊन मारतील आणि कुबड्यांशिवाय तिथे सोडून देतील या कल्पनेने मी प्रचंड घाबरलो. मी परिस्थिती समजून घेण्याचा आणि काय करायचं याचा निर्णय घेण्याचा प्रयत्न करत होतो. जगन मला जवळजवळ खेटून मला सतत धमकावत होता. अखेर, माझ्या कुबड्या सांभाळण्यासाठी मी हार मानली आणि जगनला माझी उत्तरं दाखवली.

या घटनेनंतर जगन अधिकच बेलगाम बनला. आता तो रोजच मला कोटावर नेऊन मारण्याच्या, माझ्या कुबड्या खेचून घेण्याच्या धमक्या देऊ लागला. ईश्‍वरकृपेने जगन नापास झाला आणि मी पास होऊन चौथीत गेलो. जगन आता माझ्या वर्गात असणार नाही हे जेव्हा मला कळलं, तेव्हा माझा आनंद गगनात मावेना. ती आनंदाची भावना मला आजही चांगली आठवते. तो मुक्तीचा श्‍वास, भीतीच्या काळोख्या गुहेत बराच काळ राहिल्यानंतर दिसलेला प्रकाशकिरण – सगळं, सगळं आठवतं.

त्या घटनेला आज अनेक दशकं लोटली. तुम्ही आणि मीदेखील स्वतःला हा प्रश्‍न विचारू शकतो की जगनच्या या वागण्याबद्दल मी घरी कोणाला का सांगितलं नाही! याचं उत्तर देण्याआधी एक गोष्ट सांगतो – शाळेकडून या बाबतीत मला कोणतीही मदत न मिळण्यात शिक्षक आणि विद्यार्थी दोघांचाही सहभाग होता. एका दिव्यांग विद्यार्थ्याची व्यथा, त्याला रोज येणाऱ्या अडचणी याबद्दल कोणालाही देणंघेणं नव्हतं. तक्रार केली की त्रास देणाऱ्या मुलाला शिक्षक रागवायचे खरे, पण माझी भीती दूर करण्यासाठी काहीही करायचे नाहीत. काही करायचे नाहीत कारण त्यांना पर्वाच नव्हती. शाळा नावाच्या त्या इमारतीत रोज यायचं, शिकवायच्या नावाखाली वेळ घालवायचा आणि महिन्याच्या शेवटी पगार घ्यायचा – एवढंच त्यांचं काम. माझे एक शिक्षक म्हणायचे –

'तुम्ही शिका किंवा शिकू नका, मला काही फरक पडत नाही. मी सरकारी शिक्षक आहे. माझा पगार मिळणारच, नंतर पेन्शनही नियमित मिळणारच. शिकायचं की नाही ही तुमची मर्जी. शिकायचं नसेल तर नका शिकू. मला काय त्याचं!'

जगनसारख्या मुलांबद्दल मी घरी कधीही काही सांगितलं नाही. त्यामागे एक वेगळंच कारण होतं. मला वाटायचं की, या बाबतीत माझ्या कुटुंबातलं कोणीच काहीच करू शकणार नाही. माझ्या अनुभवांवरून मीच असा निष्कर्ष काढला होता की, घरातले लोक माझं फक्त ऐकून घेतील, फारतर माझी समजूत घालतील.

पण त्याने काही फरक पडणार नव्हता. संपूर्ण समाजात माझी भीती, शरम, वेदना समजून घेईल असं कोणीही नव्हतं. माझं आयुष्य जगण्यायोग्य करायला मदत करू शकेल असं आसपास कोणीही दिसत नव्हतं. दिव्यांग व्यक्तीच्या गरजा, अडचणी आणि भावनांच्या बाबतीत समाज पूर्वीही संवेदनशील नव्हता, आजही नाही.

...आणि मला तर वाटतं की, दिव्यांग मुलांच्या बाबतीत तर आपला समाज जरा जास्तच बेपर्वा आहे.

बाबांचं वर्कशॉप

त्या काळात मी बाबांच्या वर्कशॉपमध्ये झोपायचो. बाबा संध्याकाळी घरी यायचे आणि मग अम्मा मला कडेवर घेऊन वर्कशॉपमध्ये जायची. बहुतेक वेळा अम्मा आणि मी तिथेच झोपायचो. वर्कशॉपच्या आत एक पलंग होता. त्यावर बाबा दुपारी विश्रांती घ्यायचे आणि रात्री अम्मा आणि मी त्यावर झोपायचो. पलंगाखाली लाकडं आणि अवजारं ठेवलेली होती. पाणी भरण्यासाठी एक मडकंही होतं.

तिथे वीज नव्हती. त्यामुळे अम्मा तिथे चिमणी लावायची. खोकल्याच्या औषधाच्या रिकाम्या रंगीत बाटलीत रॉकेल भरून चिमणी तयार व्हायची. मग जुन्या सुती धोतराचा लांब तुकडा कापून त्याची वात वळली जायची. मग बाटलीच्या बुचाला भोक पाडून त्यातून ती वात ओवून पुन्हा झाकण घट्ट लावलं जायचं. ही चिमणी रात्री प्रकाश द्यायची. भरपूर काजळी सोडत रॉकेल जळत राहायचं आणि त्या मंद प्रकाशात मी माझ्या पुस्तकांतली अक्षरं जुळवून वाचायचा प्रयत्न करायचो. दिव्याच्या ज्योतीकडे कधी लक्ष गेलं तर बराच वेळ मी त्या ज्योतीकडे टक लावून पाहत राहायचो.

पायांना बांधायला कॅलिपर

उन्हाळ्याच्या दिवसांत एका संध्याकाळी आम्ही सगळे कुटुंबीय दिवसभराच्या उकाड्यानंतर संध्याकाळचा गार वारा खायला गच्चीवर बसले होतो. सूर्य मावळला होता, हळूहळू आकाशातून निशेचं धरणीवर आगमन होत होतं. गोरज मुहूर्ताची रेंगाळणारी शेवटची किरणं पश्चिम क्षितिजावर अजूनही पिवळी-शेंदरी रांगोळी रेखाटत होती. अम्मा, किशोर आणि मी गच्चीवरच्या एका पलंगावर बसलो होतो. बाकी सगळे फरशीवरच बसून इकडच्या तिकडच्या गप्पांत रंगले होते. रेडिओवर सैनिकांच्या पसंतीच्या गाण्यांचा जयमाला कार्यक्रम चालला होता. स्टूलवर ठेवलेला पंखा हवा आणखी आल्हाददायक करत होता. टीव्ही, कॉम्प्युटर, इंटरनेट आणि मोबाइल फोन्स नसण्याचा तो काळ खरंच किती छान होता!

"उद्या मी ललितला सफ्दरजंग इस्पितळात नेणार आहे," बोलता बोलता पप्पा म्हणाले.

"सकाळी जितकं लवकर जमेल तितकं निघा. नंतर गर्दी वाढत जाते." अम्माने सल्ला दिला. मी सगळं ऐकत होतो, पण मला कुठे आणि का नेणार आहेत ते मला माहीत नव्हतं. मात्र 'हॉस्पिटल' शब्दामुळे एवढं कळलं की पोलिओशी संबंधित काहीतरी आहे. पप्पा आणि अम्माच्या बोलण्याने मी बेचैन झालो. उपचारांसाठी आता मला कुठल्याच इस्पितळात किंवा व्यक्तीकडे जायचं नव्हतं. त्या वेळी मला जाणीव नव्हती, पण सतत चाललेल्या उपचारांनी मी थकून गेलो होतो.

"हो, हो. सकाळी सातच्या सुमारासच निघू. बसने तिथे पोचायला अर्धा तास लागेल," पप्पा म्हणाले. जणूकाही सगळं आधी ठरलेलंच असावं अशा थाटात मला तिथे नक्की का न्यायचं आहे, याबद्दल कोणीच काही बोललं नाही. म्हणून मी आईजवळ सरकलो आणि तिला विचारलं. दिव्यांग लोक जे कॅलिपर पायावर बांधतात, त्याला तेव्हा कॅलिपर म्हणून कोणीच ओळखत नव्हतं. आमच्या घरातले, आसपासचे सगळे लोक त्याला 'जूता' (बूट) म्हणायचे. पोलिओला 'वारं जाणं' म्हणायचे तसंच हे. आईने सांगितलं की, इस्पितळात माझ्यासाठी 'जूता' तयार करणार आहेत. मला त्याबद्दल काहीच माहिती नव्हती. त्यामुळे मी माझ्या काळज्यांना विराम दिला आणि किशोरशी खेळण्यात रंगून गेलो.

दुसऱ्या दिवशी शाळेत जायचं नाही हे कळल्यावर मी भलता खूश झालो. म्हटलं, चला, इस्पितळात जाण्याचा एक तरी फायदा झाला. आईने आलू पराठे करून 'पंजाब केसरी' वर्तमानपत्राच्या कागदात बांधून दिले. बरोबर घरचं लिंबाचं

लोणचंही दिलं. बाहेर जायचं असलं की आमच्या घरात पराठे आणि लोणच्याची शिदोरी बांधली जायची. पप्पांनी मला उचललं, शिदोरी घेतली आणि बस स्थानकाकडे निघाले.

मेहरौली बसस्थानक आमच्या घरापासून सुमारे अर्धा किलोमीटर अंतरावर गयासुद्दीन बलबनच्या मकबऱ्यासमोर आहे. जेव्हा मला उपचारासाठी बाहेर नेलं जायचं, तेव्हा मला प्रत्येक गोष्ट नवीन वाटायची आणि मी त्याकडे कुतूहलाने बघायचो. बसस्थानकाच्या ज्या गेटमधून बसेस बाहेर पडतात तिथे पप्पा उभे राहिले. थोड्या वेळाने एक बस बाहेर येताना दिसली. पप्पांनी ड्रायव्हरला बस थांबवायचा इशारा केला.

"राम राम, कसे आहात परमानंद भाई?" मला घेऊन पप्पा बसमध्ये चढताच ड्रायव्हरने त्यांना अभिवादन केलं. डीटीसीचे ड्रायव्हर नेहमीच असे विनम्र असायचे असं मुळीच नाही; पण त्या ड्रायव्हरने पप्पांना अभिवादन केलं, कारण पप्पा डीटीसीच्या सरोजिनी नगर डेपोमध्ये काम करायचे आणि मेहरौलीच्या बऱ्याच बसेसचं सर्व्हिसिंग त्याच डेपोत व्हायचं. त्यामुळे बहुतेक ड्रायव्हर पप्पांच्या ओळखीचे होते.

"राम, राम, ठीक आहे भाई," पप्पा म्हणाले.

"कुठे निघालात?" बसचा ॲक्सिलरेटर हळूहळू दाबत ड्रायव्हरने विचारलं.

"हा माझा मुलगा. याच्यासाठी जूता बनवून घ्यायला सफ्दरजंगला चाललोय."

"हो का! हं, हा सगळा कर्माचा खेळ आहे परमा भाई. ईश्वराच्या इच्छेपुढे आपण काय करणार?" ड्रायव्हर माझ्याकडे बघत म्हणाला.

जेव्हा कोणी माझ्याकडे अशा दयार्द्र नजरेने बघायचे तेव्हा पप्पांना काय वाटायचं कोण जाणे. मला वाटतं, त्यांना थोडं अवघडल्यासारखं नक्कीच होत असणार, कारण ते लवकरात लवकर तिथून दूर जायचे. त्या दिवशीही त्यांनी तेच केलं.

"हो ना." एवढंच म्हणून पप्पा मला घेऊन रिकाम्या सीटकडे गेले. खिडकीजवळच्या एका सीटवर बसून त्यांनी मला मांडीवर घेतलं. माझ्यासाठी शाळा आणि घर यांच्या पलीकडची प्रत्येक गोष्ट अद्‌भुत होती, कारण माझं आयुष्य शाळा आणि घराच्या चार भिंतीत बंदिस्त होतं. मला आठवतंय – डीटीसी अशी मोठी टपोरी इंग्रजी अक्षरं रेखलेलं बसच्या सीटवरचं रेक्झिनदेखील बघून मी अचंबित व्हायचो. हिंदी माध्यमाच्या शाळेत शिकत असल्यामुळे जरी मी तेव्हा ती अक्षरं ओळखू शकत नव्हतो, तरी ती अक्षरं बोटांनी चाचपून मी जणू त्यांच्याशी ओळख करून घ्यायचा प्रयत्न करायचो.

सफ्दरजंग हॉस्पिटलच्या ऑर्थोटिक्स विभागात नेऊन मला एका टेबलावर

झोपवून माझी पॅन्ट काढली जायची. मग डॉक्टर एका मोठ्या कागदावर माझ्या दोन्ही पायांचे छाप घ्यायचे. अशाप्रकारे माझ्या अगदी दुबळ्या झालेल्या पायांचा आकार काढून मोजला जायचा. याच मापानुसार धातूच्या सळया वाकवून कॅलिपर बनवला जायचा. कॅलिपर हे एक असं उपकरण असतं, जे पायाला बांधलं की पाय मुडपत नाही. या उपकरणात बांधलेल्या निष्प्राण पायावर देखील शरीराचं वजन घेता येतं.

माप घेतल्यावर सुमारे दोन आठवड्यांनी पप्पा मला पुन्हा इस्पितळात घेऊन जायचे, आणि तिथे मी दोन्ही पायांवर कॅलिपर बांधून चालायचा सराव करायचो. चालताना येणाऱ्या अडचणी सुधारल्या जायच्या. अशाप्रकारे वीस-पंचवीस दिवसांत माझे कॅलिपर्स तयार व्हायचे. त्यादरम्यान मला वारंवार इस्पितळात जावं लागायचं. उन्हाळ्याची अर्धी सुट्टी अशीच हॉस्पिटलच्या चकरा मारण्यात जायची.

सुरुवातीला माझ्या दोन्ही पायांसाठी कॅलिपर्स बनवले जायचे. ते मी पॅन्टच्या वरून बांधायचो, पण दोन्ही पायांत कॅलिपर बांधून कुबड्या घेऊन चालणं मला फार कठीण जात होतं. अशात जिना चढणं तर जवळजवळ अशक्यच होतं. ऑर्थोटिक्स विभागातल्या लोकांचं म्हणणं होतं, की मी दोन्ही पायांवर कॅलिपर्स बांधले पाहिजेत; पण व्यावहारिकरीत्या ते मला अशक्य होतं. हळूहळू डॉक्टरांनाही पटलं, की मी एकाच पायात कॅलिपर घालणं सोयीचं आहे.

कॅलिपर बांधून चालणं मला कधीही सोपं गेलं नाही. माझ्या पायांत ताकद नव्हती ही जितकी मोठी समस्या होती तितकीच, माझ्या कंबरेचे खालचे आणि नितंबाचे स्नायू कमकुवत होते हीदेखील मोठी अडचण होती. हे स्नायू अशक्त असल्यामुळे माझ्या शरीराचा तोल राहायचा नाही. शरीराचा भार आल्यावर पाय गुडघ्यात मुडपू न देण्याचं काम कॅलिपर करत होता, पण कॅलिपरमुळे माझा तोल सावरण्याऐवजी बिघडायचाच. कॅलिपरशिवाय मी अधिक आत्मविश्वासाने जास्त चांगला तोल सावरत उभा राहत होतो. त्यामुळे परिस्थिती अशी होती की कॅलिपर घालून मला तोल सावरता येत नव्हता, आणि कॅलिपरशिवाय पायांवर वजन घेता येत नव्हतं. थोडक्यात सांगायचं तर इकडे आड, तिकडे विहीर.

'वेगळा' पासून 'विशेष' पर्यंत

चौथीत गेल्यावर आणखी एक आव्हान आ वासून पुढे आलं. चौथीचा वर्ग शाळेच्या इमारतीच्या दुसऱ्या मजल्यावर होता. तिसरीत असताना वर्षभर मी पहिला मजला चढलो होतो, पण त्या संपूर्ण वर्षात दुसऱ्या मजल्याच्या पायरीला

शिवलोही नव्हतो. दुसऱ्या मजल्यावर जावं असं मला खूप वाटायचं, कारण वरून दूरवरचं दृश्य खूप छान दिसतं, भूलभुलैया आणि कुतुबमिनार सुद्धा दिसतो, असं मुलं म्हणायची. ते सगळं बघायची बालसुलभ इच्छा मी वर्षभर दाबून ठेवली होती. कारण जिना चढणं हे माझ्या दृष्टीने अत्यंत कठीण, भीतिदायक आणि धोकादायक होतं. चौथीचा वर्ग दुसऱ्या मजल्यावर आहे हे मला ठाऊक होतं, त्यामुळे तिसरीची वार्षिक परीक्षा जवळ आल्यावरच मला काळजी लागली, की मी दुसऱ्या मजल्यावर कसा जाऊ शकणार.

कित्येक वेळा तर, मुद्दाम नापास व्हावं, असाही विचार माझ्या मनात डोकावला.

चौथीच्या वर्षाच्या पहिल्या दिवशी मी शाळेत पोचल्यावर, इतरांची नजर चुकवून रोजच्यासारखा मी पहिल्या मजल्यावर तर पोचलो; पण तसंच सरकत दुसऱ्या मजल्याच्या पायऱ्या चढायला लागलो आणि लक्षात आलं, की हे माझ्याच्याने होणार नाही. दुसऱ्या मजल्याच्या पायऱ्या जास्तच खड्या, उंच आणि अरुंद होत्या. हातांची सगळी शक्ती लावून देखील मी स्वतःला तिथपर्यंत उचलू शकत नव्हतो. त्या ओढाताणीत माझा तोल जात होता आणि मी खाली गडगडत जायचा धोका होता. तरीही मी जिद्दीने चढतच राहिलो. किशोर माझ्या कुबड्या घेऊन बरोबर येत होता.

दुसऱ्या मजल्यावर पोचेपर्यंत मी प्रचंड थकलो आणि घाबरलो होतो. रोज काही हे शक्य नाही हे मला समजून चुकले. दमणूक किंवा शारीरिक वेदनांची मला पर्वा नव्हती, किंवा खाली गडगडत पडेन, मला लागेल याचीही काळजी नव्हती. भीती होती ती एकच – मी पडलो तर सगळे माझी टर उडवतील, मला हसतील. मला चिडवायला मुलांना आणखी एक कारण मिळेल.

चौथीच्या पहिल्या दिवशी कसाबसा जिना चढून मी वर्गात जाऊन बसलो. थोड्या वेळाने मैदानातली प्रार्थना संपली आणि माझे सहाध्यायी वर्गात आले. संपूर्ण वर्षभर असं चढावं लागणार या विचाराने माझी बोबडी वळली होती. त्या पायऱ्यांवर रोज सरकत चढणं शक्य नव्हतं. त्यामुळे अखेर मधल्या सुट्टीत मी चाचरत चाचरत मास्तरांना सांगितलं की, मी उद्यापासून शाळेत येणार नाही, कारण मला जिने चढता येत नाहीत. मास्तर या बाबतीत मुख्याध्यापकांशी बोलले आणि मुख्याध्यापकांनी निर्णय घेतला की, चौथीचा वर्ग पहिल्या मजल्यावरच्या पाचवीच्या वर्गात आणायचा आणि पाचवीचा वर्ग दुसऱ्या मजल्यावर न्यायचा म्हणजे मला दोन मजले चढावे लागणार नाहीत.

मुख्याध्यापक पहिल्यापासून माझ्या अडचणी बघत आले होते. सुरुवातीला त्यांनीच मला घरी राहून अभ्यास करण्याची सवलत दिली होती. वर्गाची अदलाबदल

करण्याच्या त्यांच्या त्या निर्णयामुळे मला खूप आनंद झाला.

***

मी आधीपासूनच माझ्या कित्येक सहाध्यायींच्या चेष्टेचा विषय होतोच, त्यातून पहिल्या दिवशी मी कॅलिपर घालून शाळेत गेल्यावर तर त्यांना आणखीनच चेव चढला. मी एकाच पायात कॅलिपर घालून गेलो होतो. तो मला पॅन्टच्या वरून बांधायला लागायचा. कॅलिपरमध्ये बांधलेला माझा पाय मुलांना रोबोच्या पायासारखा वाटत होता. कॅलिपरमुळे माझा गुडघा वाकायचा नाही, त्यामुळे मला पाय बराच वळवून टाकायला लागायचा. साहजिकच माझी चाल खूपच बदललली होती. आता मुलं माझ्या चालण्याचीही चेष्टा करू लागली. अनेक वेळा मुलं माझ्या चालण्याची नक्कल करताना आढळायची. ते बघून मला रडू फुटायचं. बहुधा मला रडवण्यासाठीच मुलांचा हा उद्योग चालायचा.

***

अडचणी आणि आव्हानं माझ्यासमोर रोज नव्या रूपात उभी ठाकायची. शाळेत मुलांना जेव्हा टॉयलेटला जायला लागायचं, तेव्हा ती कशीतरी शाळेच्या भयानक घाणेरड्या टॉयलेटमध्ये जायची, पण मला जेव्हा जावं लागायचं, तेव्हा मात्र मला त्या घाणीतून वाट काढत जाणं शक्य नव्हतं. त्यामुळे होता होईतो मी शाळा सुटेपर्यंत माझी ही नैसर्गिक गरज रोखून धरायचो. पण निसर्गावर नेहमीच मात करता येते असं नाही. कधीकधी जायची गरज इतकी तीव्र असायची, की घरी जाण्याखेरीज मला पर्यायच नसायचा. अशा वेळी मी कुबड्या टेकत जितकं भरभर जाता येईल तितकं भरभर चालायचो. असं चालताना मी बऱ्याचदा पडायचो. नैसर्गिक गरजेचा दबाव आणि माझे पाय यांच्यातली ती स्पर्धाच असायची. अनेकदा त्या स्पर्धेत मी हरलो देखील. जेव्हा हरलो तेव्हा स्वतःचीच विलक्षण लाज वाटली. पण मी तरी काय करणार! पोलिओने मला अशा प्रसंगाशी दोन हात करण्यास असमर्थ बनवलं होतं.

जे काम इतर मुलं सहज करून जायची, तेच काम माझ्यासाठी मोठं आव्हान असायचं. आव्हानांशी मला लढावंच लागायचं. मी तेच करत होतो.

***

नवकुमार चक्रवर्तीला प्रथम मी बहुधा चौथीच्या वर्गातच भेटलो. जाड भिंगाचा चश्मा घालणाऱ्या नवची देखील मुलं चेष्टा करायची. घशाच्या आणि स्वरयंत्राच्या समस्येमुळे त्याचा आवाज स्पष्ट नव्हता, त्याचं बोलणं पटकन समजायचं नाही. त्यामुळे मुलं तर त्याला चिडवायचीच, पण शिक्षकदेखील

प्रत्यक्ष-अप्रत्यक्षपणे त्याला टोमणे मारायचे. मुलं तर काय – मुलंच होती, पण शिक्षकांनासुद्धा नवचं नाव नीट उच्चारता यायचं नाही. त्यामुळे सगळे त्याला नेवा म्हणायचे. चिडवताना मुलं मला जशी 'अरे ए लंगड्या' म्हणून हाक मारायची, तशी त्याला 'अरे गेंगल्या' म्हणायची. गेंगला शब्दाला काही अर्थ नाही. नवच्या आवाजाची नक्कल करायला मुलांनी तो शब्द निर्माण केला होता.

आमच्या शाळेतल्या मुलांच्या जगावर कसलाही अंकुश नव्हता आणि त्या जगात चारचौघांपेक्षा जराही 'वेगळा' असण्याची फार मोठी किंमत चुकवावी लागायची. ती किंमत नवने आणि मी चुकवली. नवचं व्यंग तरी तो बोलेपर्यंत उघड व्हायचं नाही. त्याला गल्ली, रस्ता, बाजारातून यायला जायला काही अडचण नव्हती; पण मला मात्र मी 'वेगळा' असल्याची किंमत पदोपदी चुकवावी लागायची. मी कुठेच लपू शकत नव्हतो. चहूबाजूंनी रोखलेल्या नजरा आणि उपहास झेलत होतो.

मी 'वेगळा' होतो, आणि मला 'विशेष' बनायचं होतं. हा प्रवास कल्पनेच्या पलीकडे खडतर असतो. माझा फक्त मार्गच कठीण होता असं नाही, तर एक अडचण अशीही होती की, समाजाने 'वेगळा' असण्याची व्याख्या अगदी सहज केली होती – जो इतरांसारखा नाही तो वेगळा; पण 'विशेष' शब्दाची काही ठरावीक व्याख्या नाही. त्यामुळे माझा मार्ग कठीण होता एवढंच नाही, तर नक्की कुठे पोचायचंय त्या मुक्कामाचाही धड पत्ता नव्हता.

मी माझ्या मनाशी एवढाच संकल्प दृढ केला होता की, एक ना एक दिवस मला समाजात बरोबरीचं स्थान मिळवायचंच आहे. मला अशा ठिकाणी पोचायचं आहे, जिथे आज मला चिडवणाऱ्या मुलांची बोलती बंद होईल. माझ्या दृष्टीने 'विशेष' शब्दाची हीच व्याख्या होती.

ही अशा एका संकल्पाची सुरुवात होती, ज्याचं मी मंत्राप्रमाणे रोज पठण केलं. असा मंत्र – जो माझं जीवन, माझं लक्ष्य आणि माझ्या अस्तित्वाचं प्रयोजन बनला.

मी 'वेगळा' होतो, मला 'विशेष' बनायचं होतं.
'घायाळ मन, विकृत शरीर, अस्तित्व म्हणजे वेदना
तरी होणार मी विजेता, बघच जगा तू,
देह निसर्गदत्त, विधिलिखितही काय मी लिहिलं?
का उपहास करतोस, जरा विचार कर तू.'
ललित कुमार

सगळे प्राणिसंग्रहालयात गेले – मी सोडून...

एके दिवशी शाळेत जाहीर केलं की, पुढच्या आठवड्यात सगळ्या मुलांना बसमधून लाल किल्ला, प्राणिसंग्रहालय आणि राजघाट बघायला घेऊन जाणार. शाळेच्या माझ्या बारा वर्षांत शाळेने मुलांना सहलीला नेण्याचा हा एकमेव प्रसंग, पण या एकुलत्या एका प्रसंगीदेखील मी मात्र सहलीला जाऊ शकलो नाही.

घोषणा झाल्याबरोबर मुलं एकदम खूश झाली आणि सहलीच्या दिवसाची आतुरतेने वाट पाहू लागली. मला प्राणिसंग्रहालय बघायला जाता येईल अशी अंधूक आशा माझ्या मनात होती, पण मनाच्या एका कोपऱ्यात हेही ठाऊक होतं की मास्तर मला बरोबर नेणार नाहीत. माझ्या वर्गातल्या मुलांनीही सांगितलं की मला नेणार नाहीत.

मला नेणार की नाही हे मी कोणत्याही मास्तरांना थेट विचारलं नाही. माझ्या वर्गमित्रांशीही त्या बाबतीत काही बोललो नाही.

जेव्हा बाकीची मुलं भावी सहलीबद्दल गप्पा मारायची, तेव्हा मीही त्यांत सामील व्हायचो. त्यांच्याइतकाच मीही खूश असल्याचा आव आणायचो, पण शेवटी जे उत्तर मला मास्तर देणार याची मला खात्री होती ते मनातल्या मनात टाळायचा प्रयत्न करायचो. मला नेणार नाहीत हे मला चांगलं ठाऊक होतं, पण मला आधीच त्यावर कोणी शिक्कामोर्तब करायला नको होतं. बाहेर फिरायला जाणं हे माझ्या लेखी एक सुंदर स्वप्न होतं आणि ते प्रत्यक्ष भंगेपर्यंत मला त्यात रमायचं होतं.

ज्या दिवशी सहलीला जायचं होतं त्या दिवशी सगळ्या मुलांना वेळेवर शाळेत यायला सांगितलं होतं. नऊ वाजता शाळेच्या बाहेर एक बस येणार होती. त्यातूनच सगळे विद्यार्थी आणि शिक्षक सहलीला जाणार होते. मी रोजच्याप्रमाणे वेळेवर चौथी 'ब'च्या वर्गात गेलो. प्रार्थनेनंतर सगळी मुलं आणि आमचे वर्गशिक्षक वर्गात आले.

"आज आम्ही तुम्हा सगळ्यांना लाल किल्ला, प्राणिसंग्रहालय आणि राजघाट बघायला नेणार आहोत. शाळेच्या बाहेर एक बस उभी आहे. त्यात बसून आपण सगळे जाणार आहोत. सगळ्या ठिकाणी नीट ओळीत चालायचं आहे. गोंधळ, गडबड करायची नाही. राजघाट ही गांधीजींची समाधी आहे"— मास्तर मुलांना सहलीची माहिती देऊ लागले. काय करायचं, काय नाही याच्या सूचना देऊ लागले.

'चला, आता एक ओळ करून खाली जा आणि बसपाशी जा. ओळ मोडून

इकडेतिकडे धावायचं नाही, समजलं?' मास्तरांनी ताकीद दिली. सगळी मुलं उठली, पण मी उठलो नाही. मास्तर अद्याप मला काही म्हणाले नव्हते; पण का कोण जाणे, मला जाणवत होतं, की खाली जाऊन बसमध्ये बसण्याची सूचना माझ्यासाठी नाही. जवळजवळ सगळी मुलं वर्गाबाहेर गेली, तेव्हा अखेर मी माझं नशीब अजमावायचं ठरवलं. कदाचित- मास्तर मलाही जाऊ देतील. मी कुबड्या भिंतीला टेकवून उठायचा प्रयत्न केला, तोच मास्तरांचा आवाज आला – "तू नाही, तू नाही. तू चालू शकणार नाहीस," मास्तर म्हणाले.

माझ्या हृदयाचा ठोका चुकला. गेला आठवडाभर मी जे शब्द कानावर पडू नयेत अशी आशा आणि प्रार्थना करत होतो, नेमके तेच शब्द कानावर पडले.

"ठीक आहे मास्तर," मी हळू आवाजात म्हटलं आणि भिंतीच्या आधाराने बसलो. मास्तर काही बोलले नाहीत. माझ्याकडे बघितलंसुद्धा नाही. तडक वर्गाबाहेर पडून खाली बसकडे गेले. वर्गात मीच उरलो – अगदी एकटा.

त्या दिवशी ते सगळे मला एकट्याला सोडून सहलीला गेले. त्या दिवशी मी शाळेत रडलो – हमसून हमसून रडलो. मन दुखावलं जाणं आणि रडणं हा माझ्या आयुष्याचा अविभाज्य भागच बनला होता.

मला नीट चालता येत नव्हतं म्हणून मला मागे ठेवलं होतं. त्या क्षणी मी मनाशी ठाम निश्चय केला की, एक दिवस मी इतकं जग बघेन की आमच्या सबंध शाळेतल्या कोणीही तितकं बघितलेलं नसेल – ना कोणी विद्यार्थ्यांने, ना कोणी शिक्षकाने, ना मुख्याध्यापकांनी.

मी निश्चय केला की, जिथवर इतरांचे चांगले पायदेखील त्यांना घेऊन जाऊ शकणार नाहीत, तिथवर माझ्या कुबड्या मला घेऊन जातील,

कठीण ध्येय ठरवणं हादेखील माझ्या आयुष्याचा भाग बनला होता. ती ध्येयं मी कशी गाठणार आहे हे मला माहीत नव्हतं. मी निश्चित केलेल्या मुक्कामापर्यंत कोणता मार्ग मला नेणार आहे, याचीही मला सुतराम कल्पना नव्हती.

कोणत्याही शस्त्राशिवाय मी युद्धाला निघालो होतो.

रोल मॉडेल

महान व्यक्तींची चरित्रं जाणून घ्यायची मला उत्सुकता वाटायची. ते कसे जगले, त्यांनी काय काय केलं, त्यांना कोणकोणत्या अडचणी आल्या, हे सगळं मला जाणून घ्यायचं होतं. चौथीच्या हिंदीच्या पुस्तकात मादाम क्यूरीबद्दल धडा होता. त्या धड्यातलं एक वाक्य मला आजही आठवतं – 'इवलिशी मारिया एका

तिपाईवर चढून तिच्या वडिलांच्या कपाटात ठेवलेल्या रसायनांच्या बाटल्या आणि इतर उपकरणं कुतूहलाने बघत होती. हीच छोटी मुलगी मारिया पुढे जाऊन मादाम क्यूरी या नावाने प्रसिद्ध झाली. नोबेल पुरस्कार पटकावणारी ती पहिली महिला होती आणि तिला दोन वेळा नोबेल पुरस्कार मिळाला.'

दोन वेळा नोबेल मिळवणारी ती आजपर्यंत एकमेव महिला आहे आणि विज्ञानाच्या दोन वेगवेगळ्या क्षेत्रात नोबेल मिळवणारी एकमेव व्यक्ती. असाच आणखी एक धडा थॉमस एडिसनने विजेच्या दिव्याचा शोध कसा लावला याबद्दल होता. जगदीशचंद्र बोस यांनी रेडिओचा शोध कसा लावला आणि वनस्पती कसा प्रतिसाद देतात ते शोधून काढलं यावरही एक धडा होता. प्रा. सी. व्ही. रामन यांच्याबद्दलही मी वाचलं.

हे सगळे शास्त्रज्ञ आणि संशोधक माझे पहिले रोल मॉडेल्स होते. त्यांच्याबद्दल वाचून शास्त्र विषयाची मला गोडी लागली, इतकंच नव्हे, तर स्वतः शास्त्रज्ञ बनण्याची तीव्र इच्छा मनात रुजली. शास्त्रज्ञ होण्यासाठी पांढरा कोट घालून प्रयोगशाळेतच काम करावं लागतं असं काही नाही. शास्त्रज्ञ हे एखादं पद किंवा पदवी नाही, तर एक विचारपद्धती असते. जर तुमची विचारपद्धती शास्त्रीय असेल, तर्क, संशोधन आणि पुराव्यांवर आधारित असेल तर तुम्हीदेखील शास्त्रज्ञ आहात.

टेलिव्हिजन दर्शन

१९८४ सालाच्या सुरुवातीला आमच्या घरात पहिल्यांदा टीव्ही आला. त्याआधी आम्ही मुलं कधीकधी शेजाऱ्यांच्या घरी टीव्ही बघायला जायचो. आई-पप्पांनी विचार केला की, मुलं इकडेतिकडे जाण्यापेक्षा आपणच टीव्ही घ्यावा. आणि टीव्ही घरात आला.

टेक्सला कंपनीचा तो कृष्णधवल टीव्ही एका लाकडी पेटीत बंद असायचा. त्या पेटीच्या शटरसारख्या दोन बाजूंना उघडणाऱ्या दरवाजांना सनमायका लावला होता. ते दरवाजे उघडले की पेटीच्या आतल्या बाजूला सरकायचे आणि टीव्हीचा पडदा समोर यायचा. टीव्हीवर एक बटण चॅनेल बदलण्यासाठी, एक बटण टीव्ही चालू-बंद करण्यासाठी आणि एक बटण आवाज कमीजास्त करण्यासाठी होतं. टीव्हीबरोबर एक अॅन्टेनाही आला होता. तो गच्चीवर अशा जागी लावायचा होता जिथे तो चांगला सिग्नल पकडू शकेल. तो एका चपट्या तारेने खाली टीव्हीला जोडलेला होता. मला आठवतं की, कधीकधी जोराच्या वाऱ्याने अॅन्टेना

फिरायचा, तर कधी माकडं तो फिरवायची.

त्यामुळे सारखं गच्चीवर जाऊन ॲन्टेना योग्य दिशेने फिरवून सेट करणं हा टीव्ही पाहण्याच्या हौसेतला एक महत्त्वाचा भाग होता. सिग्नल नीट मिळाला नाही की पडद्यावर हजारो काळे-पांढरे ठिपके (आम्ही त्यांना झिलमिल म्हणायचो) सर्रऽ सर्र आवाज करत नाचायचे आणि चित्र गायब व्हायचं.

सुरुवातीच्या काळात चॅनेल बदलायच्या बटणाला आरामच असायचा. कारण तेव्हा दूरदर्शन हे एकुलतं एक चॅनेल होतं. त्यामुळे चॅनेल बदलायचा प्रश्नच नव्हता.

संध्याकाळी पावणेसहा वाजता सुरू होणारा 'बीप' असा एक दीर्घ आवाज आणि बरोबर सहा वाजता वाजणारी दूरदर्शनची काहीशी उदास धून – ते सगळं आज काळाच्या ओघात लुप्त झालंय. दूरदर्शनच्या प्रतीक चिन्हाचं हळूहळू गोलगोल फिरणाऱ्या चक्रवातातून निर्माण होणं, मग खाली 'सत्यम् शिवम् सुन्दरम्' अशी अक्षरं उमटणं, साप्ताहिकी, कृषिदर्शन, चित्रहार आणि रविवारी सकाळी नाटक आणि संध्याकाळी चित्रपटाची वाट बघणं – प्रत्येक कार्यक्रमाचं एक आकर्षण होतं, टीव्ही बघायची आस होती. प्रत्येक कार्यक्रम बघणं हे जणू उत्सव साजरा केल्यासारखं वाटायचं. रविवारी संध्याकाळचा चित्रपट सुरू होण्याआधीच घरातली सगळी कामं आटोपली जायची.

रामानंद सागरद्वारा निर्मित 'रामायण' मालिकेच्या प्रसारणादरम्यान संपूर्ण भारत ठप्प व्हायचा. सगळ्या गोष्टी थांबायच्या. या मालिकेचा लोकांवर असा काही प्रभाव पडला होता की, बरेच लोक अगदी अंघोळ वगैरे करूनच ही मालिका अत्यंत भक्तिभावाने बघायचे. प्रसारणाच्या दरम्यान वीज बंद करण्याची विद्युत विभागाच्या कर्मचाऱ्यांची हिंमत नव्हती. छोट्या पडद्यावर आलेली ही पहिली धार्मिक मालिका होती. रामानंद सागर यांनी ती मालिका फार छान बनवली होती. श्रद्धाळू भारताला या मालिकेने जितकं प्रभावित केलं, तितकं आजवर इतर कुठलाही चित्रपट किंवा मालिका प्रभावित करू शकलेली नाही. एखाद्या गावात किंवा गल्लीत एकाच घरी टीव्ही असेल तर रामायणाच्या वेळी त्या घराचे दरवाजे सर्वांसाठी खुले असायचे. शेकडो लोक एका पडद्यावर रामायण बघायचे. त्या मालिकेत रामाची भूमिका करणारे अरुण गोविल, सीता झालेली दीपिका चिखलिया, लक्ष्मण झालेला सुनील लाहिरी आणि हनुमान झालेले दारासिंग ही सगळी लोकांसाठी सामान्य माणसं राहिली नव्हती, त्यांना देवत्वच प्राप्त झालं होतं.

लोक त्यांच्या फोटोंची पूजा करू लागले होते. त्या वेळी रामायण मालिका दहा कोटी लोक बघायचे असं मानलं जातं.

दूरदर्शनवर 'स्टोन बॉय' ही लहान मुलांसाठीची मालिकाही यायची. मॉरिशसशी संबंधित त्या कथेत एक लहान मुलगा परीच्या शापाने दगड बनलेला असतो. ती मालिका बघता बघता मला वाटू लागलं की कदाचित तो स्टोन बॉय खरोखरच अस्तित्वात असावा. मला त्याला भेटायचं होतं. माझ्या मनात सारखं यायचं- त्याला कधीतरी खरंच भेटता आलं तर...! अर्थात त्या वेळी मी मॉरिशसला जाण्याची कल्पनाही करणं शक्य नव्हतं. पण प्रयत्नांती परमेश्वर – भविष्यात एक दिवस असाही आला की मी खरोखर मॉरिशसला गेलो आणि डोंगरावर ठेवलेल्या स्टोन बॉय नावाचा दगडदेखील पाहिला. माझ्या कॅमेऱ्याने मी स्टोन बॉयचे फोटो काढले- तो क्षण माझ्यासाठी फार फार भावुक होता.

याव्यतिरिक्त सुद्धा दूरदर्शनवर पुष्कळ संस्मरणीय कार्यक्रम झाले. हम लोग, बुनियाद, गुल गुलशन गुलफाम, सांझा चुल्हा, स्पेस सिटी सिग्मा, महाभारत, द ग्रेट मराठा, कच्ची धूप, फुलवंती, बाबाजी का बाइस्कोप, भारत एक खोज, चुनौती, उडान, दाने अनार के, नुक्कड, मिट्टी के रंग, देख भाई देख, फ्लॉप शो, फौजी, मिस्टर योगी, करमचंद, कथा सागर, मालगुडी डेज, कानून, शांती, मेरी आवाज सुनो, नींव, मुल्ला नसरुद्दिन, रजनी, सुरभी, श्रीमान श्रीमती, सिंहासन बत्तीसी, विक्रम और वेताल, परख, पलाश के फूल, वागले की दुनिया, ये जो है जिंदगी, ...खूप मोठी यादी आहे. त्या सगळ्या मालिका आजही स्मरणात आहेत.

केवळ मालिकाच नव्हेत, तर दूरदर्शनच्या आणखी काही गोष्टी मनावर कोरल्या गेल्या आहेत. बातम्या देणारे सलमा सुलतान, शम्मी नारंग, मीनू तलवार, वेद प्रकाश, सरला माहेश्वरी हे सगळे त्या काळी फिल्मी ताऱ्यांपेक्षा कमी नव्हते. दूरदर्शनवर येणाऱ्या जाहिरातींच्या ओळी आपण आजही म्हणतो. 'लेकिन एक नहीं छह, पूरे घर को बदल डालूँगा', 'खाओ गगन, रहो मगन,' 'जो ओके साबून से नहाये, कमल सा खिल जाए', 'सबकी पसंद निरमा,' 'हॉकिन्स की सिटी बजी', 'राजू, तुम्हारे दांत तो मोतियों से चमक रहे हैं,' 'पामोलिव दा जवाब नहीं,' 'जब मैं छोटा लडका था,' 'हाजमोला सर,' 'चल मेरी लूना', 'स्वाद भरे शक्ति भरे पार्ले जी,' 'डिकरा, भूलतो नथी, ई सी ई बल्ब लावजो,' आणि त्याशिवाय, 'मिले सूर मेरा तुम्हारा,' 'गूँजे बनकर देश राग,' एक चिड़िया अनेक चिड़िया' – यांसारखी गीतं आणि लघुपट पुन्हा झाले नाहीत.

पुढच्या आठवड्यातील कार्यक्रमांची रूपरेषा सांगणारा कार्यक्रम म्हणजे – साप्ताहिकी. तो बहुधा गुरुवारी असायचा. साप्ताहिकी बघताना लोक वहीत नोंदी करून ठेवायचे आणि रविवारच्या चित्रपटाची घोषणा ऐकायला तर घरातले सगळे टीव्हीसमोर जमायचे.

तुला इंग्रजी येत नाही, तू गांवढळ आहेस

आमच्या घरापासून थोड्या अंतरावर एक समृद्ध कुटुंब राहत होतं. आसपासच्या बहुतांश लोकांपेक्षा हे कुटुंब आर्थिक, सामाजिकदृष्ट्या कितीतरी वरचढ होतं. कुटुंबातले लोक शिकलेसवरलेले होते. त्याच कुटुंबात माझ्या वयाचा एक मुलगा होता.

एका संध्याकाळी मी घराच्या दारात बसलो होतो. बाहेर गल्लीत खेळणाऱ्या मुलांना बघण्यातच खूश होतो. तेवढ्यात खेळता खेळता मुलं लांब जाऊन दिसेनाशी झाली. त्यांचा खेळ बघण्याची माझी इच्छा अनिवार झाली आणि मी मुलं गेली त्या दिशेला हातापायांनी सरकू लागलो. काही अंतरावर ती मुलं खेळताना दिसली आणि मी तिथेच रस्त्यात बसून खेळ बघू लागलो. तिथे आमच्या घरापासून जरा लांब असलेल्या घरांतली इतरही काही मुलं खेळत होती. त्यांच्यातच मी वर उल्लेख केलेला मुलगा होता. मी बघितलं की, तो मुलगा इतर मुलांपेक्षा जरा गुंड होता. ज्या मुलांबरोबर तो खेळत होता त्यांना तो धक्के मारून पाडत होता. त्याच्या त्या वागण्यामुळे मला काही तो आवडला नाही.

अचानक तो खेळता खेळता माझ्याजवळ येऊन बसला आणि विचारलं, "व्हॉट इज युअर नेम?"

मला त्या वेळी इंग्रजीचं अ-ब-क सुद्धा माहीत नव्हतं. हेही माहिती नव्हतं की इंग्रजीत अ-ब-क च्या जागी ए- बी- सी असतं.

"काय?" त्याच बोलणं न समजल्यामुळे मी विचारलं.

ते ऐकून त्याच्या चेहऱ्यावर कुत्सित हसू उमटलं आणि त्याने पुन्हा तोच प्रश्न विचारला, "व्हॉट इज युअर नेम?" मी गोंधळून गप्पच राहिलो. त्याने पुन्हा तेच विचारलं.

"हिंदी शाळेत जातोस ना? तू तर अगदी गावंढळ आहेस. तुला कुठून इंग्रजी येणार!" मी उत्तर देत नाही हे बघून त्याने टोमणा मारला.

त्याचा खवचटपणा मला मुळीच आवडला नाही, पण मी काही करू शकत नव्हतो. आमच्या कुटुंबाचा शैक्षणिक इतिहास आणि आमचे मित्र, नातेवाईक, शेजारी आणि ओळखीच्या लोकांचे शैक्षणिक स्तर पाहता मी आयुष्यात कधी इंग्रजी शिकू शकेन ही शक्यता नसल्यासारखीच होती.

अंधार पडायला लागल्यावर मी सगळ्यांच्या नजरा चुकवत घराकडे येऊ लागलो. सरकत सरकत येताना मी मनाशी निश्चय केला की वाट्टेल ते झालं तरी एक दिवस असा येईल, जेव्हा माझी इंग्रजी लिहिण्या-वाचण्या-बोलण्याची योग्यता

त्या मुलापेक्षा उत्तम असेल.

या संकल्पाची सिद्धी व्हायला अनेक वर्षं लागली. पण मी सतत मनाशी घोकत होतो की, मला इंग्रजी शिकायचंच आहे.

अजय- वाळवंटातला शीतल झरा

प्राथमिक शाळेत मित्र म्हणावा असा सहाध्यायी मला पहिल्यांदा चौथीच्या वर्षात भेटला. त्याचं नाव अजय. अगदी हडकुळा आणि बुटका अजय माझ्याजवळ बसायचा. आम्ही डबाही एकत्र खायचो. माझ्या कुटुंबीयांव्यतिरिक्त अजय पहिला माणूस होता ज्याच्याशी मी भावनिक स्तरावर जोडला गेलो. आम्ही एकमेकांशी काय बोलायचो ते आज आठवत नाही, पण अजयबद्दल मला किती आपुलकी वाटू लागली होती हे मात्र पक्कं आठवतंय. त्याच्या शाळेत असण्याने मला खूप ताकद मिळायची. आता मला चक्क शाळेत जावंसं वाटू लागलं होतं, कारण तिथे अजय मला भेटायचा. अजयने कधीही माझी चेष्टा केली नाही. शाळेत जाणं माझ्यासाठी किती भीतिदायक होतं हे मी तुम्हाला सांगूच शकत नाही.

मला चहूबाजूंनी उपहासच झेलावा लागत होता. अशात अजयचं असणं हे माझ्यासाठी एक मोठाच आधार होता.

अजय अभ्यासातही हुशार होता. स्टार ट्रेकमधील मिस्टर स्पॉकप्रमाणे तो हाताची चार बोटं दोन दोनच्या गटात फाकवून 'v' असं चिन्ह करू शकायचा. वर्गात बाकी कुणालाही तसं करता येत नव्हतं. त्यामुळे अजयला हिरो मानलं जायचं. अजय त्याच्या आई-वडिलांबरोबर मेहरौलीमध्येच एका भाड्याच्या घरात राहायचा. त्याचे वडील कुठल्यातरी सरकारी विभागात काम करायचे. त्याच्या घरची परिस्थिती चांगली नव्हती, पण त्याला शिकण्याची आस होती. आज मला अजयचा चेहरा तितकासा आठवत नाही, पण तो साधारण 'तारे जमीं पर' चित्रपटातील दर्शील सफारीसारखा दिसायचा.

अजयचा आणि माझा सहवास फार दिवस राहिला नाही. काही दिवसांतच त्याच्या वडिलांची बदली झाली. एक दिवस अजय वडिलांबरोबर शाळेत आला आणि त्याचं नाव शाळेच्या रजिस्टरमधून काढून टाकलं. त्या दिवशी मी अजयला शेवटचा भेटलो. तो रडवेला होऊन माझ्याकडे बघत होता, पण वडिलांजवळच उभा होता. – आणि मग अजय शाळेतून निघून गेला.

त्या दिवशी मी शाळेतून घरी आलो, तेव्हा छातीवर जड ओझं ठेवल्यासारखं वाटत होतं. रडावंसं वाटत होतं. आता शाळेत अजय नसेल या कल्पनेने मी

पूर्णपणे हताश झालो होतो. यावरून त्या वेळी माझ्या आयुष्यात अजयचं महत्त्व किती होतं याचा अंदाज येईल. अजय चित्रं छान काढायचा. एक दिवस त्याने वर्गात बसल्या बसल्या गुलाबाच्या फुलाचं एक चित्र काढलं. चित्र सुंदर आलं होतं. दुसऱ्या दिवशी अजयने ते रंगवून आणलं आणि लहानशा कागदावरचं ते चित्र त्याने मला दिलं.

मला आणि किशोरला शाळेसाठी कधीकधी जे पैसे मिळायचे, त्यातले बरेचसे आम्ही बँकेमध्ये जमा करायचो. आमची बँक म्हणजे अम्मा. आम्ही अम्माकडे पैसे द्यायचो आणि ती ते तिच्या पेटीत सांभाळून ठेवायची. मी दिलेले पैसे अम्मा एका प्लॅस्टिकच्या पिशवीत ठेवायची. अजयने दिलेलं ते चित्रही मी त्याच पिशवीत ठेवलं. अम्माच्या पेटीत ठेवलेली ती पिशवी वर्षभरात फक्त दोन-तीनदाच उघडली जायची.

रक्षाबंधनाच्या दिवशी ती नक्की उघडली जायची, कारण त्यातलेच पैसे काढून मी राखी बांधणाऱ्या माझ्या बहिणींना भेट म्हणून द्यायचो. जेव्हा ती पिशवी उघडायचो, तेव्हा मी त्या गुलाबाकडे खूप वेळ बघत बसायचो. तो गुलाब आणि माझे पैसे अम्माने जिवंत असेपर्यंत सांभाळले.

अजय कुठे गेला कुणास ठाऊक. त्याला मी आजपर्यंत पुन्हा भेटलो नाही.

आयुष्यात एकदा तरी अजय भेटला तर किती बरं होईल! तो आता माझ्याएवढाच मोठा असेल. यदाकदाचित समोर आलाच, तर मी त्याला ओळखू कसा?

बाबांचं जग सोडून जाणं

बाबा काही दिवस आजारी होते. २६ जानेवारी १९८५ रोजी ते अचानक आम्हाला सोडून गेले. २६ जानेवारी- भारताचा प्रजासत्ताक दिन- त्या दिवशी सगळ्यांच्या मनात दिल्लीच्या राजपथावर होणारी सैन्याची आणि सांस्कृतिक परेड बघण्याची इच्छा असते. काही लोक परेड प्रत्यक्ष बघायला राजपथावर जातात, पण बहुतांश लोक ती टीव्हीवरच बघतात. सकाळी सुमारे नऊला सुरू होणाऱ्या त्या परेडची सगळे वाट बघत असतात, तशी त्या दिवशी आम्हीही बघत होतो.

पण सकाळी आठच्या सुमारासच बाबांनी शेवटचा श्वास घेतला.

इतका जवळून मृत्यू पाहण्याचा तो माझा पहिलाच अनुभव. मला फक्त एवढंच समजत होतं की, 'बाबा मेले' आणि आता 'बाबा कधीच बोलणार

नाहीत.' बाबा आणि माझ्यात विलक्षण प्रेमाचं नातं होतं. त्यांच्या जाण्याने माझं अपरिमित नुकसान झालं होतं. शाळेत जायच्या आधी मी जेव्हा घरी अभ्यास करायचो, तेव्हा बाबा मला अंक मोजायला आणि पाढे म्हणायला शिकवायचे. ते मला अगदी शिस्तीत शिकवायचे आणि मला अभ्यासाच्या बाबतीत शिस्त लावायचे.

मला पोलिओ झाल्यावर माझ्या उपचारांसाठी बाबांनी खूप श्रम घेतले. शाळेत मला एक एक इयत्ता पुढे जाताना बघून त्यांना खूप आनंद व्हायचा. माझं पुढचं आयुष्यदेखील त्यांनी पाहिलं असतं तर! मी हरलो नाही हे त्यांना बघायला मिळालं असतं तर...!

माझं आयुष्य विशेष आहे

चौथीच्या वर्षात बहुधा प्रथम मला जाणीव झाली की, माझ्याकडे बघण्याच्या समाजाच्या अलिप्त, उदासीन दृष्टिकोनाचा सामना करण्यासाठी, शिक्षण हे माझ्यासाठी एक अत्यंत प्रभावी माध्यम ठरेल. माझं मन काहीसं संतुलित होऊ लागलं होतं. आजूबाजूचे लोक मला देत असलेल्या वाईट वागणुकीमुळे मी आतून इतका मोडून पडलो होतो, की एक नवीन सुरुवात होणं क्रमप्राप्त होतं. वणव्याने जंगल जरी पूर्ण जाळून टाकलं तरी एक वेळ अशी येते की, राखेतून नवीन अंकुर फुटतातच. माझ्या आसपासचा समाज, त्यांचं वागणं, आणि माझ्याबद्दलची त्यांची बेफिकिरी यांत काही बदल झाला नव्हता... पण ही परिस्थिती कधीच बदलणार नाही, आणि त्यात राहूनच मला मार्गक्रमणा करायची आहे या कटू सत्याचा मी आता स्वीकार करू लागलो होतो.

लोक अद्यापही माझी चेष्टा, उपेक्षा करतच होते; पण आता मी माझ्या मनाचे दोन भाग केले. एक भाग ती उपेक्षा सहन करायचा, त्या वेदनेने रडायचा सुद्धा; पण दुसरा भाग त्याने विचलित न होता आपल्या ध्येयावर लक्ष केंद्रित करायचा.

याच चौथीच्या वर्गात मी हे स्वीकारलं की, या पृथ्वीवर मी काही विशेष प्रयोजन घेऊन आलो आहे. आज मला हे माहीत आहे की, प्रत्येक जणच काही ना काही प्रयोजन घेऊनच जगात येतो; पण महत्त्वाची गोष्ट अशी, की त्यापैकी किती जण ते प्रयोजन जाणून घेण्याचा, त्याची पूर्तता करण्याचा प्रयत्न करतात? माझं प्रयोजन जाणण्याचा आणि तेच ध्येय मानून ते गाठण्यासाठी साधना करण्याचा मी माझ्या परीने पूर्ण प्रयत्न केला आहे. चौथीची परीक्षा झाली. मी पास झालो. मला किती मार्क मिळाले ते मला माहीत नाही. त्याची आता माझ्याकडे नोंदही नाही. पण मार्कांमुळे मला कधी फरक पडला नाही. माझा

संघर्ष आणि सन्मानाने जगण्याची आस ही माझ्या शाळेच्या मार्कांपेक्षा कितीतरी अधिक महत्त्वपूर्ण होती.

मी जीवनसंघर्षाच्या परीक्षेत उत्तीर्ण होत होतो हे माझ्या लेखी जास्त महत्त्वाचं होतं.

'एकमेव दीपक हो मी या भवनी, मजला विझवू नका.
जेव्हा मिळेल, प्रकाश माझ्यापासुनीच मिळेल!
पाय माझे सोलून काढले थकावटीने
आता विचारांसवे मार्ग मी चालत आहे
अश्रूतून हास्यास जन्म देऊनिया मी
मंदिरातल्या दिव्याप्रमाणे जळतो आहे.
पाय मी रोवीन जेथे, राजपथ तो, मिटवू नका!
माझ्या पाऊलखुणांवर अवघे जग चालेल,
जेव्हा मिळेल, प्रकाश माझ्यापासुनीच मिळेल!'
(रामावतार त्यागी यांच्या मूळ हिंदी कवितेचा अनुवाद)

प्राथमिक शाळेतील सोयी-सुविधांचा अभाव

पाचवी इयत्तेत येईपर्यंत, पोलिओचा माझ्या शरीरावर झालेला परिणाम, त्यामुळे माझ्या समोर येणारी आव्हानं, आणि समाजाचा माझ्याकडे बघण्याचा दृष्टिकोन या गोष्टींची मला सवय झाली होती. मी रोज सकाळी कुबड्यांवर शरीर तोलत किशोरबरोबर शाळेत जायचो आणि त्याच्याचबरोबर दुपारी घरी परतायचो. सकाळी शाळेत पोचल्यावर जेव्हा मी पहिल्या मजल्याचा जिना बसत बसत चढायचो, तेव्हा किशोर माझ्या कुबड्या घेऊन मागून यायचा. आता किशोर तिसरीत होता. त्याचा वर्गही पहिल्या मजल्यावरच होता. एकदा वर गेल्यावर मी बहुतेक वेळा शाळा सुटल्यावरच खाली यायचो, पण कधी कधी किशोरबरोबर मधल्या सुट्टीतही खाली मैदानात येऊन मुलांचा खेळ बघत बसायचो.

त्याचदरम्यान माझ्या छोट्या बहिणीचा- पूजाचा जन्म झाला. तान्ह्या पूजाचं घरात आगमन ही महत्त्वाची बाब होती. आता घरात मला खेळायला किशोरव्यतिरिक्त एक छोटी बाहुलीसुद्धा मिळाली.

ज्या चार फूट रुंदीच्या गल्लीत आमची शाळा होती, त्याच गल्लीत शाळेच्या समोर दोन-तीन घरं होती. त्यात राहणाऱ्या लोकांनी म्हशी पाळलेल्या होत्या. त्या सगळ्या घरांत मिळून एकूण दहा म्हशी होत्या. त्यांच्या गोठ्यातून येणारा शेणा-

मूत्राचा वास आमच्या शाळेत भरून राहायचा.

खरंतर आम्हाला त्या दुर्गंधाची तशी सवय झाली होती, पण कधीकधी तो वास इतका असह्य व्हायचा की उलटी यायची. शाळेची गल्ली आणि मैदानातसुद्धा शेण पडलेलं असायचं.

शाळेत सोयी-सुविधा नावाचा प्रकारच नव्हता. माझ्या वर्गाच्या शेजारीच घाणीने भरलेलं शौचालय होतं. कित्येक महिन्यांनी (की वर्षांनी?) एकदा ते साफ केलं जायचं. शाळा प्रशासन तर त्या बाबतीत उदासीन होतंच, पण मुलंही काही कमी नव्हती. शौचालयाच्या बाहेर उघड्यावरच शौचालय बनलं होतं. मुलं तिथे उघड्यावरच लघवी करायची. माझ्या वर्गात एका बाजूने म्हशींच्या गोठ्यातला दुर्गंध आणि एका बाजूने शौचालयाचा दुर्गंध. गोठा माझ्या वर्गापासून सुमारे वीस फूट दूर होता आणि शौचालय पाच-सहा फूट. शौचालयाच्या बाहेर लांबपर्यंत लघवी पसरलेली असायची. तिथूनच शिक्षकही ये-जा करायचे, पण कधी कोणी काही सुधारणा करण्याचा प्रयत्न केला नाही. शिक्षकांची वृत्तीदेखील 'सब चलता है' अशीच होती.

पिण्याच्या पाण्याची व्यवस्था फक्त तळमजल्यावरच होती. हेडमास्तरांच्या खोलीसमोर एक काँक्रीटची टाकी होती. तिच्या नळांवर कायम शेवाळाचा थर साठलेला असायचा. सगळी मुलं त्या टाकीतलंच पाणी प्यायची. मी मात्र ते पाणी प्यायचो नाही, कारण तहान लागल्यावर पाणी पिण्यासारख्या छोट्या गोष्टीसाठी मी पहिल्या मजल्यावरून तळमजल्यावर येऊ शकत नव्हतो. एखादे वेळी काही कामाने खाली यावं लागलंच तर तहान लागली नसली तरी थोडं पाणी पिऊनच वर जायचो, म्हणजे शाळा सुटेपर्यंत तग धरता येईल.

मी कधी त्या टाकीवर पोटभर पाणी प्यायलो नाही, कारण टाकीच्या आजूबाजूला सांडलेलं पाणी आणि साठलेल्या शेवाळामुळे मला तिथे चालणं महाकठीण होतं. घसरून पडायची भीती होती. टाकीचा नळ खूप खाली होता. मी इतर मुलांप्रमाणे पाय वाकवून खाली वाकू शकत नव्हतो, त्यामुळे उभ्यानेच ओंजळीत थोडं थोडं पाणी घेऊन प्यायचो.

आमच्या वर्गात पंखाही नव्हता. त्या लहान खोलीला सहा दरवाजे आणि एक खिडकी होती. त्यातून वारा यायचा, पण तरीही दिल्लीच्या उन्हाळ्यातले उष्ण वारे आणि पंख्याची अनुपस्थिती यामुळे घामेजायला व्हायचं.

वर्ग झाडण्याचं कामदेखील मुलांनाच करावं लागायचं. प्रत्येक वर्गात वेगळी केरसुणी असायची. मास्तर सगळ्या मुलांना आळीपाळीने झाडायची ड्यूटी द्यायचे.

पडायची जागा मी निवडू शकलो असतो तर!

शाळेत जाण्यासाठी मला मेहरौली बाजार ओलांडून जावं लागायचं. मेहरौलीचा बाजार खूप मोठा आहे. तिथे सगळं काही मिळतं – भाजी, कपडे, सोनं-चांदी, मिठाई, फळं, औषधं, भांडीकुंडी, किराणा, ...आणखीही बरंच काही. मेहरौलीमध्ये बऱ्याच सरकारी शाळा आहेत. त्यातल्या काही फक्त मुलांच्या, काही फक्त मुलींच्या. सगळ्या शाळा बाजाराच्या आजूबाजूलाच आहेत, फक्त एक शाळा दीडएक किलोमीटर अंतरावर कुतुबमिनारजवळ आहे.

शाळेत जातायेता रस्त्यात पडणं ही माझी नित्याची बाब झाली होती. कुबड्या घेऊन चालणं मोठं कौशल्याचं काम आहे. ते कौशल्य मी आत्मसात केलं होतं, पण पोलिओमुळे माझ्या शरीराचं संतुलन आणि ताकद या गोष्टी इतक्या कमी होत्या की सगळी खबरदारी घेऊनही मी पडायचोच. शाळेत जातायेता मी गटारात, कचऱ्यात, भर बाजारात, जिन्यावरून, चालत्या वाहनांसमोर, गाई-गुरांच्या शेणात, माणसांच्या विष्ठेत असा कुठेही पडायचो. कित्येक वेळा वाटायचं- पडायची जागा मी निवडू शकलो असतो तर किती बरं झालं असतं!

पडल्यावर मला चांगलंच लागायचं, पण रोजच पडत असल्यामुळे हळूहळू त्याचीही सवय झाली. जोरात पडलो तरी ती वेदना मी सहन करायचो, आणि शक्य तितक्या लवकर उठून पुढे जायचा माझा प्रयत्न असायचा.

मी पडलेला पाहून लोक मला उचलायला आले तर माझी अवस्था आणखीनच कठीण व्हायची. जमिनीवरून उठून उभं राहण्याची माझी एक वेगळी पद्धत आहे. गुडघ्यावर वजन घेण्यासाठी तो विशिष्ट पद्धतीने मोकळा करायला लागायचा.

ती प्रक्रिया मी शब्दात सांगू शकत नाही. थोडक्यात सांगायचं म्हणजे जमिनीवरून उठायची माझी एक विशिष्ट पद्धत आहे आणि उठून उभं राहण्यासाठी माझ्याकडे तो एकमेव पर्याय आहे. जेव्हा लोक मला उठायला मदत करायचे तेव्हा मला उभं राहता यायचं नाही. मी सांगत राहायचो की तुम्ही मला सोडा, मी आपला आपण उभा राहीन. लोकांच्या त्या मदतीमुळे माझं काम आणखी अवघड होतंय हे त्यांना पटवून देण्यात माझा बराच वेळ जायचा आणि त्यादरम्यान भर बाजारात मी एक 'प्रेक्षणीय' दृश्य होऊन जायचो. पडताना जेव्हा कुबडीच्या खाली माझी बोटं अडकायची आणि मग मी कुबडीसकट त्यावर पडायचो, तेव्हा सगळ्यात जास्त जीवघेणी जखम व्हायची. अशा वेळी माझी बोटं कुबडी आणि जमिनीच्या मध्ये सापडून काळीनिळी पडायची. कधी एखाद्या टोकदार दगड किंवा काचेच्या तुकड्यावर पडलो तर रक्त यायचं. पडल्यावर शाळेचा गणवेश

आणि माझे हात तर घाण व्हायचेच. कित्येक वेळा मला तशा घाणेरड्या कपड्यातच शाळेत जावं लागायचं, दिवसभर तसंच राहावं लागायचं.

'रोज रोज पडून सुद्धा आज ताठ उभा आहे
जीवना तुझ्यापेक्षा बघ मी किती मोठा आहे!'
(अज्ञात यांच्या ओळींचा अनुवाद)

संयुक्त राष्ट्रसंघाचं स्वप्न

पाचवीच्या हिंदीच्या पुस्तकात 'संयुक्त राष्ट्र संघाबद्दल' एक धडा होता. तो धडा वाचताना संयुक्त राष्ट्राच्या वैश्विक व्याप्तीने मी अत्यंत प्रभावित झालो. पहिल्यापासूनच मला सगळ्यांना बरोबर घेऊन चालण्याची आस होती. इतर लोकांना मी बरोबर नको होतो ही गोष्ट वेगळी. 'वसुधैव कुटुंबकम्' ही संकल्पना मला फार आवडायची. नगर, प्रांत आणि देशाच्या सीमेत बद्ध होऊन एकेकट्याने जगणं मला पटायचं नाही. म्हणूनच जेव्हा मला कळलं की संयुक्त राष्ट्रसंघ ही संस्था संपूर्ण विश्वाचं प्रतिनिधित्व करते, तेव्हा माझ्या मनाने घेतलं की मी या संस्थेबरोबर नक्की काम करणार.

मला खरोखर काही भविष्य आहे तरी की नाही हेही मला त्या वेळी पाचवीत असताना माहीत नव्हतं, पण इच्छाशक्तीच्या बळावर माणूस खूप काही करू शकतो. आज मी हे जेव्हा लिहितो आहे, तेव्हा संयुक्त राष्ट्रसंघाबरोबर काम करण्याचं स्वप्न मी पूर्ण केलेलं आहे. त्याबद्दल पुढे सांगेनच.

बालपणीचं निरागस मन

शालेय जीवनात मुलांचं एक वेगळंच जग असतं. तेव्हाचे बरेचसे छंद, समजुती, आणि उद्योग आपण मोठेपणी विसरून जातो. वह्या-पुस्तकांत पक्ष्यांची रंगीत पिसं ठेवणं हा असाच एक उद्योग. ज्या मुलांजवळ अशी पिसं असायची, ती मुलं ती पिसं एखादा खजिना सांभाळावा तशी सांभाळायची आणि त्याबद्दल त्यांना विलक्षण अभिमान असायचा. मुलांचा असा समज होता की, वह्या -पुस्तकांत पिसं ठेवल्याने विद्येची देवी सरस्वती प्रसन्न होऊन आशीर्वाद देते. एका सदाहरित झुडपाची पानंदेखील मुलं पुस्तकांत ठेवायची. त्या झुडपाला आम्ही 'विद्येचं झाड' म्हणायचो. त्याची पानंसुद्धा सरस्वतीमातेला प्रसन्न करून घेण्यासाठी ठेवली जायची.

मुलांच्या पुस्तकांत सापडणारी आणखी एक गोष्ट म्हणजे देव-देवतांची चित्रं. अशी छोटी छोटी चित्रंदेखील मुलं श्रद्धेने पुस्तकांत ठेवून देवाची आपल्यावर कृपा राहो अशी प्रार्थना करायची. वास्तविक ही भक्ती केवळ परीक्षेत पास होण्यासाठी असायची.

मुलांच्यात या चित्रांची देवाणघेवाणही व्हायची. कोणाला कोणाचा गणेश आवडला, तर त्याची मनधरणी करून आपल्या रामाच्या बदल्यात त्याचा गणेश घेतला जायचा. कधी शिव परिवाराचा एक्स्चेंज शेरावाली माँच्या बदल्यात व्हायचा, तर कधी लक्ष्मीदेवीच्या बदल्यात राम-दरबार घेतला जायचा. मुलांची भक्ती मोठी विलक्षण!

गोट्या खेळणं हाही मुलांचा आवडता खेळ, पण मोठी माणसं मात्र त्याला कमी लेखायची.

'अभ्यासबिभ्यास सोडून काय दिवसभर गोट्या खेळत बसतोस. नापास झालास तर आयुष्यभर गोट्याच खेळत बसा,' अशी बोलणी मुलांना नेहमी खायला लागायची.

गोट्यांच्या आतली नक्षी बघताना मला नेहमी नवल वाटायचं की, ही नक्षी त्या गोटीच्या आत कशी घुसवली असेल! असंच आश्चर्य अनेक वर्षांनंतर मला पेपरवेट बद्दलही वाटायचं. मला त्याचं उत्तर मिळेपर्यंत मी सतत हा विचार करत राहायचो. शाळेची पहिली चार वर्षं आम्ही धूळपाटीवर लिहायचो. बाजारात पाच पैशाला शाईच्या दोन पुड्या मिळायच्या. ती शाई दौतीत घालून त्यात थोडं पाणी घालून शाई आणि पाणी नीट मिसळावं म्हणून आम्ही ती दौत जोरजोरात हालवायचो. दौत हालवताना मुलं नेहमी एक जप करायची – 'ओल्या ओल्या ये ये, सुक्या सुक्या जा जा'. तो जप करताना मुलं ओलेपणाच्या एखाद्या काल्पनिक देवतेला आवाहन करताहेत असं वाटायचं.

धूळपाटीला गिलावा देण्यासाठी बाजारातून मुलतानी मातीपण आणायला लागायची. रोज शाळेतून आल्यावर अर्धा तास लिहिलेली धूळपाटी धुण्यात आणि मुलतानी मातीचा थर देण्यात जायचा. मातीचा थर दिल्यावर तो वाळण्यासाठी ठेवला जायचा. धूळपाटीवर थर देण्याचं काम जर शाळेत जायच्या थोडंच आधी, किंवा शाळेत करावं लागलं तर ती लवकर वाळण्यासाठी पण मुलांकडे एक मंत्र होता. 'सुक्या सुक्या ये ये, ओल्या ओल्या जा जा.' धूळपाटी वाळवताना मुलं तो जोरजोरात हालवत हा जप करायची. धूळपाटी देवता सुकायला तिला पाहिजे तेवढा वेळ घ्यायचीच हे सांगणे नलगे.

धूळपाटी लिहिल्याने अक्षर सुधारतं असं मानलं जायचं. माझ्या वर्गातल्या इतर मुलांइतकीच मीपण धूळपाटी लिहिली पण माझं अक्षर कधी वळणदार, सुंदर झालं नाही. त्याचं नक्की कारण काय ते मला माहीत नाही, पण पप्पा

आणि इतर लोक म्हणायचे की, कुबड्या घेऊन चालल्यामुळे माझ्या हातांत, बोटांत, सुंदर अक्षरासाठी आवश्यक असलेला लवचीकपणा राहिला नाही.

माझ्या वर्गमित्रांच्या सुंदर बोटांच्या मानाने माझी बोटं बोजड आणि कुरूप होती ही गोष्ट खरीच होती. कुबड्या घेऊन थोडं जरी अंतर चाललं तरी माझ्या बोटांना, हातांना घट्टपणा यायचा, जणू काही मी नुकताच व्यायाम केला असावा. मग मी नीट लिहू शकायचो नाही. बहुधा त्यामुळेच माझं अक्षर बिघडलं असावं.

घरची आर्थिक परिस्थिती आणि आमचा संघर्ष

आमची आर्थिक परिस्थिती फारशी चांगली नव्हती. त्यातून किशोर आणि मी शाळेत जायला लागल्यावर तर पैशाची जास्तच ओढाताण होऊ लागली. सरकारी शाळा असल्यामुळे आमची वर्षाची फी बहुतेक फक्त पाच रुपये असली, तरी गणवेश, वह्या, पुस्तकं यांचा खर्च आणि माझ्या उपचारांचा खर्च यांमुळे आर्थिक अडचणीत वाढ होत होती.

त्या वेळची परिस्थिती आणि भविष्याची चिंता यामुळे आमच्या कुटुंबातील सदस्यांनी जास्तीचं काम करायला सुरुवात केली होती. मेहरौलीमध्ये कोरड्या शाईचा व्यापार करणारा एक माणूस होता. याच शाईमध्ये पाणी घालून आम्ही शाळेत धूळपाटी लिहीत होतो. त्या माणसाकडून आम्ही कोरड्या शाईच्या पुड्या करण्याचं काम मिळवलं. त्याच्याकडून आम्ही किलोंनी शाईची पूड आणायचो. त्याबरोबर तो गुलाबी रंगांची लेबल्स पण द्यायचा. आम्ही शाईच्या लहान लहान पुड्या करून त्या लांबरुंद लेबल शीटमधून लेबल्स कात्रीने कापून प्रत्येक पुडीवर गोंदाने चिकटवायचो. एक किलो शाईच्या सुमारे ३०० पुड्या व्हायच्या. मी आणि किशोर देखील शाळेतून आल्यावर त्या कामात मदत करायचो. आमचं सगळं कुटुंबच दिवसभर त्या कामात गुंतलेलं असायचं. शंभर पुड्यांचा एक रुपया मिळायचा. अशाप्रकारे महिन्याकाठी काही जास्तीचे पैसे मिळायचे. महिन्याला १००-२०० रुपये जास्तीचे मिळाले की आर्थिक परिस्थितीला मोठा आधार मिळायचा.

काही काळ शाईच्या पुड्यांचं काम केल्यावर आम्ही शिवणकाम सुरू केलं. आमच्या घरापासून काही अंतरावर असणाऱ्या एका घरातून ते काम मिळायचं. आई आणि अम्मा तिथून कापडाचे तुकडे आणायच्या.

ते वाकडे-तिकडे तुकडे नीट कापून एकमेकांना जोडायचे असायचे. आमच्याकडे हाताने चालवायचं एक शिवणयंत्र होतं. त्याच मशीनवर दिवसभर काम चालायचं.

शाळेतून आल्यावर मी हाताने ते मशीन फिरवायचो आणि आई शिवायची. हेच काम घरातले सगळे लोक आळीपाळीने करायचे.

त्यानंतर आम्ही आणखी एक काम सुरू केलं. माझ्या आईच्या धाकट्या काकांचा प्लॅस्टिकची खेळणी बनवायचा कारखाना होता. पप्पा तिथून त्या खेळण्यांना लावायची प्लॅस्टिकची लहान चाकं बनवायचं मशीन घेऊन आले. पप्पांना शुक्रवारी साप्ताहिक सुट्टी असायची. दर शुक्रवारी ते कारखान्यात जाऊन पोतंभर प्लॅस्टिकचे दाणे घेऊन यायचे. गव्हाच्या आकाराचे काळ्या रंगाचे ते दाणे असायचे. रोज ऑफिसमधून आल्यावर पप्पा मशीनवर काम करायचे. एका वेळी मूठभर दाणे मशीनमध्ये घालायचे. मशीनच्या हीटरमुळे ते दाणे वितळायचे. त्या मशीनचं चाक पूर्ण शक्तीनिशी फिरवून पप्पा ते वितळलेलं प्लॅस्टिक एका लोखंडाच्या साच्यात भरायचे, आणि लगेचच तो साचा उघडून त्यातून काळ्या रंगाची पाच चाकं बाहेर काढायचे. हाताला बोटं जोडलेली असतात तशी ही चाकं एकमेकांना जोडलेली असायची. घरातले बाकीचे लोक ती तोडून वेगवेगळी करायचे. पप्पा जेव्हा पुन्हा प्लॅस्टिकचे दाणे आणायला कारखान्यात जायचे, तेव्हा ती तयार केलेली चाकं घेऊन जायचे. ती चाकं देऊन, केलेल्या कामाचा मोबदला आणि पुढच्या कामासाठी प्लॅस्टिकचे दाणे घेऊन पप्पा परत यायचे.

बरीच वर्षं हे काम केल्यावर जेव्हा कारखान्यातून कमी दाणे मिळू लागले तेव्हा पप्पांना तेही काम बंद करावं लागलं आणि ते जवळच असलेल्या, आमचे एक नातलग – सीताराम काकांच्या फर्निचरच्या दुकानात काम करू लागले. आता पप्पा ऑफिसमधून आल्यावर चहा पिऊन लगेच दुकानात जायचे आणि रोज तीन चार तास फर्निचर बनवायचं काम करायचे.

जास्तीच्या उत्पन्नासाठी अशी छोटी-मोठी कामं कित्येक वर्षं चालू राहिली.

देवा, मला पहिला नंबर नको

माझं पाचवीचं वर्षही पार पडलं. परीक्षेत मला चांगले मार्क पडले; पण पहिल्या, दुसऱ्या किंवा तिसऱ्या नंबरापासून मी बराच लांब होतो. माझा साधारण चौथा, पाचवा किंवा सहावा नंबर असायचा. परीक्षेचा निकाल आम्हाला मैदानावर प्रार्थनेनंतर सांगितला जायचा. निकालाच्या दिवशी बऱ्याच मुलांचे चिंताग्रस्त पालकदेखील निकाल ऐकायला शाळेत यायचे. कधी प्रार्थना संपेल आणि कधी आपण पास झालो की नापास ते कळेल याची मुलंसुद्धा आतुरतेने वाट बघत असायची.

पाचवी इयत्तेत मी प्रथमच निकाल ऐकायला मैदानावर गेलो आणि पाचवी

'ब'च्या ओळीत महत्प्रयासाने उभा राहिलो. 'सदैव दाखव देवा तू प्रेममार्ग आम्हाला, पिता, माता, गुरुसेवा शिकव देवा आम्हाला,' प्रार्थनेचे हे शब्द गाताना मी माझ्या हातापायात आणि पाठीत होणाऱ्या वेदनांकडे लक्ष न देण्याचा प्रयत्न करत होतो.

प्रार्थना संपल्यावर मुलं आपापल्या जागी तिथेच मातीत बसली. माझा निकाल ऐकण्यासाठी मी पहिल्यांदाच मैदानात आलो होतो. त्याआधीच्या वर्षांत मी पहिल्या मजल्यावरच्या वर्गाच्या खिडकीत बसून ते सगळं बघायचो. तिथपर्यंत आवाज स्पष्ट ऐकू यायचा नाही, पण दिसायचं मात्र सगळं.

मैदानात प्रत्येक वर्गाचे वर्गशिक्षक समोर उभे होते, आणि एकामागून एक निकाल जाहीर करत होते. जेव्हा पहिला, दुसरा, तिसरा नंबर पुकारला जायचा, तेव्हा तो तो मुलगा उभा राहायचा आणि बाकीचे त्याच्यासाठी टाळ्या वाजवायचे. त्यानंतर नापास झालेल्या मुलांची नावं जाहीर केली जायची. बाकी सर्वांसाठी एकच वाक्य उच्चारलं जायचं – 'बाकी सगळे पास.'

एकीकडे निकाल जाहीर होत होता आणि इकडे माझा मनातल्या मनात देवाशी संवाद चालू होता. मी देवाला सांगत होतो की, मला फक्त पास व्हायचंय. पहिला, दुसरा किंवा तिसरा नंबर मला नको, नाहीतर मला त्या भर मैदानात उभं राहावं लागेल, आणि उभं राहताना मी तोल जाऊन पडलो, तर मुलं माझी किती चेष्टा करतील!

'देवा, मला फक्त पास व्हायचं आहे. पहिला, दुसरा नंबर मला नको.'

देवाने माझं ऐकलं – मी पास झालो- पण पहिला, दुसरा किंवा तिसरा नाही आलो. आमच्या प्राथमिक शाळेचा तो शेवटचा दिवस होता.

प्राथमिक शाळेतून पास होणं ही इतर मुलांसाठी फार मोठी बाब नसली तरी, माझ्यासाठी तो जीवनाचा एक संपूर्ण अध्याय होता. प्राथमिक शाळेत मी टोमणे ऐकणं, निंदा सहन करणं, पराकोटीचे कष्ट आणि निराशा यांतूनही मार्ग काढणं, आपलं दुःख कोणालाही न सांगणं, एक विकृत शरीर, एक वेगळी आकृती आणि एका असंवेदनशील समाजाबरोबर राहायला शिकलो होतो.

कागदोपत्री मी फक्त पाचवी पास झालो होतो, पण माझ्यासाठी ती गोष्ट जीवनाच्या पदवीपेक्षा कमी नव्हती.

भाग दुसरा

सावरणे

प्राथमिकमधून माध्यमिकमध्ये

मी आयुष्याशी कशा तऱ्हेने झगडत होतो याचं उदाहरण म्हणजे प्राथमिक शाळेपासून जेमतेम पन्नास मीटर अंतरावर असलेली माध्यमिक शाळा, पप्पांनी मला जेव्हा सायकलवरून सहावीत प्रवेश घेण्यासाठी तिथे नेलं, तेव्हा प्रथम बघितली. घर आणि प्राथमिक शाळा यांदरम्यान मी कसाबसा स्वतःला ओढत न्यायचो. त्या रस्त्याव्यतिरिक्त इकडच्या तिकडच्या जगाविषयी मी पूर्ण अनभिज्ञ होतो. पुढच्या वळणानंतर काय आहे हा विचार मी नेहमी करायचो, पण मी केवळ विचारच करू शकत होतो. मात्र माझ्या वर्गमित्रांना मेहरौली आणि दिल्लीच्या बऱ्याच भागांची चांगली माहिती होती.

माध्यमिक शाळेत आल्यावर मला एका नवीनच जगात आल्यासारखं वाटलं. दोन्ही शाळांमध्ये बरेच फरक होते. प्राथमिक शाळेची खाकी पॅन्ट आणि निळ्या शर्टऐवजी खाकी पॅन्ट आणि आणि पांढरा शर्ट असा गणवेश इथे होता. ही शाळा दुपारची होती. त्यामुळे माझा दिनक्रमच बदलून गेला.

प्राथमिक शाळेत वर्षभर एकच शिक्षक सगळे विषय शिकवायचे, पण माध्यमिक शाळेत प्रत्येक विषयाला वेगळे शिक्षक होते. प्राथमिक शाळेत दिवसातून फक्त चार वेळा घंटा वाजायची – प्रार्थनेसाठी, मधली सुट्टी सुरू होताना, संपताना आणि शाळा सुटताना. पण इथे अर्ध्या अर्ध्या तासाचे आठ पिरियड असायचे आणि प्रत्येक पिरियड संपताना घंटा वाजायची.

प्राथमिक शाळेत आम्ही शिक्षकांना 'मास्तर' म्हणायचो, पण इथे 'सर'. प्राथमिक शाळेत एकही शिक्षिका नव्हती, पण इथे दोन-तीन शिक्षिका होत्या. त्यांना आम्ही मॅडम म्हणायचो. माध्यमिक शाळेत भलंमोठं खेळाचं मैदान होतं, झाडी होती, खूप मोकळ्या जागा होत्या.

सगळीकडे स्वच्छता होती. थोडक्यात म्हणजे शाळेच्या परिसरात प्रसन्न वाटायचं. नावासाठी का होईना, पण इथे एक वाचनालय आणि विज्ञान प्रयोगशाळाही होती. प्राथमिक शाळेत आम्ही धुळीत किंवा फारतर फाटक्या-तुटक्या सतरंजीवर बसायचो, पण इथे मात्र बसायला लाकडी डेस्क होते.

इंग्रजी शिकण्याची सुरुवात

प्राथमिक शाळेपेक्षा माध्यमिक शाळा बऱ्यांच बाबतीत वेगळी होती, पण सर्वांत मोठा फरक म्हणजे इंग्रजी विषय शिकवण्याची सुरुवात. प्राथमिक शाळेत सगळे विषय हिंदीतून शिकवले जायचे. इंग्रजीचा तिथे मागमूसही नव्हता. माध्यमिक शाळेत इंग्रजी एक विषय म्हणूनच शिकवला जायचा. बाकी विषयांचं माध्यम हिंदीच होतं.

सहावीत मी जेव्हा इंग्रजी अक्षरं शिकू लागलो, तेव्हा मला पुन्हा पहिलीत गेल्यासारखं वाटलं, जिथे मी हिंदी अक्षरांशी कुस्ती खेळत होतो. पहिलीत कुस्तीचं मैदान धूळपाटी हे होतं, आता सहावीत इंग्रजी शिकण्यासाठी एक वेगळ्याच प्रकारची वही होती. त्या वहीत प्रत्येक पानावर चार-चार समांतर रेघांचे समूह होते. त्या वहीला काही नाव नव्हतं. आम्ही दुकानदाराकडे 'इंग्रजीची वही' मागायचो आणि त्याला ते बरोबर समजायचं.

माध्यमिक शाळेच्या वर्गातल्या आम्हा सर्वांसाठीच इंग्रजी ही एक मोठीच डोकेदुखी होती. इतर अनेक विद्यार्थ्यांप्रमाणे मीही सातवीत गेल्यावरच इंग्रजी मुळाक्षरं लिहायला शिकलो. त्याआधी 'इंग्रजीच्या' वहीत मी जे काही पेन्सिलीने लिहायचो, ते वहीच्या पानावर किडे बसल्यासारखं दिसायचं.

कमकुवत दृष्टी आणि फळ्याशिवाय अभ्यास

सहावीत येता येता मला जाणवू लागलं की मला नीट दिसत नाहीये. माझी दृष्टी कमकुवत झाली होती.

गेली कित्येक वर्षं पोलिओसाठी जी उष्ण औषधं मोठ्या प्रमाणात मला घ्यावी लागत होती, त्याचाच परिणाम माझ्या डोळ्यांवर झाला होता.

सहावीत मला जाणवलं की फळ्याचा उपयोग एकदम बराच वाढलाय. प्राथमिक शाळेत आमचे एकुलते एक मास्तर क्वचितच फळ्यावर लिहायचे. बहुतांश शिकवणं तोंडीच असायचं. पण इथे शिक्षकांची संख्याच पाच-सात होती आणि आल्या आल्या ते फळ्यावर लिहायला लागायचे. मी अगदी पुढच्या बाकावर बसलो, तरी मला फळ्यावरचं नीट दिसायचं नाही.

माझ्या डोळ्यांबद्दल मी कुणाला काहीच बोललो नव्हतो. एक मोठी समस्या असूनही मला त्या वेळी तिचं महत्त्व कळलं नाही हे मात्र खरं.

माझ्या मनात आणि आयुष्यात मला केवळ एकाच गोष्टीचा ध्यास असायचा

– तो म्हणजे मी कोणापेक्षाही कमी लेखला जाऊ नये. ज्या गोष्टींमुळे मला इतर मुलांपेक्षा कमी लेखलं जाऊ शकेल अशी प्रत्येक गोष्ट माझ्यासाठी काट्यासमान होती., आणि असा प्रत्येक काटा मला काढून फेकायचा होता. पोलिओ, बेढब शरीर, कुबड्या आणि बेडौल चाल हे काटे तर माझ्या मनात रुतलेलेच होते. ते मी काढून फेकू शकतच नव्हतो. चश्मा लावायचा विचार मी कधीच केला नाही, कारण मला आणखी एक 'वेगळेपण' माझ्याशी जोडलं जायला नको होतं. नव कुमारच्या जाड चश्म्याची मुलं ज्या प्रकारे टर उडवायची, त्यामुळेच मला चश्मा लावायचा नव्हता. कुबड्यांबरोबर चश्म्याचीही चेष्टा करण्याची संधी मला माझ्या सहाध्यायींना मुळीच द्यायची नव्हती.

सहावी ते दहावीचा अभ्यास मी फळा न पाहताच पूर्ण केला. शिक्षकांचं बोलणं मी अगदी लक्षपूर्वक ऐकायचो आणि त्यावरून सर्व काही समजून घेण्याचा प्रयत्न करायचो.

माझं पहिलं पुस्तक

आमच्या घरी त्या वेळी 'पंजाब केसरी' हे वृत्तपत्र यायचं. त्यात फार काही विवेचनात्मक किंवा बौद्धिक लिखाण नसायचं.

बातम्यांव्यतिरिक्त, सामान्य माणसाची उत्सुकता चाळवेल अशी रोचक माहिती छापणे हा त्या वृत्तपत्राचा उद्देश होता. 'पंजाब केसरी'मध्ये नेहमी चित्रविचित्र, सनसनाटी गोष्टी छापून यायच्या. (उदा : एका शेतकऱ्याच्या शेतात २६ किलो वजनाचा दुधी भोपळा उगवला.) जेव्हा अशा गोष्टी फोटोसकट छापून यायच्या, त्यांची मी कात्रणं जमवायचो आणि संबंधित माहितीबरोबर एका नोंदवहीत डकवायचो. हे मी तयार केलेलं पहिलं पुस्तक होतं जे बरंचसं रॉबर्ट रिप्लेच्या 'बिलीव्ह इट ऑर नॉट' शी मिळतंजुळतं होतं. माझ्याजवळ अशा रोचक, अविश्वसनीय गोष्टींची शेकडो कात्रणं जमा झाली होती आणि त्याचा अधिकतम स्रोत पंजाब केसरी होता.

ही माझी नोंदवही, इतर मुलांपेक्षा मला 'विशेष' बनवणाऱ्या बाबींपैकी एक होती. गोष्टी जाणून, समजावून घेणं, संकलित करणं आणि त्यांचं विश्लेषण करणं ही लहानपणापासूनच माझी स्वाभाविक प्रवृत्ती होती. यासाठी इतर कोणाकडून मदत किंवा प्रेरणा मिळवायची गरज नव्हती. ही कामं शिक्षक गृहपाठ म्हणून देखील देत नव्हते. हे सर्व मी माझ्या मनानेच करत होतो. हे सर्व करणं माझ्या स्वभावातच होतं.

माध्यमिक शाळेतील मित्र

आमच्या वर्गातल्या एकेका डेस्कवर दोन दोन मुलं बसायची. सहावीपासूनच मुलांनी आपापल्या जोड्या जमवल्या होत्या. त्यातल्या बऱ्याच जोड्या संपूर्ण माध्यमिक शिक्षण होईपर्यंत कायम होत्या. सुरुवातीला बराच काळ माझी कोणाशीच जोडी जमली नव्हती. जिथे जागा मिळेल तिथे मी बसायचो. वर्गात काही मुलं अशीही होती ज्यांना मी त्यांच्याजवळ बसायला नको असायचं. कधीकधी असंही व्हायचं, की मला बसायला जागा मिळाली नाही तर शिक्षक अशा एखाद्या मुलाजवळ मला बसवायचे ज्याला माझं तिथे बसणं आवडायचं नाही. अशा परिस्थितीत तो पिरियड पार पाडणं कठीण व्हायचं. तास संपल्याबरोबर मी जागा बदलायचो. अगदी पहिल्या ओळीवर काही मुलांनी अगोदरच कब्जा केला होता. माझ्यासाठी तर पहिल्या ओळीत बसणं आवश्यकच होतं, कारण लांबून मला फळा दिसणं आणखीनच अवघड होतं. वास्तविक पहिल्या बाकावर बसून देखील मला फळ्यावरचं फार स्पष्ट दिसायचं असं नाही, पण निदान मी काहीतरी अंदाज बांधू शकायचो.

माध्यमिक शाळेत मिळालेल्या काही चांगल्या मित्रांमध्ये सर्वांत पहिलं नाव मी चरण सिंह याचं घेईन. माझ्या आयुष्यात आलेला हा दुसरा मित्र. प्राथमिक शाळेत मिळालेला आणि सोडून गेलेल्या अजयविषयी मी मागे लिहिलंच आहे. चरणचं घर शाळेच्या अगदी जवळ होतं आणि तिथेच त्यांचं पिढीजात दुकानही होतं. त्याच्या कुटुंबाचा टेंट हाउसचा बिझनेस होता.

माध्यमिक शाळेची तीन वर्षं हा माझ्या शालेय जीवनातील सुवर्णकाळ होता. आधीच्या शाळेत इतर मुलांकडून मला जो भेदभाव आणि असंवेदनशीलता सहन करावी लागली होती, तिचं प्रमाण माध्यमिक शाळेत अत्यल्प होतं. शाळेत मला जे काही मित्र मिळाले, ते याच तीन वर्षांत मिळाले. माध्यमिक शाळेच्या आधी प्राथमिक शाळेत आणि नंतर सीनिअर सेकंडरी शाळेत माझ्या बहुतेक सहाध्यायींनी मला दूरच ठेवलं. चरणदेखील माझ्याच प्राथमिक शाळेत होता. पण तिथे तो कधी भेटल्याचं मला आठवत नाही. याचं कारण म्हणजे तो 'अ' तुकडीत होता आणि मी 'ब'. दोन्ही वर्गांमध्ये काही फुटांचंच अंतर असलं, तरी चरणशी माझी भेट न होणं, हे, माझं हिंडणं-फिरणं आणि इतर विद्यार्थ्यांना भेटणं किती मर्यादित होतं, याचं आणखी एक उदाहरण!

चरण आणि माझा सहावी 'अ' मध्ये प्रवेश झाला. आमच्या मैत्रीची सुरुवात अनपेक्षितपणेच झाली. एक दिवस चरणने मला वर्गात 'लंगडा' म्हणून चिडवलं

आणि गोष्टी इतक्या थराला गेल्या की मी रडू लागलो. तेवढ्यात आमचे वर्गशिक्षक तिथे आले आणि त्यांनी चरणला दुसऱ्या खोलीत नेऊन समजावलं. मग त्यांनी चरणला आणि मला पहिल्या ओळीत एकाच डेस्कवर बसायला सांगितलं. पण ज्याने सगळ्यांसमोर मला चिडवलं, त्याच्याशेजारी बसायला भाग पडणं मला मात्र रुचलं नव्हतं. पण मी चरणशेजारी बसलो आणि त्यानंतर माध्यमिक शिक्षण पूर्ण होईपर्यंत आम्ही एकत्रच बसलो.

त्यानंतर चरणने मला कधीही चिडवलं नाही, आणि आम्ही दोघं चांगले मित्र झालो. तेव्हा मी चालताना एक कुबडी वापरत असे. एका कुबडीच्या आधारे चालणं मला जास्त सोपं वाटायचं. मी डाव्या काखेत कुबडी धरून उजव्या हाताने उजव्या गुडघ्यावर दाब देऊन चालायचो. कॅलिपर बांधणं मी एव्हाना खूप कमी केलं होतं, कारण माझं शरीर झपाट्याने बिघडत चाललं होतं. पाठीच्या कण्याला बाक येऊ लागला होता, त्यामुळे कॅलिपर बांधून चालणं मला अधिकाधिक कठीण होत चाललं होतं.

त्या काळी मी शाळेत इकडून तिकडे जाताना उजव्या हाताने नेहमी चरणच्या खांद्याचा आधार घ्यायचो. त्यामुळे मला चालणं सोपं जायचं. हे करताना तो माझ्यावर काही उपकार करतो आहे, अशी जाणीव चरणने मला कधीही होऊ दिली नाही. आमची मैत्री इतकी निरागस होती की, शाळेत इकडून तिकडे जाण्यासाठी मी चरणवर किती अवलंबून राहू लागलो होतो हे बराच काळ माझ्या ध्यानातच आलं नाही. त्याच्या आधाराशिवाय मी चालू शकत नव्हतो असं नाही, पण त्याच्या आधाराने चालणं मला अधिक सुलभ वाटायचं. दुखायचं कमी आणि ताकदपण वाचायची.

चरण आणि मी शाळेत एकत्रच असायचो. जिथे तो, तिथे मी. त्याला जिथे जायचं नसायचं, तिथेही मी त्याला चलायला सांगायचो, आणि तो तत्परतेने खांद्याचा आधार देऊन माझ्याबरोबर तिथे यायचा. असं बरेच दिवस चालू राहिलं.

एक दिवस संध्याकाळी शाळेतून घरी जाताना जेव्हा मी चरणचा खांदा धरून शाळेतून निघत होतो, तेव्हा चरण म्हणाला की, घरात कोणीतरी त्याला विचारलं की त्याच्या शर्टचा डावा खांदा बाकीच्या शर्टपेक्षा जास्त मळलेला का असतो? चरणचे त्या वेळचे नक्की शब्द काय होते ते आता मला आठवत नाही. त्याने मला खांद्यावर हात ठेवायला नाही म्हटलं नाही. पण त्याच्या बोलण्यात नक्कीच एक इशारा होता, तो मी लगेच ताडला आणि त्या क्षणी मी त्याचा खांदा सोडला, तो कायमचा. चरणचं घर माझ्या घराच्या वाटेवर होतं, त्यामुळे त्याच्या घरापर्यंत मी त्याचा खांदा धरून यायचो आणि पुढे माझा मीच चालायचो.

त्या दिवसानंतर देखील आम्ही शाळेतून बरोबरच यायचो, पण आता मी

त्याच्या खांद्यावर हात ठेवायचो नाही.

एक खास दिवस

सकाळचे सुमारे दहा वाजले होते. त्या दिवशी शाळेला सुट्टी होती. बहुधा रविवार होता. पप्पा पण घरी होते. आमच्या घरातली एक खोली – आम्ही तिला कोठार म्हणायचो- ती बैठकीच्या खोलीचं काम करायची. त्याच कोठाराच्या लाल सिमेंटच्या फरशीवर बसून मी शाळेचा गृहपाठ करत होतो आणि बाहेरून आलेल्या दोन व्यक्तींबरोबर पप्पा चहा पिण्यात आणि गप्पा मारण्यात रंगून गेले होते. अचानक त्यांच्या गप्पांचा रोख माझ्याकडे वळला आणि मी त्यांचं बोलणं लक्षपूर्वक ऐकू लागलो.

"परमा भाई, या मुलाच्या बाबतीत तर फारच वाईट घडलं हो. च्, च्, ईश्वराची इच्छा!" दळली गेलेली 'सामाजिक' रीत आणि शब्द वापरत बाहेरून आलेल्यांपैकी एक गृहस्थ उद्‍गारले.

"हो ना, काय करणार!" पप्पांनी देखील ठरावीक उत्तर दिलं. मी मागे सांगितल्याप्रमाणे माझ्याबद्दल चाललेल्या 'दयापूर्ण' बोलण्यातून पप्पा नेहमी निसटायचा प्रयत्न करायचे. माझ्या दिव्यांगत्वाची समाजाने कीव करण्याने त्यांना बहुधा दुःख होत असावं. अशा दयेच्या बोलण्याला ते नेहमी बगल द्यायचे. त्याबद्दल मी त्यांचा कायमचा ऋणी आहे.

"बघा ना, किती देखणा मुलगा आहे, पण नियतीपुढे कोणाचं काय चालणार!" आता दुसरे गृहस्थ बोलले.

"मुलाचं आयुष्य तर बरबाद झालंच आहे परमा भाई, आता त्याला कुठेतरी कामधंद्याला लावायचा विचार करा." पप्पांना फुकटचा सल्ला मिळाला.

"याला एक तीनचाकी सायकल घेऊन द्या. दिव्यांगांसाठी शिबिरं असतात, तिथे फुकट मिळेल. मी अनेक दिव्यांगांना तिथून सायकल घेताना पाहिलं आहे. ती सायकल हाताने चालवायची असते."

"याचं दिव्यांगत्वाचं प्रमाणपत्र देखील करून घ्या परमा भाई. अशा लोकांना कोट्यातून सरकारी नोकरी मिळतेच. आरामात आयुष्य जाईल."

गृहपाठ विसरून मी ते बोलणं लक्ष देऊन ऐकत होतो. त्या दोघांचं मला सारखं दिव्यांग म्हणणं आणि मी म्हणजे एक ओझं आहे असं दर्शवणं मला अतिशय टोचत होतं. ते सगळं बोलणं मला अगदी असह्य होत होतं. जेव्हा बाहेरचे कोणी लोक घरात आले असतील, तेव्हा मी हात-पायांचा वापर करून

सरकायचो नाही. वाढत्या वयाबरोबर मी माझ्या आत्मसन्मानाबद्दल अधिकाधिक जागरूक होत होतो. घरातल्या लोकांसमोर मी हातापायांनीच चालत होतो (कारण ते माझ्यासाठी सर्वांत सोपं होतं), पण बाहेरच्यांसमोर शक्यतो मी तसा चालायचो नाही. मात्र कोठारात त्या दिवशी माझ्यावर बरसणारी 'दया' मला निखाऱ्यासारखी भाजत होती. न राहवून मी तसाच फरशीवरून सरकत त्या खोलीतून निघून गेलो.

तो दिवस माझ्या आयुष्यातला अत्यंत महत्त्वाचा दिवस होता. त्या दिवशी मी जे अनेक निर्णय घेतले त्यांमुळे माझ्या आयुष्याची दिशा निश्चित झाली.

मी ठरवलं की, मी कुठल्याही सायकल किंवा व्हीलचेअरचा आधार घेणार नाही. स्वतःच्या बळावर कुबड्या घेऊनच चालेन. जेव्हा शारीरिक वेदना आणि दमणूक इतकी असह्य होईल की चालताच येणार नाही, तेव्हाच मी व्हीलचेअरवर बसेन.

मी हेही ठरवलं की, अपंगांच्या कोट्यातून मी कधीही नोकरी घेणार नाही. मी जरी माझ्या योग्यतेच्या बळावर सरकारी नोकरी मिळवली तरी समाज माझ्याकडे 'दिव्यांग कोट्यातला' म्हणूनच बघणार. मी निश्चय केला की, शक्यतो मी 'दिव्यांग कोट्याची' मदत घेणार नाही आणि कोणत्याही सरकार, संस्था किंवा व्यक्तीकडून दिव्यांगत्वाचं भांडवल करून मदत मागणार नाही. तो दिवस आणखीही एका कारणासाठी महत्त्वपूर्ण होता. ते म्हणजे त्या दिवसापासून माझा समाजाशी कधीही न संपणारा संघर्ष सुरू झाला. दिव्यांगांबद्दलच्या समाजाच्या वृत्तीमुळे मी आधीच घायाळ होतो, पण त्या दिवसानंतर मी त्या वृत्तीविरुद्ध संघर्ष करण्याचा निश्चय केला. आता, समाजाच्या मते मी ज्या गोष्टी मिळवायला असमर्थ होतो, ती प्रत्येक गोष्ट मिळवून दाखवायचीच हे माझं लक्ष्य बनलं होतं.

आपला समाज आणि यंत्रणा इतक्या सहजतेने, विचार न करता दिव्यांगांना बाजूला टाकतात, या गोष्टीचं मला मनस्वी दुःख व्हायचं. दिव्यांग व्यक्तींशिवाय जगाचं काही अडत नाही, सगळं काही यथास्थित चालतं, आणि त्यामुळे त्यांना सक्षम बनवण्याची काहीच गरज नाही, अशीच समाजाची धारणा असते.

समाजाने मला अर्थहीन आयुष्य जगण्याचा सल्ला देण्याऐवजी 'ललित, आगे बढो, निसर्गाने तुझ्याकडून बरंच काही हिरावून घेतलंय; पण तरीही तुझ्याकडे पुष्कळ सामर्थ्य आहे. ते सामर्थ्य, ते कौशल्य आणखी बळकट करून स्वतःसाठी आणि इतरांसाठी एक अर्थपूर्ण आयुष्य जग' अशी जर हिंमत आणि प्रेरणा दिली असती, तर मी तो समाज निरोगी, प्रगतिशील आहे असं मानलं असतं.

काही दिवसांपूर्वीच एक मजेशीर घटना घडली. माझ्या सध्याच्या ऑफिसमध्ये

काम करणारी एक व्यक्ती कुठल्या तरी कारणासाठी एका कागदावर सगळ्या स्टाफच्या सह्या घेत होती. त्या कागदावर सगळ्या कर्मचाऱ्यांची नावं आणि पदं छापलेली होती. मी ऑफिसमध्ये नवीन होतो. त्यामुळे त्या व्यक्तीला माझं नाव आणि पद माहीत नव्हतं. तो माझ्याजवळ आला आणि मला कागद देऊन 'सही कर' म्हणाला. मी कागद हातात घेऊन छापलेल्या यादीत माझं नाव शोधू लागलो.

"एल. डी. सी. (लोअर डिव्हिजन क्लार्क) मध्ये बघ." त्याने मदत करण्याच्या सुरात सांगितलं.

"मी एल. डी. सी. नाही," मी म्हटलं.

"मग यू. डी. सी. (अपर डिव्हिजन क्लार्क) मध्ये बघ," त्याने उत्तर दिलं.

मी म्हटलं, "मी यू. डी. सी. देखील नाही."

"मग काय आहेस?" त्याने विचारलं.

तेवढ्यात मला माझं नाव दिसलं आणि मी मुकाट्याने तिथे सही केली. तो कागद घेऊन तो तिथून निघून गेला. तो गेल्यावर मी विचार केला की, मी एल डी सी किंवा फारतर यू डी सी असेन असं तो का समजला?

शेजारी ठेवलेल्या कुबड्यांनी मला त्या प्रश्नाचं उत्तर दिलं, आणि ज्या दिवशी मला टायपिंग शिकून दिव्यांग कोट्यातून एखाद्या सरकारी कचेरीत कारकून होण्याचा सल्ला दिला गेला होता, तो दिवस आठवला. 'आरामात आयुष्य जाईल'. सही घ्यायला येणाऱ्या त्या माणसालाही माझ्या कुबड्या बघून वाटलं असेल की, हा क्लार्कच असणार. क्लार्क होणं वाईट आहे असं नाही, पण एखादा दिव्यांग माणूस फक्त क्लार्कच होऊ शकतो ही सामान्य माणसांची समजूत मला त्रास देते.

मी दिव्यांग आहे याची मला वारंवार जाणीव करून देण्यापेक्षा जर समाजाने मला उत्साहाने जगायला आणि अडचणींशी सामना करायला प्रोत्साहन दिलं असतं, तर हा समाज कितीतरी सुंदर, सभ्य आणि प्रगतिशील वाटला असता.

'माझ्या उडण्याविषयी त्यांची तक्रार का?
माझ्या अस्तित्वाचं नातंच मुळी आकाशाशी आहे.
मी काच आहे, निवाडा काय होईल, चिंता नाही,
माझं तर युद्धच एका पर्वताशी आहे.'
(अज़ीज़ आज़ाद यांच्या हिंदी ओळींचा अनुवाद)

वेगळं पाडणं

कुणाचं तरी लग्न आहे. माझ्या कुटुंबीयांबरोबर मीही तिथे पोचलो आहे. खूप लोक जमले आहेत. प्रत्येक जण काही ना काही कामात गुंतलेला आहे. लोक एकमेकांशी बोलताहेत, सगळीकडे आनंदी वातावरण आहे. मी एका खोलीत बसलो आहे. तिथे इतरही पुरुष बसून गप्पागोष्टींत रमले आहेत. तेवढ्यात बाहेरून फर्मान आलं की, ही खोली बायकांना हवी आहे, त्यामुळे सगळ्या पुरुषांनी दुसऱ्या खोलीत जावं. सगळ्यांबरोबर मीही उठू लागलो.

"अरे, तू बस रे इथेच. कुठे आमच्याबरोबर येणार! उगीच पडशील बिडशील." मला उठताना पाहून बरेच जण एका सुरात म्हणतात.

"नाही, मी चालेन. मलाही तुमच्याबरोबर बाहेर जायचंय." मी उत्तर देतो.

"अरे नको. तू बस इथेच आरामात."

इतक्या मोठ्या आणि आदरणीय लोकांच्यात माझा आवाज दाबला जातो. सगळे जण मला तिथे एकटा सोडून बाहेर कुठेतरी जातात, आणि काही क्षणांतच ती खोली बायकांनी भरून जाते. मी खोलीत असल्यामुळे त्या बायकांना अवघडल्यासारखं होतंय, आणि माझी अवस्था तर विचारूच नका. शरमेने मरून जाईन असं वाटत होतं.

हे असं माझ्या बाबतीत कित्येक वेळा घडलंय. समाज सर्वांना बरोबर घेऊन चालू इच्छित नाही. इथे कोणी इतरांपेक्षा जरा जरी वेगळा असेल तरी त्याला बाजूला टाकलं जातं. लोकांना फक्त त्यांच्यासारख्यांसमवेतच राहायचं असतं. धर्म, जात, लिंग, भाषा, क्षेत्र, रंग इत्यादी अनेक कात्र्यांनी कापलेला हा समाज मिळून मिसळून राहण्याला प्रोत्साहन देत नाही. दिव्यांगत्व आणि आजार ही देखील अशीच एक कात्री आहे. दिव्यांग आणि आजाऱ्यांना समाज त्यांच्यातले मानत नाही आणि त्यांना वेगळं पाडतो.

उपरोक्त घटनेबाबत समाजाला हेही भान ठेवलं पाहिजे की, मला कुठे आणि कसं सहज वाटेल. तुम्हाला त्याच्याशीही देणं-घेणं नसेल तर किमान मला बांधू तरी नका. जरी मी पडलो तरी तो माझा प्रश्न आहे. मी कुठे जाऊ शकतो, कुठे नाही; काय करू शकतो, काय नाही, हे माझ्याशिवाय इतर कोणाला कसं समजू शकेल? अशा परिस्थितीत मला नेहमी प्रकर्षाने वाटायचं, की माझी मर्जी काय आहे हे कोणीतरी विचारावं.

सर्व लोक सक्षम बनतील अशी व्यवस्था समाजाने निर्माण करणं ही आदर्श स्थिती. दिव्यांग व्यक्तीदेखील इतरांबरोबरच राहतील, कोणालाही मागे राहिल्याची

भावना असणार नाही, अशी आदर्श स्थिती असायला हवी.

वाचनाचा छंद

माध्यमिक शाळेत असताना मला वाचनाची गोडी लागली. मी विविध विषयांची पुस्तकं वाचायला सुरुवात केली. त्या वेळी मला सगळ्यात जास्त आवडणारे विषय म्हणजे हिंदी कॉमिक्स, विज्ञान आणि वैज्ञानिक पुस्तकं. हिंदी कॉमिक्सनी माझ्या वाचनाच्या आवडीला खतपाणी घातलं.

चरण सिंहच्या घरी त्याचे वडील आणि इतर लोक खूप कॉमिक्स वाचायचे. त्यांच्या टेंट हाउसच्या दुकानाच्या समोरच्या एका दुकानातून त्यांना कॉमिक्स मिळायची. ते दुकान माझ्या वाटेवरच होतं. त्यामुळे मीही तिथून कॉमिक्स भाड्याने आणून वाचायचो. एका कॉमिकचं एका दिवसाचं भाडं सुरुवातीला २५ पैसे होतं. नंतर पन्नास पैसे आणि वाढत वाढत एक रुपया झालं. जास्ती कॉमिक्स भाड्याने घेण्याइतके आम्हा मुलांजवळ पैसे नसायचे. अशा वेळी घरातल्या मोठ्या माणसांची कॉमिक्स वाचायची आवड आमच्या पथ्यावर पडायची. चरणचे वडील आणि आणखी एक वर्गमित्र दीपक याचा भाऊ बाजारातून बरीच कॉमिक्स विकत घ्यायचे. त्या दोघांमुळे मलाही ती कॉमिक्स वाचायला मिळायची.

माझ्याप्रमाणेच चरण, दीपक आणि इतरही काही वर्गमित्रांना कॉमिक्स वाचायचा छंद होता. आम्ही एकमेकांत कॉमिक्स वाटून घेऊन वाचायचो. नंतर हळूहळू माझे पप्पा, काका आणि किशोरलाही कॉमिक्स वाचायची आवड लागली. त्यामुळे कॉमिक्स भाड्याने आणण्यासाठी मला घरातूनही पैसे मिळू लागले. मात्र माझ्याकडे कॉमिक्स विकत घेण्याइतके पैसे नसायचे. एक कॉमिक पाच रुपयांना मिळायचं. एका कॉमिकवर इतके पैसे खर्च करण्यापेक्षा मी दहा कॉमिक्स भाड्याने घेऊन वाचायचो.

आम्ही कॉमिक्स तशी वर्षभरच वाचायचो, पण शाळेचा अभ्यास सांभाळून कॉमिक्स वाचणं कठीण असायचं. त्यामुळे आम्ही उन्हाळ्याच्या सुट्टीची आतुरतेने वाट बघायचो. दोन महिन्यांची ही सुट्टी लागायच्या आधी महिनाभर आम्ही कॉमिक्स जमवायच्या आणि सुट्टीत काहीतरी नवीन करण्याच्या योजना आखायला लागायचो. सुट्टीच्या पहिल्या दिवशीच आम्ही पन्नास पन्नास कॉमिक्स घेऊन बसायचो आणि थोड्या दिवसांतच त्यांचा फडशा पडायचो.

कॉमिक्सव्यतिरिक्त मुलांची हिंदी मासिकंही मी खूप वाचायचो. मी दर महिन्याला 'नंदन' आणि 'चंपक' ही मासिकं टाकायला पेपरवाल्याला सांगितलं

होतं. 'चंदामामा,' 'सुमन सौरभ', 'लोटपोट', 'पराग' इत्यादी मासिकंदेखील मी भरपूर वाचली. नंतरच्या वर्षांत 'सरिता', 'कादंबिनी' वगैरे मासिकंही वाचली. मला वाचायचा इतका नाद होता की, जे कुठलं वृत्तपत्र, पुस्तक, मासिक, कॉमिक हाती लागेल, ते मी वाचून काढायचो.

अट एकच – की ते साहित्य हिंदीत हवं. त्या वेळी मला इंग्रजी मुळीच येत नव्हती.

निर्मितीचे प्रयत्न

नवीन निर्मिती करणं, आणि उपलब्ध गोष्टी आणखी चांगल्या बनवणं हा माझा स्वभावच आहे. शाळेच्या सुट्ट्यांमध्ये मी नेहमीच काहीतरी नवीन, निर्मितीक्षम आणि 'मोठं' काम करण्याचा प्रयत्न करायचो.

'मनोज' कॉमिक्समधील एक पात्र क्रुकबाँड याच्या सुपर कारने मला भलतं प्रभावित केलं होतं. ती कार चालण्याबरोबरच उडायची, पाण्यावर तरंगायची देखील. मी अशीच एक कार बनवण्याचं ठरवलं. ती कशी बनवायची या विचारांत मी कित्येक दिवस काढले. हळूहळू जेव्हा उपलब्ध साधनसामग्रीचं भान आलं तेव्हा कळून चुकलं, की हे प्रकरण अशक्य आहे. म्हणून मग मी क्रुकबाँडच्या कारसारखीच दिसणारी खेळण्यातली कार बनवायचं ठरवलं. मी अगदी जाड पुठ्ठ्यातून त्या कारचं ११-१२ इंच लांब आणि सुमारे ५ इंच रुंद असं मॉडेल बनवलं. एका भंगारवाल्याकडून चाकं घेऊन त्याला बसवली. त्या कारला काळा रंग दिला. मग एका वर्गमित्राच्या पुष्कळ मनधरण्या करून एक छोटी मोटर मिळवली. मोटरमध्ये एक दातेरी चाक -रॅचेट बसवलं, दुसरं दातेरी चाक कारच्या मागच्या चाकांच्या शाफ्टमध्ये लावली आणि दोन्ही 'दातेरी चाकं' एकमेकांना जोडली जातील अशा रीतीने मोटर बसवली. मग त्या मोटरला दोन बॅटरी सेल्स लावल्या आणि मोटर चालू केली. कार चालली खरी, पण मला अपेक्षित होती तशी नाही. मोटर आणि पुठ्ठ्याच्या वजनामुळे कारचं वजन मोटरच्या ताकदीपेक्षा जास्त झालं. मी कारचं वजन कमी करण्याचे उपाय शोधू लागलो, पण तोपर्यंत सुट्टी संपली आणि शाळा सुरू झाल्यावर कारचं काम बंद करून ती शोभेला शोकेसमध्ये ठेवून दिली.

एकदा मी आणि चरणने पॅरिसच्या आयफिल टॉवरचं मॉडेल बनवलं. चरण आणि मी आपापल्या घरात दोन वेगवेगळी मॉडेल्स बनवत होतो. माझं मॉडेल पातळ पुठ्ठ्याचं होतं. उंची साडेतीन फूट आणि त्याचा पाया दोन चौरस फूट

होता. मॉडेल बनवण्यासाठी मी आयफिल टॉवरच्या एका बाजूचं चित्र ड्रॉइंग चार्टपेपरवर काढलं.

त्या चित्रात आयफिल टॉवरची बारीक जाळीसुद्धा स्पष्टपणे काढली होती. चित्र पूर्ण झाल्यावर ती आकृती चार्टपेपरमधून कापली. ब्लेडने जाळीपण कापून घेतली. आता माझ्याकडे आयफिल टॉवरच्या एका बाजूचा साचा तयार होता. त्या साच्याच्या मदतीने पातळ पुठ्ठ्याच्या तावातून एकसारखे चार आकार कापले आणि ते एकमेकांना जोडून टॉवर तयार केला. पुठ्ठ्यातून जाळीचं बारीक कातरकाम करायला मला दहा दिवस लागले. त्यासाठी मी पप्पांच्या दाढीच्या सामानातली वापरलेली ब्लेड्स घेतली. ब्लेडने जाळी कापता कापता माझी बोटंही कापली, पण ध्यास इतका की त्या बोटांवर चिंध्या बांधून मी कातरकाम चालूच ठेवलं.

पुठ्ठ्याच्या चार बाजू जोडून टॉवर बनवल्यावर टॉवरचा वरचा भाग वेगळा बनवून जोडला. मग त्या टॉवरला चंदेरी रंग दिला. हे मॉडेल पुढे कित्येक वर्षं आमच्या घरात होतं. घरी येणाऱ्या प्रत्येकाला पप्पा ते कौतुकाने दाखवायचे. अशाच एका उन्हाळ्याच्या सुट्टीत मी मातीपासून काही बनवण्याचा प्रयत्न केला. शास्त्राच्या पुस्तकात मी ग्रीन हाउसच्या परिणामाबद्दल वाचलं होतं, म्हणून मी एका कुंडीत छोटंसं ग्रीन हाउस बनवायचाही प्रयत्न केला. अर्थात, त्यात कोथिंबीर आणि पालक याशिवाय काही नव्हतं.

आठवीत जाईपर्यंत मी शाळेसाठी मिळणारे पैसे साठवून पुस्तकं विकत घ्यायला सुरुवात केली होती. मी रद्दीवाल्याकडून जुनी पुस्तकंही विकत घ्यायचो, कारण तिथे स्वस्त मिळायची. मी बरीच जुनी पुस्तकं घेतली होती आणि ती सगळी मी जिवापलीकडे जपायचो. उन्हाळ्याच्या सुट्टीत मी माझ्या तीस-चाळीस पुस्तकांची लायब्ररी बनवली. प्रत्येक पुस्तकाला एक क्रमांक दिला. त्यात एक कार्ड ठेवलं. आसपासची मुलं आणि वर्गमित्रांना मी अगदी एखाद्या लायब्ररी व्यवस्थेनुसारच द्यायचो. ज्याला माझ्याकडून पुस्तक पाहिजे असायचं, त्याला मी एक कार्ड बनवून द्यायचो आणि त्या कार्डावरच त्याला पुस्तक मिळायचं.

माझ्या लायब्ररीचं नाव मी 'स्टार लायब्ररी' ठेवलं होतं. सुपर कमांडो ध्रुव माझा आवडता सुपर हिरो असल्यामुळे मी त्याचं नाव आणि चिन्हाचा वापर कुठल्या ना कुठल्या रूपात करत राहायचो.

शाळेतील शिव्या

आणखी एका बाबतीत मी माझ्या सहाध्यायींपेक्षा वेगळा होतो. मी शाळेतल्या शिव्या न देणाऱ्या मोजक्या विद्यार्थ्यांपैकी होतो. जे प्राथमिक शाळेत असताना शिव्या द्यायचे नाहीत, त्यांच्यापैकी काही जण नंतरच्या इयत्तांत शिव्या द्यायला लागले होते, पण मी कधीही शिवी दिली नाही. घरात आई-पप्पा, अम्मा-बाबांनी जे संस्कार केले, जी शिस्त लावली, त्याचाच हा परिणाम होता. शिव्या देणं वाईट असतं, हे एकदा समजल्यावर नंतर कधी वळण लावण्याची गरजच पडली नाही. आपल्या अंगात फक्त चांगलेच गुण बिंबवण्याचा माझा सतत प्रयत्न असायचा- असतो.

शिव्या देण्याने इतर नुकसान होतंच, पण सर्वांत जास्त नुकसान म्हणजे त्यामुळे तुमची भाषा, तुमचं व्यक्तिमत्त्व फुलत नाही. ज्याच्या तोंडात शिव्या असतात त्यांना लोक बगल देऊनच जातात. सामाजिक शिष्टाचार म्हणून त्या माणसाशी कोणी बोलणं बंद करत नाही, पण शिव्या देणाऱ्यांची संगत कोणालाच आवडत नाही. तुमचं शारीरिक व्यक्तिमत्त्व कितीही आकर्षक असलं, तरी तुमच्या तोंडात जर शिव्या असतील तर तुमचा प्रभाव लगेच फिका पडतो.

मी ज्या शाळांमधून शिकलो, तिथे बहुतांश मुलं शिव्या द्यायची. शब्दाशब्दाला तोंडातून शिवी जायची. त्यांच्याकडे पारंपरिक आणि नव्याने शोधलेल्या शिव्यांचं भांडार होतं जे ते मुक्तहस्ते उधळायचे. हिंदीतली एकही शिवी अशी नव्हती जी ती मुलं देत नव्हती. आणि फक्त राग आला तरच शिव्या द्यायची असंही नाही, शिव्या देणं हा त्यांच्या सर्वसाधारण बोलण्याचाच भाग होता.

ही मुलं जसजशी मोठी होतात, तशी शिव्या देणं त्यांची सवय होऊन बसते आणि ती सवय त्यांच्या व्यक्तिमत्त्वाचा एक भागच बनते. माझ्या मते कुठल्याही व्यक्तीची भाषा हे त्याच्या व्यक्तिमत्त्वाचं सर्वांत मोठं आणि महत्त्वपूर्ण अंग असतं.

वाईट भाषा कोणाच्याही विकासात अडथळाच आणते.

आजही परिस्थिती सुधारली नाही, किंबहुना आधीपेक्षा बिघडलीच आहे. शालेय विद्यार्थ्यांच्यात शिव्यांची देवाणघेवाण हा काळजीचा विषय आहे. समाजाने याकडे गंभीरतेने पाहिलं पाहिजे. आई-वडिलांनी मुलांच्या भाषेकडे व्यवस्थित लक्ष दिलं पाहिजे आणि शिक्षकांनीही विद्यार्थ्यांच्या भाषेबाबत जागरूक राहिलं पाहिजे. उगीचच घाणेरड्या शिव्या देणारे लोक काही प्रमाणात यशस्वी झाले तरी ते चांगली माणसं बनू शकत नाहीत.

सर्वांबरोबर जोडलं जाण्याची इच्छा

सातवी आणि आठवीच्या वर्षांत मी आणि चरण रोज शाळेच्या सूचना फलकावर मुख्य बातम्या लिहायचो. चरणचं अक्षर खूप सुंदर होतं, त्यामुळे लिहिण्याचं बहुतांश काम तोच करायचा. कधीकधी मीही बातम्या लिहायचो. बातम्या शोधणं, निवडणं, आणि चरणला लिहायला मदत करणं हे माझं काम होतं. बातम्या लिहिण्याचं काम आम्ही प्रार्थनेच्या दरम्यान करायचो. प्रार्थना चालू असताना आम्ही आदल्या दिवशी लिहिलेल्या बातम्या पुसून खडूने नवीन बातम्या लिहायचो.

अक्षर चांगलं असल्यामुळे वास्तविक हे काम शिक्षकांनी चरणवरच सोपवलं होतं. शाळेत मला कोणी कधी कुठल्या कामासाठी लायक मानतच नव्हते. पण मी तसाही प्रार्थनेला जात नसल्यामुळे आपणहूनच चरणला मदत करू लागलो. एकदा तो काही दिवस शाळेत आला नाही तेव्हा मीच बातम्या लिहिल्या. अशाप्रकारे मी त्या कामाशी जोडला गेलो.

शाळा, शिक्षक आणि सहाध्यायी यांच्याशी माझा काहीतरी अनुबंध आहे असा दिलासा मला हवा होता. प्रत्येक कामात मदत करावी अशी माझी इच्छा असायची; पण 'हा काहीच करू शकणार नाही,' असं शिक्षकांचं माझ्या बाबतीत मत होतं. चरण बातम्या लिहीत असताना त्याच्याजवळ उभा राहून त्याला मदत करताना सुद्धा मला धास्ती वाटायची की कोणीतरी शिक्षक येऊन म्हणतील-

"अरे, तू कशाला करतोयस! जा, जाऊन बस."

"देवाने मुळातच तुला दिव्यांग बनवलंय, तू हे सगळं कशाला करतोस! जा, वर्गात जाऊन बस."

"अरे राहू दे, तू नको करू, चरण करेल."

"तू इथे का उभा राहिलायस? पडशील उगाच."

वेगवेगळ्या शिक्षकांकडून मी ही वाक्यं ऐकली होती. अशी बोलणी शिक्षकांकडून ऐकणं मला नवीन नव्हतं. त्यांच्या मते कुठल्याच कामासाठी मी उपयुक्त नव्हतो. त्यांनी मला कधी काही करण्यासाठी प्रोत्साहनही दिलं नाही.

शिक्षकांच्या दृष्टीने मी एक बिचारा मुलगा होतो, ज्याचं व्यक्तिमत्त्व आणि भविष्य घडवणं या गोष्टी त्यांच्या कर्तव्याच्या कक्षेबाहेरच्या होत्या. मी बरीचशी कामं करू शकत नव्हतो ही खरी गोष्ट होती; पण मी जे करू शकत होतो, त्यांत तरी मला नक्कीच सामील करून घेता आलं असतं!

दिव्यांगांना समाज पूर्णतः अपंग मानतो, संपूर्णपणे निरुपयोगी.

माध्यमिक शाळेविषयी आणखी काही

तशी आमची माध्यमिक शाळा चांगली आणि स्वच्छ होती, पण पिण्याच्या पाण्याची सोय इथेही चांगली नव्हती. पिण्याच्या पाण्यासारख्या मूलभूत गरजेकडे शाळा प्रशासन काणाडोळा कसा काय करू शकतं, याचं मला मोठं नवल वाटतं. शाळेच्या एका खोलीत पिण्याच्या पाण्यासाठी सिमेंटची गोल टाकी ठेवली होती. टाकी होती, पण बहुतेक वेळा त्यातलं पाणी गायब असायचं आणि पाणी असलं तरी नळातून अत्यंत बारीक धार यायची. टाकीला नळ इतके खाली लावलेले होते, की बसूनच पाणी प्यावं लागायचं. हीच अडचण प्राथमिक शाळेतही होती. इतर मुलं बसून पाणी प्यायची, पण मला बसता यायचं नाही. कसंतरी वाकून दोन घोट पाणी पिताना कितीतरी वेळा माझ्या कंबरेचे स्नायू वेडेवाकडे ताणले जायचे. उन्हाळ्यात जेव्हा तहान असह्य व्हायची, तेव्हा आम्ही शाळेजवळ असलेल्या वीजमंडळाच्या कचेरीत जाऊन पाणी प्यायचो.

तिथले लोक शाळेच्या मुलांना त्यांच्या टाकीचं पाणी पिऊ द्यायचे.

माध्यमिक शाळेत एक नवीन विषय होता – 'समाजोपयोगी उत्पादक कार्य'-(एस यू पी डब्ल्यू). त्याला आम्ही सुपा म्हणायचो. हा विषय अभ्यासक्रमात आणण्याचा हेतू हा होता की, मुलांच्या मनात मिळून-मिसळून काम करण्याची आणि समाजासाठी काही करण्याची जाणीव निर्माण व्हावी. आठवड्यातून सुपाचा एकच तास असायचा. आम्हाला कधीही सुपाबाबत काही सांगितलं गेलं नाही. आम्ही जे करत होतो, ते करण्यासाठी कधीही आम्हाला प्रेरणा दिली गेली नाही. शाळेच्या इतर अनेक उपक्रमांप्रमाणे सुपादेखील एक चांगला, पण प्रभावीपणे न राबवला गेलेला उपक्रम होता. माध्यमिक शाळेच्या तीन वर्षांत सुपाच्या प्रत्येक तासाला मुलांना फक्त झाडांना पाणी घालणं, तण काढणं आणि थोडीफार माती खुरपणं, एवढंच काम दिलं जायचं. हे कामसुद्धा, जी मुलं सुपाच्या मास्तरांच्या तावडीत सापडायची, तीच करायची. बहुतांश मुलांसाठी हा आरामाचा तास असायचा. मला खरंतर त्या तासात काहीतरी करायची इच्छा असे, पण 'तू पडशील' हे पालुपद लावत मला बाजूला ठेवलं जायचं. मी कितीतरी वेळा शिक्षकांना सांगितलं, की मला एखादं बसून करण्याचं काम द्या, पण त्यांनी मात्र त्याबद्दल कधीच विचार न करता मला बाजूला टाकणंच पसंत केलं.

तरीही माध्यमिक शाळेतल्या शिक्षकांचं वागणं प्राथमिक शिक्षकांपेक्षा बरं होतं. त्या काळी टीव्हीवर बी. आर. चोप्रा निर्मित महाभारत आणि रामानंद सागर निर्मित रामायण या मालिका लागायच्या. आमचे गणिताचे मास्तर प्रत्येक एपिसोडच्या

आधी महाभारत आणि रामायणाची गोष्ट सांगायचे.

आमचं सगळं शिक्षण केवळ पुस्तकी होतं आणि परीक्षेत चांगले मार्क मिळवणं हे त्याचं एकमेव उद्दिष्ट होतं. त्यामुळे शाळेत नावापुरती असलेली लहानशी प्रयोगशाळा आणि वाचनालय आम्हाला कधीही वापरू दिलं नाही.

माध्यमिक शाळेत असताना मला हातखर्चासाठी पंचवीस पैसे मिळायचे. आमच्या शाळेसमोर एक बेकरी होती. मधल्या सुट्टीत मी तिथून सौंफ रस्क घेऊन खायचो. ते कोरडे रस्क चावून चावून खायला बराच वेळ लागायचा, पण मला ते खूप आवडायचे. कधीकधी जास्त भूक लागली तर मी रस्कऐवजी खारीचा (खारी बिस्किटं) चुरा विकत घ्यायचो. चुरा कोणी घ्यायचं नाही, त्यामुळे बेकरीवाला मला पंचवीस पैशात जास्त चुरा द्यायचा.

आठवीत असताना मी संपूर्ण 'रामचरितमानस' वाचून काढलं. माझ्याकडे 'रामचरितमानस'ची एक अशी प्रत होती, ज्यात मूळ अवधी भाषेबरोबर हिंदी अनुवादही होता. त्यामुळे मला ते समजायला सोपं गेलं. 'श्रीमद्‌भगवद्‌गीतेचा' हिंदी अनुवाद देखील मी वाचला. शाळेतले सहाध्यायी म्हणायचे- 'तू काय म्हाताऱ्यांची पुस्तकं वाचतोस रे'. मी उत्तरादाखल म्हणायचो, 'या पुस्तकांत आयुष्य कसं जगायचं ते शिकवलं आहे. आयुष्याच्या शेवटी, म्हातारपणी ते वाचून काय फायदा? वाचायचं असेल तर संपूर्ण आयुष्य पुढे असतानाच ते वाचलं पाहिजे.'

मी आठवीत गेलो तेव्हा किशोरनेही त्या शाळेत सहावीत प्रवेश घेतला. आधी मी एकटा शाळेत यायचो-जायचो, पण आठवीत आल्यावर किशोरची सोबत मिळाल्यामुळे दिलासा मिळाला.

माध्यमिक शाळा समाप्त

माध्यमिक शाळेची तीन वर्षं कशी गेली कळलंच नाही. ती तीन वर्षं म्हणजे माझ्या एकंदर शैक्षणिक वर्षांतील सर्वांत चांगला काळ होता. बालपणातून किशोरावस्थेत प्रवेश करताना मी स्वतःच्या दिव्यांगत्वाशी जुळवून घ्यायचा प्रयत्न करत होतो. दिव्यांगत्व विसरून जीवनाच्या मार्गावर शक्य तितक्या सर्वसामान्यपणे चालण्याचा मी माझ्याकडून तर जिवापाड प्रयत्न करत होतो, पण समाजाच्या वृत्तीत मात्र काहीही बदल नव्हता. माझं मन दुखावणारी एखादी तरी घटना रोज घडायचीच. रोज रात्री मी स्वतःला पुन्हा नव्याने निर्माण करत राहिलो, जेणेकरून माझ्या घरचे लोक, शेजारीपाजारी, रस्त्यातून- बाजारातून चालणारे लोक, नातेवाईक,

सहाध्यायी, शिक्षक यांना पुन्हा सामोरा जाऊ शकेन.

आठवीचा निकाल लागला. माझा तिसरा किंवा चौथा नंबर आला.

माध्यमिक शाळेच्या प्रत्येक इयत्तेत चरणच पहिला यायचा. त्याचे मार्क माझ्यापेक्षा इतके जास्त असायचे, की मी त्यांच्या आसपास पोचायचा देखील विचार करू शकत नव्हतो.

पण भविष्यात असाही दिवस आला की, चरणला मागे टाकण्याचं असंभव कामदेखील मी करून दाखवलं.

कुतुब शाळेत प्रवेश

आठवीच्या पुढे शिक्षण घेण्यासाठी आमच्या घराजवळ शाळा नव्हती. सर्वांत जवळची शाळा घरापासून सुमारे दीड किलोमीटर दूर कुतुबमिनारच्या समोर होती. त्या शाळेत इतर इयत्तांसह नववी ते बारावीचेही वर्ग होते. शाळा दीड किमी अंतरावर असली तरी पुढे शिकण्यासाठी मला तिथे जाण्यावाचून दुसरा पर्यायच नव्हता. त्यामुळे मी दिल्ली नगर निगमच्या त्या शाळेत प्रवेश घेतला.

रोज तीन किमी पायपीट

रोज तीन किमी चालणं हे माझ्यासाठी एक भयानक आव्हान होतं. तेव्हा मी कॅलिपर न लावता दोन कुबड्या घेऊन चालत असे. माझ्या बारा वर्षांच्या शिक्षणकाळात मी कुबड्या आणि कॅलिपरमध्ये बरेच बदल केले. कधी एका कुबडीचा वापर, कधी दोन, कधी कॅलिपर वापरायचो, कधी नाही. कोणत्या अवस्थेत मी किती सहजपणे चालू शकतो यावर सगळं अवलंबून असायचं.

मेहरौलीहून कुतुब शाळेत जाणारे बहुतेक विद्यार्थी भूलभुलैय्या जवळून बस घ्यायचे. त्यामुळे त्यांना अर्धाच रस्ता चालावा लागायचा, पण माझ्यासाठी बसमध्ये चढणं फक्त कठीणच नव्हे, तर धोकादायक देखील होतं. म्हणून मला चालत जाण्याचा पर्यायच बरा वाटायचा.

रोज तीन किमी पायपीट माझ्या शरीराला जड जात होती. सकाळी शाळेत पोचेपर्यंत आणि दुपारी घरी येईपर्यंत मी इतका थकून जात असे, की दमून कित्येकदा शाळेच्या गेटमध्ये किंवा घराच्या उंबरठ्याशीच पडायचो. दुपारी आई माझ्यासाठी एका जगमध्ये थंडगार रूहअफजा सरबत तयार ठेवायची. घरात आल्या आल्या मी ते सगळं सरबत पिऊन टाकायचो. चालताना खर्ची पडणारी

शक्ती आणि त्यामुळे लागणाऱ्या घामाच्या धारांनी घरी पोचेपर्यंत माझं शरीर पूर्णपणे डीहायड्रेट झालेलं असायचं. त्या अवस्थेत थंडगार पेयाच्या पहिल्या घोटाच्या थंडाव्याचा माझ्या मेंदूला झटका लागायचा. आई सांगायची की, जरा थांबून घाम वाळला की मग ते पी; पण त्या क्षणी माझ्या शरीराला पाण्याची इतकी गरज असायची की, मला थांबणं अशक्य असायचं.

वास्तविक शाळेतून घरी येताना वाटेतल्या पाणपोईवर मी पोटभर पाणी पिऊन यायचो, तरीही माझी अशी अवस्था व्हायची. वाटेत ती पाणपोई नसती तर माझं काय झालं असतं कोण जाणे. शाळेतून घरी येतानाचा रस्ता मी टप्प्याटप्प्याने पार करायचो. चेहऱ्यावरचा घाम पुसायला, थकव्यामुळे दुखणाऱ्या स्नायूंना जरा विश्रांती द्यायला, धाप लागलेला श्वास स्थिर करायला मी मध्येमध्ये थांबत असे. जिथे थांबत असे, तिथून पुढे जाऊ नये असं वाटायचं; पण जास्त वेळ थांबणंही शक्य नव्हतं, कारण स्नायू शिथिल झाले की मग पुन्हा चालायला जास्त कष्ट पडायचे. त्यामुळे श्वास जरा स्थिर झाल्यावर मी लगेच चालू लागत असे.

दुपारी शाळेतून निघाल्यावर माझं पहिलं ध्येय म्हणजे कुतुब परिसरातील एक जुनी, कोरडी विहीर. त्या विहिरीच्या काठावर जरा विश्रांती घेऊन मग पुढचा टप्पा म्हणजे योगमाया मंदिर. विहीर आणि योगमाया मंदिरादरम्यानचा रस्ता अरुंद होता आणि त्यावरून दोन्ही बाजूंनी बसेस चालायच्या.

रस्ता अरुंद असल्यामुळे बस माझ्या अगदी जवळून जायची. वेगाने जाणाऱ्या बसच्या वाऱ्यामुळे कुबड्यांवर तोल सांभाळणं हे एक आव्हानच असायचं. इथे तोल जाणं म्हणजे बसच्या खाली जाणं, किंवा गंभीर जखमी होणं. त्यामुळे रस्त्याचा हा भाग मी न थांबता शक्य तितक्या लवकर पार करायचा प्रयत्न करायचो.

आमच्या घराच्या अलीकडे एक चढ होता. तो चढ चढताना माझा थकवा कळसाला पोचलेला असायचा आणि धीर रसातळाला गेलेला असायचा. कुबड्यांवर जरा वाकून चालल्यामुळे पावला-पावलाला माझ्या कपाळावरच्या घामाचे थेंब जमिनीवर टपकायचे. थकव्यापासून लक्ष विचलित करण्यासाठी मी रोज ते थेंब मोजायचो. दमल्यामुळे थोड्या वेळाने मोजणी विसरून जायचो, मग पुन्हा पहिल्यापासून मोजायला सुरुवात. मी सरळ रेषेत चालू शकायचो नाही, स्नायू आखडून जायचे. सगळं फिरायला लागायचं. लोक, गल्ली, रस्ता, घर, सगळं अंधूक दिसायला लागायचं. आजूबाजूचं सगळं माझ्याभोवती गोल गोल फिरतं आहे असं वाटायचं. लांबून आवाज आल्यासारखे वाटायचे. घामाच्या धारा लागलेल्या असायच्या, पण तोंड, गळा कोरडा पडलेला असायचा.

अखेर घराच्या उंबरठ्याला स्पर्श केला की मला ऑलिम्पिकमध्ये सुवर्णपदक जिंकल्यासारखं वाटायचं. हे अंतर रोज पार करणं म्हणजे एव्हरेस्ट सर करण्यासारखं आव्हान होतं.

वास्तविक मी आठवी पास झालो होतो, त्यामुळे इतके कष्ट न करता आरक्षणाच्या माध्यमातून छोटीमोठी सरकारी नोकरी मला मिळू शकली असती. समाजाचीही माझ्याकडून अपेक्षा कारकून किंवा स्टेनो बनण्याचीच होती. त्यामुळे मी हार पत्करली असा कोणीही मला बोल लावला नसता.

पण मीच माझ्यासाठी नेहमी अधिकाधिक बुलंद ध्येयं ठरवत होतो. १९६४ मध्ये आलेल्या 'हकिकत' सिनेमात लष्करी अधिकाऱ्याची भूमिका केलेल्या बलराज सहानीचं धीर सोडलेल्या जवानांना उद्देशून म्हटलेलं एक वाक्य माझ्या मनात नेहमी रुंजी घालायचं. 'जोपर्यंत आत हिमतीची ठिणगी आहे, तोपर्यंत शरीर हार मानू शकत नाही.'

१९८४ मध्ये गॅब्रिएला अॅण्डर्सनने ज्या प्रकारे ऑलिम्पिक मॅरेथॉनचा शेवटचा टप्पा पूर्ण केला होता. साधारण त्याप्रमाणेच मी घरी पोचण्याआधीचं १०० मीटर अंतर कापायचो. अमेरिकेतील लॉस एंजेलिसमध्ये १९८४मध्ये झालेल्या मॅरेथॉनमध्ये गॅब्रिएलाने तिची धाव दोन तास ४८ मिनिटं आणि ४२ सेकंदांत पूर्ण केली आणि ती ३७ व्या क्रमांकावर होती. जरी ३७व्या स्थानावर असली तरीही ती शर्यत तिच्याच साहसी प्रयत्नांमुळे ओळखली जाते. शर्यतीच्या शेवटच्या टप्प्यात गॅब्रिएला जेव्हा प्रेक्षकांनी खचाखच भरलेल्या स्टेडिअममध्ये पोचली, तेव्हा ती इतकी प्रचंड दमली होती, की तिचं शरीर वेडंवाकडं झालं होतं, हात लुळे पडल्यासारखे झाले होते. ती सरळ चालूही शकत नव्हती तरीपण ट्रॅकवर लडखडत समाप्ती रेषेच्या दिशेने चालली होती. तिला बघून प्रेक्षकांचा थरकाप झाला. सगळ्यांना वाटत होतं की, ती आणखी एक पाऊल जरी चालली तरी मरून पडेल.

लडखडणाऱ्या गॅब्रिएलाला बघून प्रेक्षक काही क्षण स्तब्ध झाले, पण मग अख्ख्या स्टेडिअमने उभं राहून तिला मानवंदना दिली आणि टाळ्यांचा गजर करून तिला प्रोत्साहन दिलं. तिची अवस्था बघून डॉक्टर मदतीला धावले, पण तिने त्यांना दूरच राहण्याचा इशारा केला. कारण जर डॉक्टरांनी तिला स्पर्श केला तर तिची धाव अमान्य होईल हे ती जाणून होती. ती शर्यत हरली आहे हे तिला पूर्णपणे माहीत होतं, पण त्यामुळे तिचा निश्चय डगमगला नव्हता. हार-जीत तर चालू राहते, पण तुम्ही शंभर टक्के प्रयत्न केला की नाही हे सर्वांत महत्त्वाचं असतं – या गोष्टीचं गॅब्रिएला एक आदर्श उदाहरण बनली.

प्रचंड थकवा सहन करत गॅब्रिएलाने जेव्हा समाप्ती रेषेला स्पर्श केला, तेव्हा

ती खाली पडली. संपूर्ण स्टेडिअम आणि ती शर्यत टीव्हीवर बघणारे जगातले कोट्यवधी प्रेक्षक दृढ इच्छाशक्तीचा हा आविष्कार बघून थक्क झाले.

दुसऱ्या दिवशी न्यू यॉर्क पोस्टमध्ये डिक यंगने लिहिलं – 'ऑलिम्पिक अधिकाऱ्यांनी गॅब्रिएलाचं सुवर्णपदक जोआन बेनुआला, गॅब्रिएलाचंच रौप्यपदक ग्रेटी वेट्‌जला आणि गॅब्रिएलाचंच कांस्यपदक रोसा मोटाला प्रदान केलं. अधिकाऱ्यांनी ऑलिम्पिक मशालीबरोबर गॅब्रिएलाचा एक पुतळाही उभारला पाहिजे.'

गॅब्रिएला अॅण्डर्सनच्या पर्वतप्राय प्रयासांचा हा व्हिडीओ तुम्हाला यू-ट्यूबवर बघायला मिळेल तो अवश्य बघा. जेव्हा जेव्हा मी तो व्हिडीओ बघतो, तेव्हा समाप्ती रेषेच्या दिशेने जाणाऱ्या गॅब्रिएलाची आणि घरी परतणाऱ्या माझी अवस्था सारखीच असायची हे मला जाणवतं.

फरक एवढाच होता की, ते दिव्य मला रोजच्या रोज करावं लागायचं.

काही नात्यांना नावाची आवश्यकता नसते

त्याचं वय ४०-५० च्या आसपास असावं, पण ती व्यक्ती दिसायला वयाने जास्त मोठी दिसायची. आज त्याचा विचार करताना मनात प्रथम येतो तो त्याचा काळा रंग, मोठा गोल चेहरा आणि जाड नाक. रुंद पायांचा पायजमा आणि सदरा. मी नेहमी त्याला त्याच कपड्यात पाहिलं होतं. रेघारेघांचा सदरा असायचा आणि त्याची वरची दोन बटणं उघडी असायची. त्यातून त्याच्या काळ्या छातीवरचे पांढरे केस डोकवायचे. पायांत रिलॅक्सोच्या झिजलेल्या चपला घालून तो रस्ता झाडायचा. बाजारात कधी एखाद्या रस्त्याकडेला तो मला भेटायचा. जेव्हा त्याची नजर माझ्याकडे जायची, तेव्हा तो झाडायचं सोडून माझ्याजवळ यायचा. मी चालत असताना रस्त्यावरच्या लोकांचं माझ्याकडे लक्ष गेलं की मला अवघडल्यासारखं व्हायचं. कोणीही मला बघू नये अशीच माझी इच्छा असायची.

आपला लांब झाडू रस्त्यावर घासत तो माझ्याजवळ यायचा आणि एकच प्रश्न विचारायचा.

"कितवीत गेलास बेटा?"

त्याने हाच प्रश्न काही महिन्यांपूर्वीच विचारला होता हे मला आठवायचं. शरम आणि संकोच तर वाटायचाच, त्यामुळे त्याला सांगावंसं वाटायचं – 'आत्ता काही दिवसांपूर्वीच तर सांगितलं होतं की.' पण का कुणास ठाऊक, माझ्या शरमेचं रागात रूपांतर होऊ न देता मी योग्य ते उत्तर द्यायचो

"सहावीत!"

उत्तर ऐकून त्याचा चेहरा खुलायचा आणि हातातल्या झाडूचा लांब दांडा खांद्यावर टेकवून दोन्ही हात आशीर्वाद दिल्यासारखे उचलून म्हणायचा,

"खूप जग, खूप शीक, खूप शीक."

हे म्हणताना त्याच्या चेहऱ्यावर अत्यानंदाचे भाव असायचे. एवढंच बोलून तो परत जायचा आणि रस्त्यावरचा कचरा गोळा करू लागायचा. अशीच अनेक वर्षं गेली. माझ्या उत्तराशिवाय त्या घटनेतील काहीच बदललं नाही.

"सातवी"

"आठवी"

"नववी"

प्रत्येक वेळी माझ्या उत्तराने त्याच्या चेहऱ्यावर समाधान पसरायचं, पण आधी तो जवळ येऊच नये आणि आला तरी लवकरात लवकर परत जावा असं मला वाटायचं. पण जसजसा मी मोठा होऊ लागलो, तसतशी मला त्या माणसाबद्दल आपुलकी वाटू लागली. त्याच्या तोंडून आलेले शब्द म्हणजे त्याच्या काळजातून आलेला आशीर्वाद आहे हे मला आता समजू लागलं.

आमच्या दोन भेटींमध्ये कित्येक महिने जायचे. मी त्याला शेवटचा कधी भेटलो तेही मला आज आठवत नाही, पण पुष्कळ काळ लोटला हे नक्की. तो आज कदाचित जिवंतसुद्धा नसेल; पण अजूनही माझ्या डोळ्यांसमोर जेव्हा त्याचा काळा, गोल चेहरा येतो, तेव्हा त्याची ती दोन वाक्यं कानात घुमतात.

'कितवीत आहेस बेटा?'

'खूप जग, खूप शीक, खूप शीक.'

हीच दोन वाक्यं तो वर्षानुवर्षं बोलत राहिला, आणि मी दिव्यांगत्वाशी करत असलेल्या संघर्षाला दाद देत राहिला, मला आशीर्वाद देत राहिला.

मी कधीच त्याचं नाव विचारलं नाही, आणि त्यालाही माझं नाव ठाऊक नव्हतं.

आयुष्यात कित्येक नाती अशी असतात, ज्यांना ना नावाची गरज असते, ना संभाषणाची. बहुधा अशाच नात्यांच्या बाबतीत म्हटलं जातं – ये हृदयीचे ते हृदयी घातले.

त्या व्यक्तीशी दोन वाक्यं बोलताना मला नेहमी वाटायचं की, मला खच्ची करणाऱ्या समाजाचा हा भाग नव्हता, तर मला माझ्या कक्षा ओलांडून पुढे जायला प्रोत्साहन देणाऱ्या विरळा लोकांपैकी तो एक होता.

इथे एक खुलासा केला पाहिजे, की माझी प्रगती पाहून समाजाला वाईट वाटत होतं असं नाही; पण समाजातले बहुतांश लोक पोलिओने मला घालून दिलेल्या मर्यादांचं उल्लंघन करायला प्रोत्साहन देत नव्हते. ते मला पोलिओशी

तह करायचा सल्ला देत होते. मोठी कामं करायला कष्ट पडतात आणि लोकांची समजूत असते की, दिव्यांग व्यक्तीने कष्ट करू नयेत. उलट सामान्य कामं करत सर्वसाधारण आयुष्य जगावं.

तुला तर देवाने अगोदरच शिक्षा दिली आहे

दुपारी शाळेतून परत येतानापेक्षा सकाळी शाळेत जाणं मला जरा सोपं होतं, कारण सकाळी तापमान कमी असायचं. थंडीच्या दिवसांत जेव्हा दिल्लीचं तापमान एक-दोन डिग्री सेल्सिअसपर्यंत उतरायचं, तेव्हासुद्धा मी शाळेत जाताना स्वेटर घालायचो नाही, कारण थकव्यामुळे मी चालताना घामेघूम व्हायचोच.

मी स्वेटर दप्तरात ठेवून नेत असे आणि शाळेत पोचल्यावर आणि घाम वाळल्यावर मग अंगात चढवत असे. रस्त्यात भेटणारे अनोळखी लोक मला "तुझ्याकडे स्वेटर नाही का?" असं नेहमी विचारायचे. त्यांना वाटायचं की, माझ्याकडे स्वेटर घ्यायला पैसे नाहीत म्हणून मी इतक्या थंडीत स्वेटर न घालता चाललो आहे. एक दिवस एक गृहस्थ मला थांबवून म्हणाले, "तुझ्याकडे स्वेटर नसेल तर मी तुला देतो." मी त्यांना सांगितलं की, पाठीवरच्या माझ्या दप्तरात स्वेटर आहे, पण मी तसाही घामेघूम झालो आहे म्हणून मी तो घातलेला नाही. हे ऐकून त्यांना मोठं नवल वाटलं.

कुतुब स्कूलमध्ये देखील मी प्रार्थनेला जायचो नाही, कारण मला बघितलं की शिक्षक मला वर्गात जाऊन बसायला सांगायचे.

माझ्या मनात अनेकदा विचार येतो की, मला बसून प्रार्थना म्हणायची परवानगी का मिळू शकत नव्हती? ओळीत उभं राहून म्हटलेली प्रार्थनाच ईश्वराला मान्य असते का? मी फार वेळ उभा राहू शकत नव्हतो, त्यामुळे तिथे माझी बसायची सोय करण्याऐवजी मला वर्गातच थांबायला सांगितलं जायचं आणि त्याबद्दल मला माझे सहाध्यायी टोमणे मारायचे.

एकदा मला शाळेत पोचायला दहा मिनिटं उशीर झाला. मी शाळेत पोचलो तेव्हा प्रार्थना सुरू झाली होती. प्रार्थना सुरू झाली की एक शिक्षक शाळेच्या गेटमध्ये उभे राहायचे आणि उशिरा येणाऱ्या विद्यार्थ्यांच्या हातावर शिक्षा म्हणून छड्या मारूनच आत सोडायचे. त्या दिवशी मी शाळेत पोचलो, तेव्हा उशिरा आलेला एक विद्यार्थी छड्या खात होता, एक जण त्याच्या मागे उभा होता. मीही रांगेत उभा राहिलो. त्या दोन्ही विद्यार्थ्यांच्या हातावर छड्या मारून झाल्यावर शिक्षकांनी त्यांना आत जाऊ दिलं. मी पुढे होऊन माझा तळहात त्यांच्यासमोर धरला.

"अरे, तू! राहू दे, राहू दे. तुला तर देवाने अगोदरच शिक्षा दिली आहे." ते शिक्षक जाता जाता माझी कीव करत म्हणाले.

"नाही सर. मला देवाने मुळीच शिक्षा दिली नाहीये. जे चुका करतात त्यांना शिक्षा मिळते. मी काहीही चूक केलेली नाही. मला पोलिओ झाला आहे आणि तो कोणालाही होऊ शकतो." मी बाणेदारपणे उत्तर दिलं आणि पुन्हा तळहात पुढे केला.

"अरे ठीक आहे, ठीक आहे, जास्त बोलू नकोस. जा, आत जा."

"नाही सर. मी उशिरा आलो आहे. पोलिओ माझ्या चुकीमुळे झालेला नाही, पण उशिरा येणं ही माझी चूक आहे. त्या मुलांना जी शिक्षा दिलीत तीच मलाही द्या. मी मार खाऊ शकतो." माझा स्वर अधिकाधिक दृढ होत होता.

त्या शिक्षकांचा मार खायला वास्तविक सगळे विद्यार्थी घाबरायचे. त्यांच्यासमोर कोणाला यायला नको असायचं, पण मी त्यांच्यासमोर उभा राहून निर्भयपणे माझं म्हणणं मांडत होतो आणि त्यांची चूक त्यांना दाखवून देत होतो. माझ्या मनातला एक क्षीण आवाज मला सावध करत होता – "अरे मूर्खा हे तू काय करतोयस? तुला माहीत आहे ना हे कोण शिक्षक आहेत!" पण माझं बरोबर आहे हे सिद्ध करण्याच्या तुफानी वादळात तो क्षीण आवाज जणू मला ऐकूच येत नव्हता.

"चल, आत चल," ते शिक्षक काहीशा धमकीवजा आवाजात, पण गोंधळून म्हणाले.

"नाही सर. तुम्ही मला छड्या मारा." माझा तळहात अजूनही पसरलेलाच होता.

अखेर शिक्षकांनी माझ्या हातावर दोन छड्या मारल्या. आधीच्या विद्यार्थ्यांनी खाल्लेल्या छड्यांच्या मानाने माझा मार सौम्य असला, तरी माझा हेतू पूर्ण झाला होता. मी विजयी वीराप्रमाणे ताठ मानेने शाळेत प्रवेश केला.

आय.ए.एस. बनण्याचं स्वप्न

आता मी उन्हाळ्याच्या सुट्टीचे काही दिवस बादशाहपूरमध्ये घालवायला सुरुवात केली. हरियानातील बादशाहपूरमध्ये श्रीमती निर्मला देवी आणि श्रीमती शोभा देवी या माझ्या दोन आत्या राहायच्या. निर्मला आत्याचे पती श्री. किशनलाल शर्मा भारत सरकारच्या मंत्रालयात काम करायचे. किशनलाल अंकलना इंग्रजी भाषा येते, त्यामुळे काही दिवस त्यांच्याबरोबर राहून मी इंग्रजी शिकायचा प्रयत्न करायचो.

कधीकधी कैलाश काका मला सायकलवर बसवून किशनलाल अंकलच्या ऑफिसमध्ये घेऊन जायचे. मला तिथे जायला फार आवडायचं. अंकलचं टेबल फायलींनी भरलेलं असायचं, आणि त्यावर टेलिफोन, टाइपरायटर, कॉम्प्युटर, फॅक्स वगैरे सगळ्या गोष्टी असायच्या. त्यांची काहीशी उंच खुर्ची बघून मला वाटायचं की, मीही एक दिवस अशाच ऑफिसमध्ये काम करणार.

त्या काळात मी पुस्तकं, मासिकं, कॉमिक्स तर भरपूर वाचायचोच, तशातच एक दिवस मला 'प्रतियोगिता दर्पण'चा एक जुना अंक मिळाला. त्यात त्या वर्षी आय.ए.एस. परीक्षेत प्रथम आलेल्या व्यक्तीची मुलाखत छापली होती. त्यातूनच मला आय.ए.एस. बद्दल समजलं. मुख्यतः मला हे कळून चुकलं की, आय.ए.एस. ची परीक्षा अत्यंत कठीण असते, आय.ए.एस. होणं ही फार मोठी गोष्ट आहे, आय.ए.एस. झालेल्यांना खूप मान मिळतो – त्यांना गाडी आणि ड्रायव्हर देखील मिळतो.

अचानक मला वाटू लागलं की, समाजात बरोबरीचं स्थान मिळण्यासाठी मला आय.ए.एस. होणं आवश्यक आहे. आणखी एका गोष्टीसाठी ते आवश्यक वाटलं – ते म्हणजे आय.ए.एस. झालेल्यांना गाडी आणि ड्रायव्हर मिळतो – म्हणजे मग मला वाटेल तिथे मी जाऊ शकेन.

मी रद्दीवाल्याकडून प्रतियोगिता दर्पणचे आणखी अंक विकत घेतले आणि त्यांतून आय.ए.एस. परीक्षेबद्दल जास्त माहिती मिळवायला सुरुवात केली. हळूहळू आय.ए.एस. होण्याचं स्वप्न माझ्या मनात आकार घेऊ लागलं, आणि त्या दिशेने मी मेहनतही सुरू केली. माझं सामान्यज्ञान वाढवण्यासाठी मी जास्तीत जास्त विषयांवरची जास्तीत जास्त पुस्तकं, मासिकं वाचू लागलो. ती सगळी पुस्तकं मी नेहमी रद्दीवाल्याकडूनच विकत घ्यायचो. रात्रंदिवस मी आय. ए. एस. होण्याबद्दल विचार करू लागलो. अशी दीड-दोन वर्षं गेली.

एक दिवस कैलाश काका मला किशनलाल अंकलच्या ऑफिसमध्ये घेऊन गेले. त्या दिवशी अंकलच्या ऑफिसमध्ये इतर काही कर्मचारी बसले होते. सगळे चहा पीत होते. अंकलच्या ऑफिसमधले बरेच कर्मचारी मला ओळखत होते.

"काय ललित, कसा आहेस?" एकाने विचारलं.

"मी बरा आहे. तुम्ही कसे आहात?"

"चाललंय बघ. तुझा अभ्यास वगैरे काय म्हणतोय?"

"चांगला चाललाय. हल्ली मी आय.ए.एस.चाही अभ्यास करतोय. मी आय.ए.एस. होणार आहे." मी जरा अभिमानानेच सांगितलं.

"अरे वा. छान आहे की. शर्माजी, दिव्यांग लोक आय.ए.एस. होऊ शकतात का हो?" त्यांनी अंकलना विचारलं. हा प्रश्न ऐकताच माझ्या काळजाचा

ठोका चुकला.

"मला नक्की माहीत नाही, पण काही अडचण असू नये." अंकल म्हणाले.

"असं सरकारी गॅझेटमध्ये तरी लिहिलं आहे. नाही होऊ शकत असा नियम आहे. काही दिवसांपूर्वीच ऑफिसमध्ये आणखी एक जण याविषयीच बोलत होता." त्या कर्मचाऱ्याच्या बोलण्याने माझं मन विद्ध झालं.

"त्यात अवघड काय आहे! गॅझेट बघ म्हणजे काय ते कळेल." दुसऱ्याने सल्ला दिला.

अंकलनी टेबलाच्या खणातून एक बाइंड न केलेलं पुस्तक काढलं. त्यावर लिहिलं होतं – 'भारत का राजपत्र'. अंकल त्यात माहिती शोधू लागले. थोड्याच वेळात त्यांना ती सापडली.

मला सांगितलं गेलं की, ज्या दिव्यांग लोकांना चालण्यात अडचण आहे त्यांना सिव्हिल सेवेमध्ये घेतलं जात नाही. ते परीक्षेला बसू शकतात, पण पास झाल्यावरही त्यांना सेवेत घेतलं जात नाही. त्यामुळे परीक्षेला बसण्यात काही अर्थ नाही.

"काही हरकत नाही. आय.ए.एस. नाही तर नाही. मी दुसऱ्या कशाचातरी अभ्यास करीन." मी ओठावर हसू आणून म्हटलं. मी चेहऱ्यावर दाखवलं नाही, पण मन खचलं होतं.

अचानक मला वाटू लागलं की, माझ्या आशेचा एकमेव किरण विझला होता. आता मी काय करू, मला मान कसा मिळेल, शेवटी मी टायपिस्टच होणार का, असे प्रश्न माझ्या डोक्यात थैमान घालू लागले. कैलाश काका मला न्यायला येईपर्यंत मी अंकलच्या ऑफिसमध्ये बसून होतो. इतर लोकांशी वरवरच्या गप्पा मारत होतो, पण मनातून असं झालं होतं की कैलाश काका कधी एकदा मला न्यायला येतायत!

काकांना येईपर्यंत संध्याकाळ झाली. काकांबरोबर सायकलवर बसून घरी येताना पश्चिमेकडे मावळणारा सूर्य जणू मला माझ्या मावळणाऱ्या आशेचं प्रतीक भासत होता. आय.ए.एस.च्या रूपाने मला एक आधार दिसत होता आणि त्याला मी माझं लक्ष्य, माझं स्वप्न बनवलं होतं – पण समाज मला स्वप्न बघण्यासाठी पात्रच समजत नाही हे मला कळून चुकलं. एखाद्या दिव्यांगाला आय.ए.एस. होण्यात काय अडचण आहे हे मला समजतच नव्हतं. असो, निकराच्या प्रयत्नांनी मी आय.ए.एस.ला मनातून हद्दपार केलं आणि त्यानंतर त्याचा कधी विचारही केला नाही. नंतर नियम बदलले आणि दिव्यांगांना देखील सिव्हिल सेवेत घेतलं जाऊ लागलं, पण किशनलाल अंकलच्या ऑफिसमध्ये घडलेल्या त्या घटनेने मी इतका घायाळ झालो होतो की, त्या दिवसापासून

सिव्हिल सेवांचा विचार करणंच सोडून दिलं होतं.

इयत्ता नववी

नववीत गेल्यावर मी रोज सकाळी शाळेत एकटा जाऊ लागलो. किशोर अजून सातवीत होता. माध्यमिक शाळेतच शिकत होता. त्याची शाळा दुपारची असायची. मी सकाळी सहा वाजता घरून निघायचो आणि दीड किलोमीटर अंतर चालून शाळेत जायचो.

नववीचा अभ्यास खूप अवघड होता. मला वाटतं बारावीपर्यंतच्या इयत्तांमध्ये सगळ्यात अवघड नववीच होती. आठवीनंतर नववीचा अभ्यासक्रम एकदम खूपच मोठा होता. सगळ्याच विषयांची पुस्तकं अचानक जाडजूड आणि क्लिष्ट झाली होती. त्यांपुढे आठवीची पुस्तकं म्हणजे पोरखेळच.

नववीत गेल्यावर मला शाळेसाठी रोज एक रुपया मिळू लागला. त्यातून मी कधीकधी बाहेर काहीतरी विकत घेऊन खायचो, पण बहुतेक वेळा मी तो रुपया शिलकीत टाकायचो. आणि जमलेल्या पैशांतून पुस्तकं विकत घ्यायचो. शाळेच्या पाठ्यपुस्तकांव्यतिरिक्त अवांतर वाचनाची माझी आस दिवसेंदिवस वाढतच चालली होती. तसंच पूजा आणि माझ्या इतर बहिणींना रक्षाबंधनच्या दिवशी माझ्या साठवलेल्या पैशांतून भेटी द्यायचो.

प्राथमिक शाळेतली मुलं माझ्याशी जशी वागायची, तसंच कुतुब स्कूलमधेही बहुतांश मुलांचं वागणं असायचं. नववीतही माझ्या वर्गात जगनसारख्या काही मुलांनी मला भरपूर त्रास दिला. ती मुलं मला कधीच नावाने हाक मारायची नाहीत. मला 'लंगडदीन' म्हणायला त्यांना फार आवडायचं. जगनप्रमाणेच माझ्या कुबड्या हिसकावून घेणं हा त्यांचा रोजचा उद्योग होता.

'देवाने मला असं का बनवलं? मी इतरांपेक्षा वेगळा का आहे?' असे प्रश्न माझ्या मनात घोळायचे. काय विरोधाभास आहे ना! बाकीचे सर्वसाधारण लोक वेगवेगळ्या फॅशन्स करून इतरांपेक्षा वेगळं दिसायचा प्रयत्न करतात, पण जो कोणत्याही प्रकारच्या कायमच्या दिव्यांगत्वाचा सामना करत असतो तोच, इतरांपेक्षा कायमचंच वेगळं असण्याचं दुःख समजू शकतो.

आठवीतले माझे बरेच सहाध्यायी नववीत देखील माझ्या वर्गात होते. त्यापैकी अनेक जण माझे चांगले मित्रही होते, पण नववीत गेल्यावर असं वाटू लागलं की त्यांचं आयुष्य अधिक वेगाने पुढे चाललं आहे. आम्ही सगळेच त्या वेळी पंधरा वर्षांच्या आसपासच्या वयाचे तरुण होतो.

त्या मुलांनी आता स्वातंत्र्य चाखायला सुरुवात केली होती. नववीत आल्यानंतर शाळा घरापासून लांब असणं, आणि रोज बसने जाणं येणं यामुळे, आठवीत असताना जरा बिचकणाऱ्या मुलांच्या आत्मविश्वास आणि स्वातंत्र्याबरोबरच, त्यांचा स्वच्छंदीपणा देखील वाढत चालला होता.

आयुष्य खूप विशाल आणि जटिल आहे याची मला नववीत प्रथम जाणीव झाली. ज्या वर्गमित्रांना मी माझ्या आयुष्याचाच एक भाग मानू लागलो होतो, म्हणजे खरंतर ज्यांच्यावर मी शारीरिक आणि मानसिकरीत्या काहीसा अवलंबून होतो, ते आता माझ्यापासून दूर जाताहेत हे मला जाणवू लागलं होतं. ते सगळे विद्यार्थी पंखांत ताकद येऊ लागलेल्या पक्ष्यांसारखे होते. स्वातंत्र्याचा अनुभव घ्यायला ते आतुर होते. माझं त्यांच्याबरोबर असणं त्यांच्यासाठी एक बंधन ठरत होतं, कारण मी एखाद्या पंख छाटलेल्या पक्ष्याप्रमाणे होतो. उड्डाणात मी त्यांना साथ देऊ शकत नव्हतो. त्यामुळे मी माझ्या मित्रांसाठी एक नकोसं ओझं होऊन बसलो होतो.

माझ्या उड्डाणाला अजून अवकाश होता.

विद्यार्थ्यांना आता शाळेच्या चार भिंतीतील आयुष्य आवडत नव्हतं. खेळायलासुद्धा ते आता शाळेचं मैदान सोडून लांबच्या एखाद्या मैदानावर जायचे. सिनेमाला जाणं, सायकलवरून फिरायला जाणं, बसमधून इथेतिथे हिंडणं – ती मुलं आता मोठी होत होती.

पण माझं आयुष्य मात्र मुळीच बदललं नव्हतं. मी बसमध्ये चढू शकत नव्हतो, सायकल – स्कूटर- बाइक चालवणं मला शक्य नव्हतं. लांबवर चालत जाणं, क्रिकेट खेळणं, धावणं – हे काही काही शक्यच नव्हतं. सिनेमा बघायची मला इच्छा नव्हती, पण जग बघण्याची लालसा मात्र खूप होती. माझं विश्व अगदी संकुचित होतं आणि त्यापलीकडचं जग कसं असेल याचा मी नेहमी विचार करायचो. पण ते सगळं जाणून घेण्याची वेळ अद्याप आली नव्हती. ती वेळ परिश्रम आणि संघर्षाच्या एका विशाल नदीच्या पलीकडे उभी होती.

माझे वर्गमित्र आणि माझ्यातलं अंतर हळूहळू वाढत चाललं होतं, कारण मी त्यांना साथ देऊ शकत नव्हतो.

दुपारी ते सगळे बसमध्ये बसून घरी जायचे, पण मला चालत जायचं असायचं. सकाळी शाळेत येतानाही तेच. त्यामुळे मी त्यांच्या गटाचा भाग होऊ शकत नव्हतो.

असंच हळूहळू नववीचं वर्ष सरलं. आणि मग आली शालेय जीवनातील पहिली मोठी परीक्षा.

दहावीचं बोर्ड

आमच्या शाळेत बोर्डाची परीक्षा केंद्रीय माध्यमिक शिक्षण बोर्ड (सीबीएसई) च्या माध्यमातून व्हायची. दहावी आणि बारावीच्या विद्यार्थ्यांना बोर्डाच्या परीक्षेला बसावं लागायचं. निकाल चांगला लागणं ही प्रत्येक शाळेसाठी प्रतिष्ठेची बाब असायची. बोर्डाच्या परीक्षेला बसणाऱ्या विद्यार्थ्यांना शाळेत मान मिळायचा. शिक्षकदेखील त्यांच्याकडे विशेष लक्ष द्यायचे.

त्या काळी कोचिंग क्लासेसची पद्धत नव्हती. विद्यार्थी आसपासच शाळेच्याच शिक्षकांकडून किंवा वरच्या वर्गातील विद्यार्थ्यांकडून शिकवणी घ्यायचे. मीदेखील माझ्या शाळेतील एका शिक्षकांकडे परीक्षेच्या तयारीसाठी शिकवणी लावली. माझे काही सहाध्यायी तर सहावीपासूनच शिकवणीला जात होते, पण मी मात्र दहावीत पहिल्यांदाच शिकवणी लावली. एखादा योद्धा जसा युद्धासाठी तयारी करतो, तशीच मी दहावीच्या परीक्षेची तयारी केली. माझ्याकडून शक्य तितकी जास्तीत जास्त मेहनत केली.

माझं परीक्षा केंद्र आर के पुरम नावाच्या भागातील शाळेत होतं. मार्च १९९२मध्ये मला दहावीच्या वेगवेगळ्या विषयांच्या पाच परीक्षा द्यायच्या होत्या. परीक्षेच्या दिवशी कैलाश काका मला सायकलवरून परीक्षा केंद्राच्या ठिकाणी घेऊन जायचे. त्या शाळेच्या दोन-तीन मजली इमारतीत माझी जागा नेहमी पहिल्या मजल्यावरच असायची. परीक्षा सुरू व्हायच्या फक्त दहा-पंधरा मिनिटंच आधी शाळेत प्रवेश करायला परवानगी होती. शाळेचं गेट उघडल्याबरोबर सगळी मुलं, आपली जागा कुठे आहे ते बघायला नोटीस बोर्डच्या दिशेने धाव घेत.

विविध शाळांमधून आलेल्या शेकडो विद्यार्थ्यांच्या झुंडीच्या धावपळीशी स्पर्धा करणं मला शक्यच नव्हतं. बाकी विद्यार्थी गेल्यावर गेट रिकामं झालं की मगच मी शाळेच्या आत जाऊ शकत होतो.

मग गेटपासून इमारतीपर्यंत पोचायला मला काही मिनिटं लागायची. त्यानंतर मी एका कोपऱ्यात उभा राहून नोटीस बोर्डजवळची विद्यार्थ्यांची गर्दी हटायची वाट बघत राहायचो. जेव्हा बहुतांश मुलं सीट नंबर बघून आपापल्या वर्गात जाऊन बसायची, तेव्हा कुठे मी नोटीस बोर्डपाशी पोचू शकायचो. माझा सीट नंबर बघून हळूहळू जिना चढून मी पहिल्या मजल्यावरच्या माझ्या वर्गात पोचायचो. मी माझ्या जागेवर जाऊन बसेपर्यंत बाकीच्या मुलांची त्यांच्या उत्तरपत्रिकांवर माहिती लिहून झालेली असायची, पेन-पेन्सील डेस्कवर काढून ठेवलेली असायची, आणि परीक्षेच्या आधीची भीती काबूत आणण्याचा प्रयत्न सुरू झालेला असायचा.

इतकं चालून आणि जिना चढून मला लागलेली धाप कमी व्हायला आणि आलेला घाम सुकायला थोडा तरी वेळ लागायचाच. त्यानंतरच मी माझ्या उत्तरपत्रिकेवर माहिती लिहायला सुरुवात करू शकायचो.

माझी परीक्षा संपेपर्यंत कैलाश काका शाळेच्या बाहेर थांबायचे, आणि मग मला सायकलवरून घरी आणायचे.

अशा एक एक करून माझ्या सगळ्या परीक्षा संपल्या. उन्हाळ्याची सुट्टी लागली. ती सुट्टी परीक्षेच्या निकालाची वाट बघतच सरली आणि अखेर निकाल लागला – मी पहिल्या श्रेणीत पास झालो.

माझ्यासाठी हा अत्यानंदाचा दिवस होता – मी मॅट्रिक पास झालो होतो. मात्र, मी इथवर पोचू शकेन अशी समाजाची अपेक्षा नव्हती. मी स्वतःदेखील आठवीनंतर माझ्या आजारामुळे थकत चाललो होतो, पण कष्ट करत, एक एक दिवस काढत मॅट्रिकचा हा टप्पा अखेर मी पार केलाच.

भारत दर्शन यात्रा

माझ्या कुटुंबातल्या किंवा नात्यातल्या लोकांना प्रवास करण्याची किंवा जग बघायची, जाणून घेण्याची फार काही आवड होती असं नाही. पर्यटन म्हणून आम्ही हरिद्वार, हृषीकेश, वैष्णोदेवी, चारधाम अशा तीर्थक्षेत्रांची यात्रा करायचो, त्याबद्दल बोलायचो. हल्ली, म्हणजे माझ्या पिढीने कारभार हातात घेतल्यानंतर परिस्थिती थोडीफार बदलली आहे, आणि लोक तीर्थक्षेत्र सोडून इतर ठिकाणीही कधीकधी जायला लागले आहेत. पण तरीही आमच्या पर्यटन स्थळांच्या यादीत केवळ काश्मीर, मसूरी आणि गोवा इतक्याच स्थळांची भर पडली आहे. तेसुद्धा आत्ता आत्ता झालं. मी दहावीत होतो तेव्हा तर आमच्या घरातले कोणी पर्यटनासाठी बाहेर पडायचेच नाहीत. बाहेरचं जग बघायची जिज्ञासाही नव्हती, आणि उगीच एवढे कष्ट घ्यायची आवश्यकताही वाटत नव्हती. आणि हेही खरंच, की आर्थिक ओढाताणीमुळे प्रवासाचा खर्च अनावश्यक मानला जायचा.

अशात आमच्या कुटुंबात एक फारच मोठी आणि सनसनाटी घटना घडली. ती म्हणजे पप्पांनी त्यांच्या ऑफिसमधून लीव्ह ट्रॅव्हल कन्सेशन (एल. टी. सी.) घेऊन कुटुंबासहित प्रवासाला जायचं ठरवलं. आणि प्रवास सुद्धा किरकोळ नाही, तर चक्क जवळजवळ संपूर्ण भारताची यात्रा. हे आजदेखील मला न सुटलेलं कोडं आहे की, पप्पांनी काय विचार करून ही योजना आखली आणि अमलात आणली.

त्या भारत दर्शन यात्रेच्या दरम्यान एका डायरीत मी त्या यात्रेबाबत खूप गोष्टी लिहिल्या होत्या. ती डायरी आजही माझ्यापाशी आहे. यात्रेहून परत आल्यावर मी त्या डायरीत आकडे आणि माहितीवर आधारित काही पुस्त्या देखील जोडल्या. त्या वाचून आज माझं मलाच आश्चर्य वाटतं की, किती बारीकसारीक गोष्टींची मी त्या डायरीत नोंद केली होती. त्यावेळचं माझं लिखाण अगदीच कामचलाऊ होतं, पण आज मला बरं वाटतं ते याचं, की मी अगदी सूक्ष्म गोष्टींचीही नोंद केली होती. त्याच डायरीत लिहिलेलं एक पान –

बसची गोष्ट

आमची बस अमित ट्रान्सपोर्ट कॉर्पोरेशनची होती. आणि आम्ही गुजरात टुरिझमतर्फे यात्रेला गेलो. बसचा नंबर DLIP १५७९ होता. बसमध्ये दोन दोन जणांच्या नऊ सीट्स, तीन जणांच्या नऊ आणि सहा जणांची एक सीट होती. त्या बसमधून ११ कुटुंबातले ५३ लोक प्रवास करत होते.

बसमध्ये जयपाल सिंह आणि बलवान सिंह असे दोन ड्रायव्हर्स होते आणि राजेश कुमार नावाचा एक साहाय्यक होता. बसच्या व्यवस्थापकाचं नाव श्री. कटोच होतं. बसमध्ये सीट्सच्या वर दोन्ही बाजूला सामानाचे लहान डाग ठेवण्यासाठी कप्पे होते. मोठ्या आणि जड सामानासाठी डिक्की आणि छतावर कॅरिअर होतं. आम्हाला एक सीट ड्रायव्हरच्या केबिनमध्ये, आणि तीन जणांची एक सीट सातव्या ओळीत मिळाली. खिडक्यांना फिक्या लाल रंगाच्या काचा होत्या. बसला चार दरवाजे होते. इमर्जन्सी डोअर, इनडोअर, आउटडोअर आणि ड्रायव्हर डोअर. बसचा रंग चॉकलेटी आणि सोनेरी होता. बसमध्ये टेपवर फिल्मी गाणी ऐकायचीही सोय होती. बसमध्ये १६ दिवे होते, तसंच लाइट सिग्नल आणि इतर लाइट्स देखील होते. ड्रायव्हर केबिनमध्ये एकूण सहा जण बसू शकत होते. आमच्या बसने एकूण १२,५०० किमी अंतर कापलं. भारतातील उत्तर प्रदेश, बिहार, ओडिशा, आंध्र प्रदेश, तामिळनाडू, केरळ, कर्नाटक, गोवा, महाराष्ट्र, राजस्थान आणि मध्य प्रदेश ही अकरा राज्यं आणि नेपाळ हा एक परदेश अशी आमची बस फिरली. उत्तर प्रदेशात ती दोन वेळा गेली. आम्ही एकूण २५ स्थळे बघितली – लखनौ, अयोध्या, जनकपूर, गोरखपूर, सनोली, काठमांडू, गया, बुद्ध गया, जगन्नाथपुरी, कोणार्क, भुवनेश्वर, तिरुपती, त्रिचूर, रामेश्वर, कन्याकुमारी, त्रिवेंद्रम, मदुराई, म्हैसूर, बंगळुरू, गोवा, मुंबई, इंदूर, नाशिक, शिवपुरी आणि आग्रा. संपूर्ण प्रवासात आम्ही नऊ ठिकाणी मुक्काम केला.'

आज मी जेव्हा ही डायरी वाचतो तेव्हा – बसमध्ये १६ बल्ब होते – अशी वाक्यं बघून अवाक् होतो. ते बल्ब मोजण्याची मला काय गरज होती असा विचार

मनात येतो. यावरून समजतं की प्रत्येक गोष्टीचं बारकाईने निरीक्षण करून माहिती मिळवण्याची मला सवय होती. माझ्या आसपासच्या वातावरणाबाबत माहिती असणं हे माझं जीवन सुरळीत चालण्यासाठी आवश्यक होतं.

एखाद्या मोठ्या समूहाबरोबर प्रवास करणं मला आवडत नाही. आजही, ज्यांचे आणि माझे विचार जुळतात, आणि प्रवासाबद्दल ज्यांचा आणि माझा दृष्टिकोन सारखा असतो, अशा एक-दोन जवळच्या मित्रांबरोबर प्रवास करणंच मला आवडतं. प्रवास करण्यामागे माझा उद्देश केवळ आकर्षक इमारती आणि निसर्गसौंदर्य असलेल्या स्थळी जाऊन फोटो काढणे हा नसतो.

मी जिथे जिथे जातो, तिथले लोक, संस्कृती, राहणी या गोष्टी जाणून घेण्यात मला जास्त रस असतो.

भारत दर्शन यात्रेतील अनुभवांवर एक स्वतंत्र पुस्तक लिहिता येईल. थोडक्यात इतकंच सांगतो की, त्या यात्रेत मला खूप काही शिकायला मिळालं. पण तरीही जितकं शिकू शकलो असतो त्या मानाने थोडसंच शिकलो. कारण तेच – स्वतःचं शरीर सांभाळण्यात, त्याकडे लक्ष देण्यातच माझी सगळी ताकद जायची.

आम्ही भारत दर्शन करून परत आलो आणि एक-दोन दिवस आराम करून मी पुन्हा शाळेत गेलो.

अकरावीतला प्रवेश फारच रोचक होता, आणि ते माझ्या आयुष्यातील एक महत्त्वाचं वळणदेखील होतं.

अकरावीत शास्त्र विषय

शाळेत शास्त्र विषय माझा अत्यंत आवडता. आणि नियतीचा खेळ असा, की तिने मला शास्त्राचा, विज्ञानाचा विद्यार्थीच केलं. अकरावीत प्रवेश घ्यायला जेव्हा मी शाळेत गेलो, तेव्हा शिक्षकाने मला एक विचित्र प्रश्न विचारला –

"तुला आर्ट्स पाहिजे की सायन्स?"

"सर काय म्हणालात तुम्ही?" मला वाटलं मी त्यांचा प्रश्न नीट ऐकला नाही.

"अरे, तुला कुठल्या विषयासाठी प्रवेश घ्यायचा आहे, ते तर सांगशील!" ते शिक्षक म्हणाले.

"मला अकरावीत प्रवेश घ्यायचा आहे," मी स्पष्ट केलं.

"ते माहीत आहे रे मला, पण अकरावीत आर्ट्स घेणार की सायन्स?" त्यांनी पुन्हा विचारलं.

याआधी असा प्रश्न मला कोणीही विचारला नव्हता. मला वाटलं होतं की जसं सातवी पास झाल्यावर आठवीत जायचं, आठवीतून नववीत जायचं, तसं दहावीतून अकरावीत जायचं.

अकरावीत विषयाची निवड करायची असते याची मला कल्पनाच नव्हती. (यावरून तुम्हाला माझ्या आसपासच्या शैक्षणिक वातावरणाचा अंदाज येईल.)

मला शास्त्र विषय आवडायचा, त्यामुळे मी पटकन सायन्स म्हटलं.

''बायोलॉजी पाहिजे की मेकॅनिकल ड्रॉइंग?'' सरांचा पुढचा प्रश्न.

''त्या दोन्हीत काय फरक आहे? माझं ड्रॉइंग काही चांगलं नाहीये.'' माझा गोंधळ वाढतच चालला होता. शिक्षकांनी जीवशास्त्र आणि मेकॅनिकल ड्रॉइंगमधला फरक सांगितला. त्यांच्याकडूनच मला कळलं की, मेकॅनिकल ड्रॉइंग शिकण्यासाठी ड्रॉइंग चांगलं असण्याची गरज नाही. त्यांनी हेही सांगितलं की, मेकॅनिकल ड्रॉइंग शिकण्यासाठी मोठा ड्रॉइंग बोर्ड आणि इतर गोष्टी घेऊन इकडे तिकडे फिरावं लागेल. हे ऐकताच मी जीवशास्त्रासाठी हो म्हटलं. पण जीवशास्त्राच्या विद्यार्थ्यांना उंदीर, बेडूक वगैरे कापावे लागतात हे कळल्यावर मी विचारलं, ''बायोलॉजी आणि मेकॅनिकल ड्रॉइंग सोडून आणखी काही विषय नाही का? मी रसायनशास्त्र नाही का शिकू शकणार?''

पण तिसरा पर्यायच नव्हता. मी कुठलाही प्राणी कापायला तयार नव्हतो, पण शास्त्र शिकण्याचा तो एकमेव मार्ग होता. ड्रॉइंग बोर्ड उचलणे तर मला शक्यच नव्हतं, त्यामुळे अखेर हार मानून मी बायोलॉजी निवडलं.

आमच्या शाळेत दहावीनंतर फक्त आर्ट्स शिकण्याची सोय होती. सायन्स किंवा कॉमर्स शिकण्याची सोय नव्हती. ते शिकण्यासाठी खूप लांबच्या शाळेत जावं लागणार होतं. लांबच्या कुठल्या शाळेत जाणंही मला शक्य नव्हतं. पण माझ्या नशिबाने मी अकरावीत गेलो त्याच वर्षी माझ्या शाळेत सायन्स विषय सुरू झाला. हा एक मोठा महत्त्वाचा योगायोग होता.

प्रवेश घेऊन मी घरी आलो. संध्याकाळी पप्पा ऑफिसमधून घरी आल्यावर मी सांगितलं की, मी सायन्ससाठी प्रवेश घेतला. ते चक्रावले.

''सायन्सचा अभ्यास किती कठीण असतो तुला कल्पना आहे का? तुझ्याच्याने नाही व्हायचा. आर्ट्सला प्रवेश घे.'' पप्पांनी मला समजावलं.

''पण मला तर सायन्स सर्वांत सोपं वाटतं. आणि मला सगळ्यात जास्त मार्क त्यातच मिळतात.''

''अरे हो, पण आता अभ्यास आणखी अवघड असणार.''

''असू दे. आता प्रवेश घेतलाच आहे. बघता येईल.'' मी मन स्थिर करत उत्तरलो.

"ठीक आहे. तुला योग्य वाटेल ते कर." पप्पा म्हणाले. त्यांनी मला कधीच काहीच करण्यापासून रोखलं नाही.

सायन्सच घेणार असं पप्पांना ठणकावून सांगितलं खरं, पण ते जेव्हा माझ्यासाठी सायन्सची पाठ्यपुस्तकं घेऊन आले, ती बघून माझ्या काळजाचा ठोकाच चुकला. ही एवढी जाड-जाड पुस्तकं! –

आणि सगळीच्या सगळी इंग्रजीत.

पुस्तकं बघण्याआधी मला माहीतच नव्हतं की, सायन्सचा सगळा अभ्यास इंग्रजीतून असणार आहे. इंग्रजी एक विषय म्हणून शिकणं हीच एक डोकेदुखी होती – आता तर शिकण्याचं माध्यमच पूर्ण इंग्रजी. गणित, जीवशास्त्र, फिजिक्स, केमिस्ट्री – इतकंच काय – इंग्रजीसुद्धा इंग्रजीतून शिकायची होती. हे इतकं इंग्रजी कसं पचनी पडणार या विचाराने माझी द्विधा मन:स्थिती झाली. हिंदी माध्यमाच्या विद्यार्थ्याला एकदम सायन्ससारखा विषय इंग्रजीतून शिकणं फारच कठीण होतं. आता फक्त सायन्सचेच विषय शिकायचे म्हणून मी खूश होतो, पण इंग्रजी ही मोठीच अडचण होती.

पण तरीही मी निश्चय केला की, सायन्सच घ्यायचं. काय होईल ते बघता येईल.

अशा रीतीने हट्टाने मी सायन्स घेतलं, इंग्रजीशी दोन हात करायचे ठरवले. त्या वेळी जर मी निर्णय बदलला असता, आणि एक सुरक्षित विषय म्हणून आर्ट्स घेतलं असतं, तर मी माझा आवडता विषय – शास्त्र- सखोल शिकू शकलो नसतो, आणि कदाचित आयुष्यभर इंग्रजी आवाक्याबाहेरच राहिली असती.

'समुद्र पार करण्यासाठी लाटांशी टक्कर घ्यावीच लागते.
आजवर पायाखाली स्थिर जमीन आहे,
फुलांचा सुगंध घेरून टाकतो आहे,
पण पांथस्था, पैलतीरी तेव्हाच पोचशील,
जेव्हा पायाखाली सागर लहरेल.
आज मत्त लाटांशी झुंजला नाहीस,
तर कुठली भरती तुला तिथे पोचवेल?'
(महादेवी वर्मा यांच्या हिंदी ओळींचा अनुवाद)

बोलू तर इंग्रजीतच

दहावी पास झालेल्या सर्व विद्यार्थ्यांपैकी फक्त दोन-तीन विद्यार्थ्यांनीच सायन्स घेण्याचं धाडस केलं. आमच्या अकरावी सायन्सच्या वर्गात पंधरा विद्यार्थी होते, त्यांतले बहुतांश जण दुसऱ्या शाळांमधून आलेले होते.

आम्हाला शिकवायला बरेच नवीन शिक्षक होते. भौतिकशास्त्र, रसायनशास्त्र, जीवशास्त्र आणि मेकॅनिकल ड्रॉइंगचे शिक्षक आमच्या शाळेत प्रथमच नेमले गेले होते. प्रयोगशाळांसाठी खोल्या ठरवल्या गेल्या, आणि त्यासाठी सामानही मागवलं गेलं. हे सगळं होईपर्यंत बरेच महिने गेले, आणि आमचा अकरावीचा अभ्यास बराच उशिरा सुरू झाला.

सगळे विषय इंग्रजी माध्यमातून शिकायचे होते. वर्गात शिक्षक काय शिकवायचे ते काहीही कळायचं नाही आणि घरी येऊन पुस्तक उघडून बसणं हे केवळ करायचं म्हणून करणं होतं, कारण त्यात इंग्रजीत लिहिलेलं काहीही डोक्यात शिरायचं नाही.

इंग्रजी येत नसल्यामुळे आमच्या सबंध वर्गाचीच परिस्थिती बिकट झाली होती. इंग्रजी शिकवण्यासाठी शाळेत आमचे विशेष वर्ग घेतले जात होते, पण हिंदी माध्यमात मुरलेल्या विद्यार्थ्यांना इंग्रजीतलं ओ की ठो समजत नव्हतं. पण मी मात्र इंग्रजी शिकायचंच, असा ठाम निश्चय केला होता.

आमच्या वर्गातला सगळ्यात हुशार विद्यार्थी चरण सिंह देखील इंग्रजीमुळे हैराण झाला होता. एक दिवस मी त्याला म्हटलं, "हे बघ, इंग्रजी शिकल्याशिवाय आपण काही पास होणार नाही, हे नक्की. असं करू या, शाळा सुटल्यावर आपण चालत घरी जाऊ आणि जाता जाता एकमेकांशी फक्त इंग्रजीतच बोलू. आपल्या दोघांशिवाय कोणी ते ऐकणार नाही, त्यामुळे कितीही चुकीचं बोललो तरी फरक पडणार नाही. कदाचित त्यामुळे थोडंफार इंग्रजी तरी येईलच."

"हो हो, चालेल. काहीही झालं तरी इंग्रजीतच बोलायचं. चल, आजपासूनच सुरू करू." चरणने उत्साहाने माझं म्हणणं मान्य केलं.

आणि पुढचे बरेच दिवस आम्ही एकत्र घरी आलो, पण मुकाट्याने. काय बोलायचं याची मनातल्या मनात जुळवाजुळव करायचा प्रयत्न करायचो; पण शब्दच सापडायचे नाहीत आणि बोलायचं तर इंग्रजीतच, नाहीतर बोलायचंच नाही, असं ठरलेलं. त्यामुळे बरेच दिवस आम्ही काहीच बोललो नाही. मग हळूहळू 'हाऊ आर यू', 'आय डोन्ट लाइक इंग्लिश,' अशी छोटी छोटी वाक्यं बोलायला सुरुवात केली. आम्ही दोघांनी 'रॅपिडेक्स इंग्लिश स्पीकिंग कोर्स'ची

पुस्तकंही विकत घेतली आणि त्यातून इंग्रजी वाक्य घोकायची मोहीम सुरू केली. पण माझ्या मार्गात इंग्रजीव्यतिरिक्त आणखी एक अडचण होती – मला फळ्यावरचं दिसायचंच नाही.

पहिला चश्मा

पोलिओच्या उपचारांसाठी घेतलेल्या विविध प्रकारच्या बेसुमार औषधांमुळे माझी दृष्टी अधू झाली होती हे मी मागे नमूद केलंच आहे. सहावीत असल्यापासूनच मला फळ्यावरचं काही दिसायचं नाही, पण मी माझ्या शिक्षकांना हे कळू दिलं नव्हतं. शिक्षकांचं बोलणं, फळ्यावर अंधूक दिसणारी अक्षरं आणि माझा अंदाज यांच्या आधारे मी फळ्यावर काय लिहिलं असेल हे समजून घ्यायचा प्रयत्न करायचो.

मी चश्मा का बनवून घेतला नाही याचं कारणदेखील मी मागे सांगितलंच आहे. माझे अनेक सहाध्यायी माझ्या कुबड्या, माझं दिव्यांगत्व आणि माझ्या चालण्याच्या पद्धतीची चेष्टा करायचे. चश्मा घालून मला चिडवायला त्यांना आणखी एक कारण द्यायचं नव्हतं.

अकरावीत सगळेच विषय इंग्रजीतून शिकवले जाऊ लागले. त्याचा एक परिणाम असा झाला की, फळ्यावर लिहिलेलं समजून घ्यायची माझी जुनी युक्ती आता माझ्या कामी येत नव्हती. विषयही अवघड होते. फळ्यावरचं वाचता आल्याशिवाय आता गत्यंतर नव्हतं. अखेर चश्मा लावायचा निर्णय घ्यावाच लागला. माझा पहिला चश्मा मायनस साडेतीन पॉवरचा होता. यावरून तुमच्या लक्षात येईल की, चश्म्याशिवाय मला फळ्यावरचं काही दिसत नव्हतं. संपूर्ण माध्यमिक शाळा, नववी आणि दहावीच्या परीक्षासुद्धा मी फळ्यावरचं न वाचता पास झालो होतो.

अकरावीतली वाईट कामगिरी

कुठलीच युक्ती लागू पडली नाही आणि आमच्या संपूर्ण वर्गाचा निकाल वाईट लागला. कोणी एखाद्या विषयात काही गुणांनी नापास झाला तर दुसरा कोणी दुसऱ्या विषयात. वार्षिक परीक्षेच्या आधी आमच्या चाचणी परीक्षा घेतल्या गेल्या, आणि त्यात हिंदीत उत्तरं लिहिण्याची सवलत होती. त्या चाचणीत मी सगळ्या विषयांत पास झालो.

शास्त्र हा विषय आमची समस्या नसून इंग्रजी भाषा ही खरी समस्या आहे हे आमच्या शिक्षकांना ठाऊक होतं. शास्त्र विषयाबद्दलचं ज्ञान तितकंसं वाईट नव्हतं, पण ते अभिव्यक्त करण्याच्या माध्यमाशी आम्ही झगडत होतो. त्यामुळे शिक्षकांनी आम्हाला आवश्यक तेवढे ग्रेस मार्क देऊन पास केलं. बहुधा दोन-तीन जणांनाच नापास केलं, कारण त्यांची कामगिरी फारच वाईट होती. मला आठवतंय- आमचे मुख्याध्यापक म्हणाले होते – "तुम्ही बारावीत जास्त मेहनत घेऊन इंग्रजी शिकाल आणि बारावीच्या बोर्डाच्या परीक्षेत पास होऊन दाखवाल या भरवशावर आम्ही तुम्हाला बारावीत पाठवत आहोत."

इंग्रजी भाषेची खूपच अडचण होती, पण शास्त्र विषयाबद्दल मला प्रेम होतं.

कपाटातली प्रयोगशाळा

शास्त्र विषयाची मला इतकी आवड होती की, मी दहावीत किंवा अकरावीतच आमच्या घरात एक छोटी प्रयोगशाळा बनवली होती. आमच्याकडे एक जुनं लाकडी जाळीचं कपाट होतं. त्या कपाटातच मी माझी प्रयोगशाळा बनवली होती. बाजारात किराणा दुकानात मिळणारी काही रसायनं मी थोडी थोडी जमवली होती. त्यात गंधक, पोटॅशियम परमँगनेट, हायड्रोजन पेरॉक्साइड, सोडियम कार्बोनेट, (सोडा), सोडियम बाय कार्बोनेट (खायचा सोडा), लोखंड, पितळ, ॲल्युमिनिअमचे पातळ तुकडे अशा गोष्टी होत्या. याव्यतिरिक्त अकरावीत जेव्हा शाळेच्या रसायन प्रयोगशाळेत सामान आलं, तेव्हा खराब म्हणून फेकून दिलेली एक टेस्ट ट्यूबदेखील मी घेतली होती. छोट्या छोट्या बाटल्यांत हायड्रोक्लोरिक ॲसिड, नायट्रिक ॲसिड आणि सल्फ्युरिक ॲसिड याही गोष्टी जमवल्या होत्या. लोहचुंबकाचे तुकडे, कंपास, डी. सी. मोटर, एक तुटका लोलक, अर्धी दुर्बीण, अनेक प्रकारची भिंगं, लोखंडाचा चुरा अशा इतरही अनेक गोष्टी त्या कपाटात होत्या.

शाळेतल्या प्रयोगशाळेत आम्हाला काही विशेष करू दिलं जायचं नाही. आणि तिथे होणारे प्रयोग पोटापाण्यापुरतेच असायचे. आम्ही जे काही करू ते नीट समजून उमजून करावं, समज आणि उत्सुकता यांच्या आधारे प्रयोगांची दिशा ठरवावी अशी माझी इच्छा होती.

घरी माझी प्रयोगशाळा तर होती, पण तिथे करायचं काय, हे माहीत नव्हतं. पुस्तकात लिहिलेल्या रासायनिक, भौतिक क्रिया वास्तवात होताना बघणं हे एकमेव काम मी या कपाटातल्या प्रयोगशाळेत करू शकत होतो. उदाहरणार्थ –

टेस्ट ट्यूबमध्ये थोडं सल्फ्युरिक अॅसिड घेऊन त्यात एक अॅल्युमिनिअमचा तुकडा घालायचो. त्या तुकड्यावर अॅसिडची प्रक्रिया होऊन नळीमध्ये बुडबुडे यायचे आणि शेवटी तो तुकडा अॅसिडमध्ये विरघळून जायचा. हे असेच उद्योग मी माझ्या कपाटातल्या प्रयोगशाळेत करायचो. हे सगळं करणं मला अत्यंत अद्भुत आणि सुखद वाटायचं. या प्रक्रियांमध्ये नक्की काय होतंय हे तुटपुंज्या माहितीमुळे मला कळायचं नाही, पण त्या प्रक्रिया होताना मला बघायचं होतं, त्यांचं महत्त्व जाणून घ्यायचं होतं.

मला शाळेतच जर चांगली प्रयोगशाळा मिळाली असती, आणि आमच्या शिक्षकांनी पद्धतशीरपणे विज्ञान शिकवलं असतं, तर किती छान झालं असतं! विज्ञान जाणून, समजून घेण्याची माझी भूक कायम अतृप्तच राहिली.

इथे मला एक सावधानतेचा इशारही द्यायचा आहे. माझी घरगुती प्रयोगशाळा हे माझ्या शास्त्राबद्दलच्या जबरदस्त आवडीचं आणि कुतूहलाचं फलित होतं. तरीही मी आवर्जून सांगेन की, अशी प्रयोगशाळा घरी करण्याचे उद्योग कृपया कोणी करू नयेत. रसायनं अत्यंत धोकादायक असतातच, आणि व्यवस्थित माहिती नसताना ती मुळीच हाताळू नयेत. असं केल्याने गंभीर दुर्घटना घडू शकते. हल्ली तर सगळ्या शाळांत विज्ञानाच्या चांगल्या प्रयोगशाळा असतात. विद्यार्थ्यांनी आपल्या शिक्षकांच्या देखरेख आणि मार्गदर्शनाखालीच प्रयोगशाळेत विज्ञान शिकलं पाहिजे. विज्ञान शिकवणाऱ्या शिक्षकांनी सगळ्या विद्यार्थ्यांना एकाच मापदंडाने मापू नये. ज्या ज्या विद्यार्थ्यांना जास्त जिज्ञासा असेल, त्यांना तितकं ज्ञान देणं हे प्रत्येक शिक्षकाचं कर्तव्य आहे.

***

त्या काळात मी एक जाडजूड वही घेतली होती. त्यात त्या वेळी मी तोपर्यंत ज्ञात असलेल्या सर्व रासायनिक तत्त्वांची वैशिष्ट्ये लिहिली होती. या माझ्या पुस्तकवजा वहीत १०४ प्रकरणं होती. प्रत्येक प्रकरणात कुठल्यातरी एका रासायनिक तत्त्वाबद्दल लिहिलं होतं. त्या तत्त्वाचा इतिहास, त्याचा शोध कसा लागला, त्याचे प्रयोग, भौतिक लक्षणं, आणि रासायनिक गुण इत्यादी सगळं त्या वहीत होतं. ही सगळी माहिती मी बऱ्याच पुस्तकांतून जमवली होती. त्या सगळ्या पुस्तकांतून जी जी माहिती मिळाली ती सगळी व्यवस्थित एकत्रित करून मी माझ्या वहीला पुस्तकाचं रूप दिलं होतं.

शास्त्र, शास्त्रज्ञ, पुस्तकं आणि निसर्ग यांनी माझं मनोविश्व समृद्ध केलं होतं, पण बाह्य विश्व आणि मन यांच्यातला संघर्ष अखंड चालूच होता.

देवत्व प्राप्ती

एके दिवशी शाळा सुटल्यावर मी शाळेतून निघालो आणि गेटच्या समोरच दम खायला जरा थांबलो. शाळेपासून घरापर्यंतचं अंतर मी असंच थांबून थांबून पार करू शकत असे.

मी एका खांबाच्या आधाराने उभा होतो. तेवढ्यात माझं लक्ष जवळच उभ्या असलेल्या, सामान वाहून नेणाऱ्या एका रिक्षाकडे गेलं. रिक्षा रिकामी होती. रिक्षावाला जवळपास कुठेतरी ढाब्यावर जेवायला गेला असावा. म्हटलं जरा त्या रिक्षावर बसून पायांना विश्रांती द्यावी. म्हणून मी त्या रिक्षाच्या मागच्या बाजूला बसलो. दोन मिनिटं होतात न होतात तोच रिक्षावाला आला. अंगात एक मळकट बनियन आणि चौकडीची लुंगी. आल्याबरोबर तो माझ्या पाया पडला आणि वाकून दोन-तीनदा मला नमस्कार केला. नमस्कार करता करता तो 'देवा-देवा-देवा' म्हणत होता. तो माझ्याकडे बघतही नव्हता. जमिनीकडे दृष्टी लावून तो माझ्यासमोर हात जोडून उभा राहिला.

हे सगळं इतक्या पटकन घडलं, की काय करावं हे मला समजेना. जेव्हा तो माणूस हात जोडून उभा राहिला, तेव्हा एकदम माझ्या ध्यानात आलं की, बहुधा त्याला रिक्षा घेऊन जायचं आहे आणि तो मला उतरण्याची विनंती करतो आहे.

मी झटकन उठलो. मी उठल्यावर त्याने पुन्हा एकदा नमस्कार केला आणि रिक्षा घेऊन निघून गेला. मी इतका सटपटलो होतो की तिथेच खिळल्यासारखा उभा राहिलो. कोणी हे बघितलं तर नाही ना या भीतीने मी आजूबाजूला नजर टाकली. शाळेच्या जवळपास बरेच ढाबे आणि दुकानं असल्यामुळे तिथे बरेच लोक असायचे. पण बहुतेक लोक आपापल्या कामात व्यग्र होते, दोनतीन जणच माझ्याकडे बघत होते. माझ्या वर्गातला कोणी माझ्याबरोबर नव्हता याबद्दल मी देवाचे आभार मानले. मात्र आताचे माझे सहाध्यायी प्राथमिक शाळेतल्या मुलांपेक्षा खूपच समजूतदार होते आणि तसेही सायन्सच्या वर्गात मोजकेच विद्यार्थी होते. तरीही मला कोणाचा भरवसा वाटत नव्हता. कोणी बघितलं असतं तर कदाचित ही गोष्ट वर्गभर पसरली असती.

अर्थात हे काही पहिल्यांदा घडलं नव्हतं. माझं वेडंवाकडं शरीर आणि माझ्या कुबड्या बघून बहुतांश लोकांना माझी दया यायची, मी त्यांना 'बिच्चारा' वाटायचो.

ते मला हीन-दीन मानायचे, आणि माझी 'सेवा' केली, मला 'नमस्कार' केला, किंवा चुकचुकून माझ्या अवस्थेबद्दल दुःख प्रकट केलं की देवाने ते त्यांचं पुण्यकर्म मानून त्यांच्या खात्यांत आणखी पुण्य जमा करावं, अशी त्यांची इच्छा

असायची. देवाला 'दीनबंधू' म्हणतात आणि तो दीन-दुःखितांच्या जवळ असतो असा समज असतो. लोक समजून चालायचे की, मी एक दुःखीकष्टी जीव आहे, त्यामुळे मी ईश्वराला जवळचा आहे. अशा भावनेतूनच काही लोक मला ईश्वराप्रत पोचण्याचं सोपं माध्यम समजतात.

असं मानणारे लोक दोन चुका करतात. एक तर ईश्वराची अवधारणा ही फक्त आणि फक्त भावनेवरच अवलंबून असते हे ते विसरतात. जर कुठे पापपुण्याचा हिशेब असेलच, तर त्या खातेवहीत पुण्याची मोजणी वाढवायचा एकमेव उपाय म्हणजे आपलं मन निर्मल आणि निष्काम ठेवणं. एखाद्या भुकेलेल्याला खायला देऊन जर 'आपण फार मोठी सेवा केली, किंवा दान दिलं, किंवा महान पुण्यकर्म केलं' अशी भावना मनात आली तर केलेल्या कामाचा काही उपयोग नाही. 'हे मी केलं' असा किंचित जरी अहंकार मनाला शिवला तरी ते काम पुण्यकर्म राहत नाही. दुसरी चूक ही, की कोणत्याही व्यक्तीला हीन-दीन मानणं आणि त्याला पुण्य मिळवायची संधी समजणं, यामुळे समाजात विषमता वाढते. ही भावना एका अशा समाजाचा पाया रचते, जिथे कोणी दाता असतो, कोणी याचक मग एक मोठा बनतो, एक लहान. असा समाज असंतुलित असतो आणि विषमतेला खतपाणीच घालतो.

एखाद्याकडे दहा रुपये असले, आणि तुमच्याकडे शंभर रुपये असतील तर तुम्ही म्हणाल की विषमता आहेच की. तुमच्याकडे नव्वद रुपये जास्त आहेत हे सत्यच आहे. पण असं आहे, की असमान असणं आणि असमान मानणं यात फरक आहे. निसर्गात कुठे काही अधिक असतं, तर कुठे काही उणं. एकीकडे वाळवंट, तर दुसरीकडे महासागर. जर भौतिक असमानता नसती तर सृष्टीच निर्माण नसती झाली आणि जग चाललंच नसतं. त्यामुळे भौतिक विषमता एक अनिवार्य सत्य आहे. पण भौतिक विषमतेमुळे माणसांच्या मनातही विषमता उत्पन्न होते, तेव्हा प्रश्न निर्माण होतात.

म्हणूनच मनात विषमता नको. विषमतेला आपल्या मनातून आणि समाजातून हद्दपार करायचा प्रयत्न केला पाहिजे.

असो, मी दिव्यांग म्हणून मला कमी लेखणारी अनेक माणसं मला माझ्या आयुष्यात भेटली. त्या माणसांच्या मनात माझ्याबद्दल दयाभाव असतो. वास्तविक अशी माणसं, माझ्यापेक्षा त्यांची स्थिती चांगली म्हणून मनातून खूश असतात.

'दुसऱ्याच्या दुःखाने दुःख झाल्याचं दाखवतात,
ते स्वतःच्या दुःखमुक्तीचा आनंद लपवतात.
तू दुःखी, तर मी सुखी, अभिशाप आहे जगाचा
तुझ्या संवेदनेचा देखावा, माझ्या नाही कामाचा.'
(हरिवंशराय बच्चन यांच्या हिंदी कवितेचा अनुवाद.)

दुसरीकडे मला देव समजून नमस्कार करणारे लोकही भेटतात. अशा लोकांच्या मनात करुणा नव्हे तर लोभ असतो. ते माझ्याकडे फक्त एक विकृत शरीर, आणि त्यांची पापं नष्ट करून पुण्य कमवायचं माध्यम म्हणून बघतात.

याउलट मला बरोबरीचा समजणारे खूपच कमी लोक मला भेटले- श्रेष्ठ नाही कनिष्ठ नाही – केवळ बरोबरीचा. या अशा अत्यंत दुर्मीळ लोकांमध्ये दिव्यांगत्वाच्या पडद्यापलीकडच्या खऱ्याखुऱ्या ललितला पाहण्याची क्षमता असते. असे लोक तुलना करत बसत नाहीत, मदत करण्याचं ढोंग करून पुण्य कमवायला बघत नाहीत. हे लोक माझ्या पायाही पडत नाहीत आणि मला आपल्यापेक्षा तुच्छ देखील मानत नाहीत. हे दुर्लभ लोक मला फक्त उराउरी भेटतात – जसा एक माणूस दुसऱ्या माणसाची बरोबरीच्या नात्याने गळाभेट घेतो- तसे.

टक लावून पाहणे- भारताची राष्ट्रीय समस्या

मी भारतातली पुष्कळ राज्यं पहिली आहेत आणि भारताला वैविध्यपूर्ण देश का म्हणतात याचा अनुभव घेतला आहे. प्रत्येक ठिकाणच्या लोकांची भाषा, खाणं-पिणं, वेशभूषा वेगवेगळी – पण एक गोष्ट मात्र सगळीकडे सारखीच – ती म्हणजे टक लावून बघत राहण्याची सवय. ही संपूर्ण भारताची समस्या आहे.

मी बघितलंय की बाहेरच्या देशांमधले लोक कोणाकडेही असे बघत बसत नाहीत. एखाद्याकडे असं रोखून बघत राहणं हे तिथे असभ्यतेचं लक्षण मानलं जातं. याउलट भारतातले लोक मात्र – ज्याच्याकडे आपण बघतोय त्याच्या ते लक्षात आलंय- हे जाणवून देखील त्याच्यावर रोखलेली नजर हलवत नाहीत. रोखून बघणं हा त्यांना आपला अधिकारच वाटतो. मी रस्त्याने जात असताना लोकांनी विनासंकोच माझ्याकडे बघत राहणं – हे माझ्या बाबतीत असंख्य वेळा घडलं आहे. कित्येक लोक तर भर बाजारात माझ्याजवळ येऊन एखादं आश्चर्य बघितल्यासारखं मला निरखून पाहतात. त्यात त्यांना यत्किंचितही संकोच वाटत नाही आणि माझं पूर्ण निरीक्षण करूनच ते पुढे जातात.

तुमच्या कदाचित लक्षातही आलं नसेल की, तुम्ही मागे जेव्हा कधी एखाद्या दिव्यांग व्यक्तीकडे काही क्षण रोखून बघितलं होतं, तेव्हा तुम्ही त्या व्यक्तीला अशा काही भावनांनी ग्रासून टाकलं होतं – ज्यात अवघडलेपणा, शरम, अपराधीपणा यांपासून नैराश्यापर्यंत काहीही असू शकेल.

ज्या माणसाकडे आपण टक लावून बघतो आहोत, त्याला किती संकोचल्यासारखं

होत असेल याचं बघणाऱ्याला तिळमात्र भान नसतं. कोणाकडेही कुठल्याही कारणाने असं बघत राहणं ही सभ्यता नाही, याची शिकवण आपल्या समाजात आई-वडील मुलांना देतच नाहीत. समाजात सर्रास आढळणारी आणखी एक गोष्ट म्हणजे दिव्यांग व्यक्तीला त्याच्या दिव्यांगत्वाबद्दल थेट विचारायला लोकांना काहीही वाटत नाही. पाश्चिमात्य देशांत असं करणं शिष्टाचाराच्या विरुद्ध मानलं जातं. कारण असं केल्यामुळे, तुमच्या लेखी, व्यक्तीपेक्षा दिव्यांगत्व जास्त महत्त्वपूर्ण आहे असा संदेश जातो. कोणत्याही व्यक्तीच्या दिव्यांगत्वाबद्दल तुम्ही पहिल्याच भेटीत विचारू शकत नाही. अशा प्रकारची चौकशी करण्यासाठी जवळचे संबंध असणं आवश्यक असतं, पण भारतात मात्र इतर सगळ्या गोष्टी बाजूला ठेवून लोक प्रथम माझ्या कुबड्यांकडेच बघतात आणि माझ्या दिव्यांगत्वाबद्दलच त्यांना बोलायचं असतं. उदाहरणार्थ- माझ्या सध्याच्या ऑफिसमध्ये मला कुबड्या घेऊन चालताना बघून बऱ्याच कर्मचाऱ्यांनी – तुम्हाला काय झालंय – हे पहिल्या भेटीतच विचारलं होतं. मी उत्तर दिलं की लोक अपेक्षेप्रमाणे 'कर्माचा सिद्धान्त,' किंवा 'देवाची मर्जी' असं ज्ञान पाजळतात.

काही जण तर निःसंकोचपणे – माझं दिव्यांगत्व म्हणजे माझ्या मागच्या जन्माच्या दुष्कृत्यांचं फळ आहे- असं सांगून वर – ही शिक्षा भोगून टाक, म्हणजे नंतर सगळं ठीक होईल- असा फुकटचा सल्लाही देतात.

भारतातील सामान्य माणूस जोपर्यंत दिव्यांगत्वाबद्दल असा असंवेदनशील राहील तोपर्यंत भारतात दिव्यांगत्व हा एक अभिशापच समजला जाईल, आणि अपंगांचं आयुष्य सुकर, सुखकर होण्याची शक्यता सत्यात उतरू शकणार नाही. निरोगी शरीर आणि दिव्यांगत्व यांमध्ये आकस्मिकतेची एक पुसटशी रेषा असते. कोणाच्या आयुष्यात ती रेषा कुठे, कधी, कशी उमटेल सांगता येत नाही. आकस्मिकतेच्या या खेळाला कर्माशी जोडणं म्हणजे केवळ मूर्खपणाच नव्हे, तर संवेदनशून्यतेचं उदाहरण आहे.

...आणि विषय फक्त दिव्यांगांचाच आहे असं नाही, तर जो कोणी 'वेगळा' असेल त्याच्याकडे टक लावून बघण्याचा भारतात कोणालाही मुळीच संकोच वाटत नाही. मग ती व्यक्ती खूप बुटकी असेल, प्रमाणापेक्षा उंच असेल, काळी असेल, जाड असेल – नाहीतर – मुलगी असेल – होय, मुलींकडे तर अशा तऱ्हेने रोखून पाहिलं जातं, जणू त्या वस्तू असाव्यात. भारतातील बहुतांश मुलींना या समस्येशी लढा द्यावाच लागतो. गल्लीबोळातून जाताना त्यांना असे संतापजनक अनुभव येतच असतात.

प्रत्येक व्यक्तीची तिची अशी एक पर्सनल स्पेस असते आणि तिला मान द्यायलाच पाहिजे हे आपल्याला शिकावंच लागेल. कोणाच्याही पर्सनल स्पेसवर

मन, वाणी किंवा कर्माने अतिक्रमण करणं हे असभ्यतेचंच लक्षण आहे.

बारावीची बोर्डाची परीक्षा

अभ्यासात पूर्णपणे बुडून गेल्यामुळे गडबडीत बारावीचं वर्ष कसं सरलं हे कळलंच नाही. मी भरपूर कष्ट घेतले – विशेषतः इंग्रजी शिकण्यासाठी मी दिवसरात्र एक केले. बारावीच्या सुरुवातीला माझं इंग्रजीचं ज्ञान इंग्रजी माध्यमात सातवी-आठवीत शिकणाऱ्या मुलाइतकंच होतं. व्याकरण किंवा स्पेलिंग न चुकता मी एकही वाक्य लिहू शकत नव्हतो. भाषेच्या या तुटपुंज्या ज्ञानासह बारावीचं सायन्स शिकणं हे मोठंच आव्हान होतं.

अम्मा मला रोज पहाटे चार वाजता उठवायची. त्या काळात आम्ही ज्या खोलीत झोपायचो तिथेच एका कोपऱ्यात अंघोळीची मोरी होती. एखाद्या निम्न मध्यमवर्गीय कुटुंबाच्या घरातल्या सगळ्या खोल्या बहुउद्देशीयच असतात. गार पाणी आणि कपडे धुवायच्या साबणाने अंघोळ करून मी घरातून बाहेर पडायचो. घराजवळच आमचे एक शिक्षक राहायचे- ते सकाळी तासभर मुलांची शिकवणी घ्यायचे. अकरावीपासूनच त्यांच्याकडे मी रसायनशास्त्र, गणित आणि इंग्रजीच्या शिकवणीसाठी जात होतो. अंधारात कुबड्या घेऊन चालणं कठीण होतं, त्यामुळे मी बऱ्याच वेळा पडायचो. गल्लीतली झोपलेली कुत्री माझ्या कुबड्यांच्या ठक्ऽठक् आवाजाने जागी होऊन अंगावर यायची. तरीसुद्धा रोजच्या रोज मिट्ट काळोखात मी शिकवणीला पोचायचोच. एक-सव्वा तास शिकवणी झाली की घरी येऊन भरभर आवरून सव्वासहा वाजता शाळेसाठी निघावं लागायचं. शाळेतही मी इंग्रजीसाठी जादा शिकवणी घेऊन दोन-तीन वाजेपर्यंत घरी परतायचो. सुमारे तीन किलोमीटर पायपीट करून मी थकून जायचो, पण तरीही घरी आल्याबरोबर अभ्यासाला बसायचो. सर्व विषयांच्या अभ्यासाचं मी व्यवस्थित वेळापत्रक बनवलं होतं आणि त्यानुसार मी अभ्यास करायचो. रात्री दहाच्या सुमारास माझा दिवस संपायचा.

अशा रीतीने वर्ष सरलं आणि बोर्डाची परीक्षा जवळ आली. आम्ही सगळे पास होऊन कॉलेजमध्ये जाऊ अशा आशेने शाळेने निरोप समारंभ आयोजित केला होता. त्याच लहानशा निरोप समारंभात मला सर्वोत्कृष्ट विद्यार्थी म्हणून पारितोषिक मिळालं होतं – आणि त्याच समारंभात माझ्याच एका वर्गमित्राने – मी चालू शकत नाही म्हणून सांत्वन आणि दयेच्या स्वरूपात मला हे पारितोषिक मिळालं आहे - असा टोमणा मारला होता.

आणि त्याच समारंभात मी निश्चय केला होता की, काय वाट्टेल ते झालं तरी – हा पुरस्कार मला सहानुभूती म्हणून मिळाला नाही – हे सिद्ध करून दाखवीनच. माझ्या सर्व वर्गमित्रांपेक्षा मी निःसंशय सरस होतो, पण आपल्या शिक्षण पद्धतीचाच हा दोष आहे की यात समग्र परीक्षण नसतं. दुर्दैवाने केवळ परीक्षेच्या मार्कांवरच विद्यार्थ्याला जोखलं जातं. माझी छोटीशी प्रयोगशाळा, पुस्तकवजा वह्या, विज्ञानाबद्दलच्या जिज्ञासेपोटी मी केलेल्या उचापती, नव्या आणि जुन्या-फाटक्या पुस्तकांचं माझं घरातलं वाचनालय, वाचनाचं वेड, विज्ञानातले रोचक किस्से ऐकायला वर्गमित्रांनी मला घातलेला गराडा, चालण्यासारख्या साध्या गोष्टीसाठी रोज शरीराला कष्ट देणं, रोज कित्येकदा पडणं, जखमा सहन करणं, समाजाच्या दयेच्या नजरा झेलणं – तरीही नेटाने जात राहणं – या गोष्टी आपल्या शिक्षण पद्धतीच्या खिसगणतीत देखील नसतात आणि त्यांना त्या लक्षात घ्यायची इच्छाही नसते. त्यांना फक्त एकाच गोष्टीशी कर्तव्य असतं- परीक्षेतले मार्क.

म्हणून मीही निश्चय केला, की मार्क हाच जर मापदंड असेल, तर मार्कही मिळवीनच.

बारावीची बोर्डाची परीक्षा झाली. परीक्षा केंद्र जास्त लांब नव्हतं. कैलाश काका किंवा पप्पा मला सायकलवर बसवून तिथे घेऊन जायचे आणि पेपर संपला की घरी आणायचे. या परीक्षा केंद्रातही सगळ्या परीक्षा पहिल्या मजल्यावरच व्हायच्या. आमच्या कुतुब स्कूलची इमारत बैठी असल्यामुळे मला कुबड्या घेऊन जिने चढायची सवय नव्हती. त्यामुळे परीक्षेसाठी एक मजला चढून जाणं हीच मोठी कसोटी होती.

असो. एक एक करून सगळे पेपर्स झाले. उन्हाळ्याची सुट्टी लागली. निकाल सुट्टीनंतर लागणार होता. प्राप्त परिस्थितीत जितके कष्ट घेणं शक्य होतं, तितके मी घेतले होते; पण इंग्रजी भाषेमुळे मनात जरा शंका होती की मी पास होईन की नाही. आमच्या सबंध वर्गाची तीच परिस्थिती होती.

उन्हाळ्याची सुट्टी निकालाच्या प्रतीक्षेत सरली. 'निकाल काय लागेल, आता पुढे भविष्य काय-' या विचारांनी मन बेचैन होतं.

बारावीचा निकाल

उन्हाळ्याची सुट्टी संपली आणि पापणी लवते न लवते तोच निकालाचा दिवस येऊन ठेपला. निकालाच्या दिवशी सकाळी नऊच्या सुमारास मी शाळेत पोचलो

आणि निकाल जाहीर होण्याची उतावीळपणाने वाट पाहू लागलो. बऱ्याच प्रतीक्षेनंतर अखेर सूचना फलकावर निकालाचे कागद लागले. पण निकाल बघायला मी गेलो नाही. हृदय जोराने धडधडत होतं. पुढच्या काही मिनिटांत माझा जो काही निकाल मला कळेल त्याचा माझ्या संपूर्ण आयुष्यावर परिणाम होईल याची मला पुरती जाणीव होती.

"अरे, तू पास झालास." अचानक एक वर्गमित्र जवळ येऊन म्हणाला.

जीव गुदमरण्याच्या क्षणभरच आधी प्राणवायू मिळाल्यासारखं मला वाटलं.

"आणि तुला सगळ्यांत जास्त मार्क मिळालेत."

त्या क्षणी मला वाटलं की, सगळं जग प्रकाशमय झालं आहे आणि मीही त्या प्रकाशासारखा हलका होऊन गेलो आहे.

शक्य तितक्या भरभर चालत मी सूचना फलकाजवळ गेलो आणि बघितलं की मी केवळ पासच झालो नव्हतो, मला फक्त प्रथम श्रेणीच मिळाली नव्हती, तर माझे मार्क सर्वाधिक होते.

दूरदर्शनवर दाखवल्या जाणाऱ्या जुन्या चित्रपटांत त्याला 'फर्स्ट क्लास फर्स्ट' येणं म्हणायचे. दुसऱ्या क्रमांकावर असलेल्या चरण सिंहपेक्षा मला दोन-तीनच गुण जास्त होते, पण अखेर मी माझ्या मित्राला मागे टाकलं होतं. मी आणि चरण दोघेही आनंदात होतो.

हा माझ्या शालेय जीवनातला शेवटचा दिवस होता. वर्षानुवर्षे अथक परिश्रम घेतल्यानंतर, अगदी एक सेकंद राहिलेला असताना 'फिनिशिंग लाइन' गाठावी, तशी माझी अवस्था झाली होती. बारावी पास करून मी माझ्या कुटुंबाच्या इतिहासातली सर्वांत जास्त शिकलेली व्यक्ती ठरलो होतो.

तो दिवस म्हणजे माझ्या जीवनाच्या एका अध्यायाचं अखेरचं पान होतं. पण प्रश्न हा होता की – शाळेत सायन्सचं शिक्षण पूर्ण केल्यावर तरी समाजाच्या नजरेतलं माझं 'बिच्चारेपण' थोडं तरी कमी झालं होतं का? वर्षानुवर्षांच्या कठोर तपस्येनंतर तरी समाज मला 'केवळ एक दिव्यांग' यापेक्षा काही अधिक समजू लागला होता का?

नाही...

अधिकृतरीत्या दिव्यांग

बारावीचा निकाल लागल्यानंतर लगेचच पप्पांनी – मी दिव्यांगत्वाचं प्रमाण-पत्र बनवून घ्यावं- असा माझ्यामागे लकडा लावला. वास्तविक असं काही प्रमाण-पत्र

बनवून घेण्याला माझा सक्त विरोध होता. संवेदनशून्यता हाच ज्या व्यवस्थेचा आणि समाजाचा हॉलमार्क आहे, त्या समाजाच्या रजिस्टरमध्ये मी एक दिव्यांग म्हणून कशाला नाव नोंदवू?

जीवन कशाला म्हणतात – हे समाजाला शिकवण्याची, त्या समाजाला आपली विचारसरणी बदलायला भाग पडण्याची माझी जिद्द होती. म्हणूनच मला संसाधनांची कमतरता असूनदेखील पुढे जाऊन दाखवायचं होतं. मार्गात येणारी प्रत्येक अडचण ओलांडून जायचं होतं. एक रोगट आणि दुर्बळ शरीर असूनही सगळी अंतरं कापायची होती. ज्यांच्याकडे सगळी साधनसामग्री असते, अनुकूलता असते, त्यांनी लक्ष्य गाठणं ही फार मोठी गोष्ट नाही. कोणत्याही संसाधनांशिवाय पर्वत उभा कापणं ही खरी कसोटी. (जे दशरथ मांझीने केलं होतं.)

मला पप्पांची मनःस्थितीही समजत होती. ते मला एक 'सुरक्षित' भविष्य देऊ इच्छित होते, पण मला मात्र माझा मार्ग 'असुरक्षिततेतूनच' धुंडाळायचा होता. माझा विरोध माझ्या दृष्टीने योग्य होता, पण पप्पांच्या सतत सांगण्यामुळे मी फार काळ नकार देऊ शकलो नाही आणि प्रमाणपत्र बनवून घ्यायला मी मान्यता दिली.

पप्पा मला घेऊन एम्स इस्पितळात गेले. तिथे एका डॉक्टरने माझी तपासणी केली आणि त्यानुसार मला एक प्रमाणपत्र दिलं की, माझ्या दोन्ही पायांना ९०टक्के दिव्यांगत्व आहे. हे प्रमाणपत्र आयुष्यभर वैध आहे, कारण त्या पत्रानुसार माझ्या अवस्थेत सुधारणा होण्याची काहीही शक्यता नाही.

अशा रीतीने सरकारी कागदोपत्री एका दिव्यांगाची भर तर पडली, पण मी ठरवलं होतं की मी या प्रमाणपत्राचा उपयोग करणार नाही. आजतागायत मी जितके म्हणून फॉर्म्स भरले आहेत, त्या सगळ्यांत मी स्वतःला 'जनरल कॅटॅगरी'तच दाखवलं आहे. रेल्वे रिझर्वेशन असो की नोकरीचा अर्ज, मी कधीही त्या प्रमाणपत्राच्या आधारावर सवलत घेतली नाही.

अपंगत्वाचं प्रमाणपत्र किंवा त्याद्वारे मिळणारे लाभ यांच्या मी विरुद्ध नाहीये. कदाचित पुढेमागे मी एखाद्या सवलतीचा लाभ घेईनसुद्धा. ज्यांना खरोखर आवश्यकता आहे त्यांनी अवश्य हे प्रमाणपत्र बनवून घ्यावं आणि सरकारकडून दिव्यांगांना मिळणाऱ्या सोयीसुविधांचा जरूर लाभ घ्यावा. त्या प्रमाणपत्राचा उपयोग अजूनपर्यंत न करण्याचा माझा वैयक्तिक निर्णय आहे. हा अहंकार नाही, केवळ जिद्द आहे.

अहंकार बाळगावा असं माझ्याकडे आहे तरी काय! आहे ती फक्त जिद्द, इच्छाशक्ती, समाज आणखी चांगला व्हावा ही तळमळ, समानता आणण्याचा प्रयत्न आणि संपूर्ण जगाला माझा मित्र बनवण्याचं ध्येय!

माझा फॉर्म्युला अगदी साधा आहे. स्वतःच्या सीमा शक्य तितक्या विस्तारणं,

आधार घेण्याऐवजी आधार देणं.

To be a giant.
This has forever been our passion,
This desire to be a giant.
Not to stand on one's shoulders, but to have one for a friend.
Though these may be fortunate things,
But to be one.
Giant steps over barriers that seem never ending.
They conquer mountains that appear insurmountable.
Giants rise above fear,
Triumph over pain,
Push themselves and inspire others.
— Olympic campaign.

सगळं काही घेण्याआधी आपण आपल्याकडून समाजाला काय देतो आहे यावर विचार करणं. मला असेही लोक माहीत आहेत, जे एखादं बोट कापलं गेलं तरी दिव्यांगत्व प्रमाणपत्र घेतात, सगळ्या सुखसोयी असूनही मागासवर्गीय जातीचं प्रमाणपत्र बनवून घेतात, ज्यांच्याकडे अन्नधान्याची कोठारं भरली आहेत; पण तरीही रेशनवर स्वस्त धान्य घेतात आणि दारिद्र्यरेषेखालील असल्याच्या कार्डसाठी अर्ज भरतात. असे लोक समाजाला काही देण्याऐवजी, जिथे मिळेल तिथून ओरबाडून आपली झोळी भरायलाच बघत असतात.

मित्रांनो, प्रतिकूल परिस्थितीचा सामना करा. प्रवाहाच्या विरुद्ध पोहू शकता हे अभिमानाने जाहीर करा.

आपल्या स्वतःच्या सीमेच्या अगदी अंतापर्यंत गेल्यावर मगच समाजाचा आधार घ्या.

कॉलेजची तयारी

बारावी पास झाल्याचा आनंद बराच काळ टिकला. बारावीच्या परीक्षेत पास होऊ शकेन इतपत मी इंग्रजीच्या समस्येवर विजय मिळवला होता, हेही बारावीच्या निकालाने सिद्ध झालं होतं. आता कॉलेजला जाणं एकदम आवाक्यात आल्यासारखं वाटायला लागलं, पण कॉलेजमध्ये जाणं फार कठीण होतं. गेल्या बारा वर्षांत मेहरौलीच्या बाहेरच्या जगाला एकटा कधीच सामोरा गेलो नव्हतो. एका ठिकाणाहून दुसऱ्या ठिकाणी जायचा एकच मार्ग मला माहीत होता- तो म्हणजे चालत जाणं.

माझ्यासाठी मी सगळी अंतरं मीटर किंवा किलोमीटरमध्ये नाही, तर पावलांतच मोजत होतो. कुतुब स्कूलपर्यंत जाणंच महाकठीण होतं. त्यापुढे एक पाऊलदेखील टाकणं मला अशक्य वाटत होतं.

तरीही मनातल्या सर्व भीती दडपून मी दिल्ली विद्यापीठाच्या वेगवेगळ्या कॉलेजचे प्रवेशअर्ज भरायला सुरुवात केली. कॉलेज चांगलं की वाईट हे माझ्या लेखी महत्त्वाचं नव्हतं. घरापासून कॉलेजचं अंतर या एकमेव निकषावर मी अर्ज भरत होतो. मी बहुधा तीन किंवा चार कॉलेजचे बी. एस्सी. (जैवविज्ञान)च्या प्रवेशासाठी अर्ज भरले होते. ही सगळी महाविद्यालये मेहरौलीपासून सर्वांत जवळ होती.

अखेर बराच आटापिटा केल्यावर श्री अरविंद कॉलेजमध्ये मला प्रवेश मिळाला. मालवीय नगरमध्ये असलेलं हे कॉलेज माझ्या घरापासून सुमारे चार किमी लांब होतं.

प्रवेश तर मिळाला, पण एव्हाना बरंच काही बदललं होतं. शाळेतल्या माझ्या एकही वर्गमित्राने या कॉलेजमध्ये प्रवेश घेतला नव्हता. शाळेतल्या ज्या मोजक्या मित्रांबरोबर मी सहजपणाने वागू-बोलू शकत असे, त्यापैकी कोणीही आता माझ्याबरोबर असणार नव्हते. आता माझ्याबरोबर कॉलेजला जायला-यायला कोणीच सहाध्यायी नव्हता आणि प्रत्यक्ष जाणं-येणं हीच एक अशी गोष्ट होती, ज्यावर मला एक नवीन उपाय शोधावा लागणार होता. रोज चार किमी जाणं आणि तेवढंच अंतर परत येणं हे व्यावहारिकरीत्या अशक्य होतं.

कॉलेजचा पहिला दिवस

अर्ज देण्यासाठी आणि प्रवेशप्रक्रियेसाठी पप्पांबरोबर मी श्री अरविंद कॉलेजमध्ये दोनदा जाऊन आलो होतो. तिथलं एकूण वातावरण मला इतकं अनोळखी आणि अवघडून टाकणारं वाटलं की, वर्ग सुरू झाल्यानंतरही दोन-तीन दिवस मी कॉलेजला गेलोच नाही. कॉलेजच्या नवीन वातावरणाशी जुळवून घेण्यासाठी मी मनाची तयारी करण्याचा प्रयत्न करत होतो. कॉलेजमधल्या कोणालाही मी ओळखत नव्हतो. शाळेच्या तुलनेत कॉलेजमध्ये सगळंच वेगळं होतं. इथलं वेगळं वातावरण आणि इथले लोक माझ्याशी कसे वागतील याचाच विचार करण्यात मी गुंतलो होतो.

फक्त मुलांच्या शाळेत शिकलेल्या कोणत्याही विद्यार्थ्याला तुम्ही विचारलंत की कॉलेजमध्ये सगळ्यात 'महत्त्वाची' गोष्ट कोणती वाटते, तर बहुतेकांचं उत्तर

येईल– 'मुली'. हे स्वाभाविकच आहे, पण माझं उत्तर मात्र निराळं होतं. कॉलेजमध्ये गणवेश नाही, ही माझ्यासाठी सर्वांत महत्त्वाची गोष्ट होती.

मी पाहिलं की कॉलेजमध्ये कोणीही गणवेश घालत नाही, आपल्या मर्जीप्रमाणे कपडे घालतात. तुम्हाला विचित्र वाटेल, पण हीच गोष्ट मला डाचत होती.

शाळेत सगळ्यांचे कपडे एकसारखे असायचे आणि 'फॅशन' ही गोष्ट जास्तीत जास्त केस विंचरण्याच्या तऱ्हांपर्यंतच मर्यादित होती. त्यामुळे कपड्यांच्या बाबतीत मी स्वतःला इतरांच्यातलाच एक समजत होतो. याउलट कॉलेज जीवनात 'फॅशन' अत्यंत महत्त्वाची भूमिका बजावते. परिणामतः कपडे आणि ते कसे घातले आहेत ही, शाळेत नगण्य असलेली गोष्ट कॉलेजमध्ये मात्र भलताच भाव खाते. त्यामुळेच बहुधा, कॉलेजमध्ये गेल्यावर प्रथमच माझ्या लक्षात आलं की चालताना कुबड्यांमुळे माझा शर्ट वर खेचला जातो आणि त्यामुळे पॅन्टमध्ये खोचलेला शर्ट बाहेर निघून येतो. माझ्या विचित्र दिसणाऱ्या शरीराची मला पहिल्यांदाच स्पष्ट जाणीव झाली.

आजूबाजूला भरपूर मुली असल्यामुळे माझी समस्या आणखीनच बिकट होती. मी दिसतो कसा याबद्दल मी अचानक सजग झालो.

कॉलेजमध्ये वर्ग सुरू होऊन बरेच दिवस झाले होते. घरी बसून मला वाटायला लागलं होतं, की आता कॉलेजला जायलाच पाहिजे, नाहीतर माझा अभ्यास खूपच मागे पडेल. पण सर्वांत मोठा प्रश्न हा होता की, कॉलेजला जायचं कसं? इतक्या लांब मी पायी तर जाऊ शकत नव्हतो आणि बसने जाणं खूपच अवघड आणि धोकादायक होतं. अखेर असं ठरलं की, सकाळी कैलाश काका मला कॉलेजला सोडतील. मी मागे सांगितल्याप्रमाणे कैलाश काका सार्वजनिक बांधकाम विभागात सुतार म्हणून काम करतात. ते रोज सायकलवर कामाला जायचे. त्या वेळी आमच्या घरात वाहन म्हणावे अशी सायकलच होती.

१८ ऑगस्ट १९९४ हा माझा कॉलेजचा पहिला दिवस. काकांबरोबर मी सकाळी साडेनऊ वाजता निघालो. मी सायकलच्या मागच्या कॅरिअरवर बसलो. पाठीवर बॅग आणि एका हातात दोन्ही कुबड्या. सायकल निघाली आणि थोड्याच वेळात आम्ही कुतुब स्कूलसमोरून गेलो. तिथे पूर्वीसारखेच वर्ग भरले होते आणि काही विद्यार्थी इकडेतिकडे फिरतानाही दिसत होते. शाळा बघितल्याबरोबर माझ्या मनात आलं – ही माझी शाळा. वाटलं – सायकलवरून उतरून आत जावं, पण आता मी ती शाळा सोडून वर आलो होतो, मला पुढे जायचं होतं.

दहाच्या सुमारास काकांनी मला कॉलेजच्या गेटपाशी सोडलं आणि ते कामाला गेले. कॉलेजच्या आत गेलो तर मला गुदमरल्यासारखं व्हायला लागलं. तिथला एकही चेहरा माझ्या ओळखीचा नव्हता. तो माझा पहिलाच दिवस

असल्यामुळे मला वेळापत्रक वगैरे काहीच माहीत नव्हतं. मी पहिल्या मजल्यावर असलेल्या झूलॉजी लॅबमध्ये गेलो. तिथे डॉ. नारंग काहीतरी शिकवत होते आणि जवळजवळ अर्धं लेक्चर झालं होतं. मी दरवाजा उघडून डॉ. नारंग यांच्याकडे आत येण्याची परवानगी मागितली, तेव्हा वर्गात बसलेल्या दहाएक मुलामुलींची नजर माझ्याकडे वळली. डॉ. नारंग यांनी मला एका स्टुलावर बसायला सांगितलं. त्या छोट्या स्टुलावर बसताना मला खूपच त्रास झाला आणि बसता बसता माझ्या हातातल्या कुबड्या खाली पडल्या. पडलो नाही हे नशीब.

लॅबमधल्या शांत वातावरणात कुबड्यांचा आवाज चांगलाच घुमला.

एकतर अर्धं लेक्चर होऊन गेलेलं, त्यातून एक मजला चढून आल्यामुळे मी धापा टाकत होतो, आणि त्यावर कुबड्या पडल्यामुळे मी सटपटलो होतो – त्यामुळे डॉ. नारंग यांनी काय शिकवलं ते मला काही कळलं नाही. तो पिरियड संपल्यावर मी बाहेर आलो. पण पुढचा पिरियड कुठे आहे हे माहीत नव्हतं. मी बाहेर असाच बसून राहिलो. थोड्या वेळाने मी तळमजल्यावरच्या बॉटनीच्या प्रयोगशाळेत गेलो. तिथेही फर्स्ट इअरचा बॉटनीचा तास चालू होता. तिथेही दहा विद्यार्थी- विद्यार्थिनी होते. त्या सगळ्यांना मी डॉ. नारंगच्या लेक्चरमध्ये पाहिलं होतं. आता हेच माझे सहाध्यायी होते. प्रयोगशाळेत असलेल्या प्राध्यापकांना मी सांगितलं की, आज माझा पहिला दिवस आहे. त्यांनी मला एका मुलीजवळच्या स्टुलावर बसायला सांगितलं. या खेपेला कुबड्या पडू नयेत म्हणून मी अगदी काळजीपूर्वक बसलो. लेक्चररने सांगितल्यावरून माझ्या शेजारची मुलगी तिथे काय चाललं आहे हे मला समजावून सांगायला लागली.

एखाद्या मुलीशी बोलण्याचा माझा हा बहुधा पहिलाच प्रसंग.

त्या मुलीने मला जे काही सांगितलं ते मला फारसं काही कळलं नाही. पुस्तकात लिहिलेलं इंग्रजी समजायला मला अजूनही जरा कठीणच जात होतं. सगळं समजण्यासाठी अजूनही मला शब्दकोश वापरावा लागत होता. तरीही मला जे काही समजलं ते मी माझ्या वहीत टिपून ठेवलं. बॉटनीचा पिरियड संपल्यावर सगळे विद्यार्थी प्रयोगशाळेतून बाहेर आले आणि लहान लहान गट करून एकमेकांबरोबर कुठे कुठे गेले कुणास ठाऊक! तिथे कोणीही एकटं नव्हतं – माझ्याशिवाय! कॉलेज सुरू होऊन चार-पाच दिवसच झाले होते, पण तेवढ्यात मित्र-मैत्रिणींचे छोटे छोटे गट बनले होते. अद्याप मी मात्र कोणत्याच गटाचा भाग नव्हतो.

मी जास्त वेळ कॉलेजमध्ये थांबू शकलो नाही. बरंच अंतर चालून मी बस स्टँडवर पोचलो आणि तिथून बसमध्ये बसून मेहरौली बस स्टेशनला आलो. तिथून पुन्हा पुष्कळ अंतर चालून घरी पोचलो. आता घरी येण्यासाठी मला बस

हे एकमेव साधन होतं. त्यामुळे कितीही कठीण असलं, कितीही धोका असला, तरी मला बसनेच परत यावं लागणार होतं.

कॉलेजमधली माझी वेशभूषा

'फॅशन सेन्स' नावाची गोष्ट मला ठाऊकही नव्हती आणि माझ्या लेखी ती महत्त्वाची देखील नव्हती. जेव्हा पावलोपावली पडण्याचा धोका असेल, तेव्हा – मी दिसतो कसा- याकडे कुठे लक्ष जाणार! आणि हे सत्यच आहे की, मी दिसायला फारच विचित्र होतो.

मी प्लॅस्टिकच्या फ्रेमचा एक मोठा चश्मा घालायचो. चालताना प्रत्येक पावलाला लागणाऱ्या धक्क्यामुळे आणि प्रचंड घामामुळे तो चश्मा कित्येकदा पडून फुटायचा. त्यामुळे मी एका बारीक पट्ट्याने चश्मा डोक्याच्या मागे बांधायचो.

कापडी टेनिस शूज मला सगळ्यात जास्त सोयीचे होते, कारण ते सपाट टाचेचे असतात, आणि चामड्याच्या बुटापेक्षा लवचीक असतात. त्यामुळे ते पांढरे बूट जमिनीवर चांगली पकड घ्यायचे. चामड्याचे बूट घालून मला तोल सावरायला खूप अडचण यायची.

पांढरे असल्यामुळे माझे कापडी बूट घाणही लवकर व्हायचे आणि फाटायचे ही लवकर लवकर. दर सहा महिन्यांनी मला नवीन बूट घ्यायला लागायचे. त्या वेळी माझ्या उजव्या पायाची उंची जवळजवळ एक फुटाने कमी झाली होती आणि त्यामुळे मी उभा राहिलो की तो पाय हवेत लटकायचा. फक्त डावा पाय जमिनीवर टेकायचा. चालताना मी डाव्या पायाची बोटं आणि अंगठा घट्ट आवळून घ्यायचो. का कोण जाणे, पण त्यामुळे मला उभं राहणं जरा सोपं वाटायचं. साहजिकच माझा डावा बूट काही दिवसांतच वरून फाटायचा. आता दर महिन्याला नवीन बूट घेणं शक्यच नव्हतं आणि रोज ते धुणंदेखील शक्य नव्हतं. त्यामुळे बहुतेक वेळा मला फाटके, मळके बूट घालूनच कॉलेजला जावं लागायचं.

मी अगदी हडकुळा होतो, आणि मी कुठेही उभा असलेला तुम्हाला दिसलो, तर मी घामाने निथळत असणार हे नक्की समजा. हे तर सोडाच हो, मी मिश्या देखील राखल्या होत्या.

एकूण काय, माझी वेशभूषा आणि बाह्यरूप मुळीच आकर्षक, प्रभावी नव्हतं. फक्त माझे दोन हात हेच अवयव असे होते की, ज्यात भरपूर ताकद होती.

कुबड्या सांभाळता सांभाळता माझ्या हात आणि पंजांची पकड चांगलीच मजबूत बनली होती. त्याव्यतिरिक्त मात्र माझ्या शरीरात वेदनाच वेदना होत्या.

कॉलेजमधल्या मुली

माझ्या वर्गात बऱ्याच मुली होत्या. आमच्या वर्गातील जे विद्यार्थी, मुलं- मुली एकत्र शिकणाऱ्या शाळेतून आले होते, त्यांना मुलींशी बोलताना मुळीच संकोच वाटायचा नाही. पण माझ्यासारख्या फक्त मुलांच्या शाळेतून आलेले विद्यार्थी सुरुवातीला जरा बिचकायचे, पण लवकरच त्यांचा संकोच मावळला आणि हळूहळू ते मुलींशी बोलायला लागले.

माझं मात्र मुलींशी बोलणं फक्त वर्गात शिकवले जाणारे विषय आणि नोट्सपर्यंतच मर्यादित होतं. यथावकाश बहुतांश मुलांची मुलींशी चांगली मैत्री जुळली. खरं सांगायचं तर माझ्याही मनात यायचं की, माझीही एखाद्या मुलीशी इतकी मैत्री व्हावी की, मी तिच्याशी अभ्यासाव्यतिरिक्त इतरही गप्पा माराव्यात; पण असं घडलं नाही. अशी मैत्री जुळायला एकत्र वेळ घालवायला पाहिजे. मुलं-मुली अनेकदा कॉलेज कॅन्टीनमध्ये चहा-कॉफी प्यायला जायचे, जवळपासच्या बाजारात, सिनेमा थेटरमध्ये जायचे. काही मुलं-मुली कॉलेजमधून घरी एकत्र बसने जायचे. काही ना काही कारणाने वर्गाबाहेर मुलं-मुली एकत्र असायची, पण माझं मात्र मुलींशी बोलणं फक्त वर्गातच किंवा कॉलेजमधल्या छोट्याशा उद्यानात नोट्स काढतानाच व्हायचं. त्यात अभ्यासाशिवाय इतर काही विषय बोलले जायचेही नाहीत, आणि त्यासाठी वेळही मिळायचा नाही. कॉलेज सुटल्यावर सगळ्या मुली त्यांच्या-त्यांच्या मित्र-मैत्रिणींबरोबर कॅन्टीन, मार्केटमध्ये किंवा घरी निघून जायच्या.

इतर मुलांप्रमाणेच मलाही वाटायचं, की मुलींशी माझीही घसट वाढावी; पण माझ्या बाबतीत व्यावहारिकदृष्ट्या ते शक्य नव्हतं. मी दिसायला विचित्र होतो आणि त्यामुळे बहुतांश मुलींना अवघडल्यासारखं व्हायचं. मला वाटायचं की, मुलींना फक्त स्मार्ट मुलांशीच मैत्री करायची असते. मी मुलींसाठी काहीच करण्याच्या परिस्थितीत नव्हतो.

मी मुलींबरोबर जवळपास कुठे फिरायलाही जाऊ शकत नव्हतो, कारण मुलींसमोर मला पडायचं नव्हतं. आणि मी बसमधून कसा प्रवास करतो हे तर मला कुठल्याही मुलीला मुळीच कळू द्यायचं नव्हतं. त्यामुळे मी वर्गात माझ्या डेस्कवर बसल्याबसल्याच मुलींना नोट्स दाखवू शकत होतो आणि एखाद्या

मुलीशी मैत्री करायला कदाचित एवढं पुरेसं नव्हतं. हां, हे मात्र होतं की अभ्यासाबाबत का होईना, पण वर्गातल्या बहुतांश मुली माझ्याशी बोलायच्या. कॉलेजमध्ये कुठल्याच मुलीशी माझी मैत्री जुळू शकली नाही. अर्थात त्यात दोष कोणाचाच नव्हता. दोष होता तो केवळ परिस्थितीचा.

कॉलेजची उंच इमारत

कॉलेज जीवन आणि वेळापत्रक यांना मी लवकरच सरावलो. वर्गातल्या सगळ्या मुला-मुलींची नावं माहीत झाली आणि त्यांच्याशी बोलणंदेखील होऊ लागलं. ते सगळे माझ्याशी चांगले वागत होते. पहिल्या-पहिल्यांदा जरा अवघडलेपण होतं, पण मुलींशी बोलताना मला फार काही अडचण आली नाही.

आमच्या कॉलेजची इमारत तीनमजली होती. तळमजल्यावर बॉटनीची प्रयोगशाळा, पहिल्या मजल्यावर झूलॉजीची आणि दुसऱ्या मजल्यावर केमिस्ट्रीची. काही लेक्चर्स तिसऱ्या मजल्यावर देखील व्हायची. त्या सगळ्या प्रयोगशाळांमध्ये आमचे वर्ग भरायचे, त्यामुळे कुठल्याही मजल्यावर जाण्यापासून माझी सुटका नव्हती. एका मजल्यावरून वरच्या मजल्यावर जाताना सुमारे २०-२५ पायऱ्या होत्या आणि त्या पायऱ्यांवर नेहमी मुलं-मुली बसलेली असायची किंवा जा-ये करत असायची. अशा परिस्थितीत जिने चढणं-उतरणं म्हणजे माझ्यासाठी मोठंच आव्हान होतं. पण आश्चर्याची गोष्ट म्हणजे कॉलेजच्या तीन वर्षांत मी एखाद्या वेळेलाच जिन्यावरून पडलो असेन. याव्यतिरिक्त फक्त एकदा जिना चढताना माझ्या हातातून कुबड्या निसटून खाली पडल्या. तरीही प्रत्येक वेळी जिना चढता उतरताना माझ्या मनात- आता पडतोय की मग पडतोय, अशी भीती दाटायची. एका मजल्यावरून दुसऱ्या मजल्यावर पोचेपर्यंत माझं पोट, दंड आणि खांद्याचे स्नायू ठणकायला लागायचे.

हळूहळू मी जिना चढायला तर शिकलो, पण वयाबरोबर वाढणारं शरीराचं वजन कुबड्यांवर तोलणं अधिकाधिक कठीण होत चाललं होतं. एक नवीनच समस्या उद्‌भवली होती- ती म्हणजे माझी मनगटे दुखायला लागली होती. सतत कुबड्या वापरल्यामुळे माझी मनगटे तशी मजबूत होती, पण आता त्यांना ठणका लागू लागला होता. बऱ्याच वेळा असं व्हायचं की, जिने चढल्यावर माझं मनगट – विशेषतः उजवं- इतकं प्रचंड दुखायचं की, मी हातात पेनसुद्धा धरू शकायचो नाही. त्या वेदना कधी काही मिनिटं, कधी काही तास, तर कधीकधी एक-दोन दिवससुद्धा राहायच्या.

बसने प्रवास

घरापासून कॉलेज आणखी लांब होतं, आणि मला कुतुब स्कूलमध्ये जाताना जितकं चालावं लागायचं, तितकंच आताही लागत होतं. बाकी अंतर बसने पार व्हायचं. त्यावेळच्या डीटीसीच्या भरभक्कम बसेस जमिनीपासून खूप उंच असायच्या आणि मला हातांच्या जोरावर स्वतःला बसमध्ये खेचायला लागायचं. दिल्लीमध्ये बसचालक इतके घाईत असायचे की, बऱ्याचदा ते बस पूर्ण थांबवायचेही नाहीत, फक्त वेग जरा कमी करायचे. उतारू बहुतेक वेळा चालत्या बसमध्येच चढायचे-उतरायचे. माझ्यासाठी तर बस पूर्णपणे थांबणं आणि मी सीटवर बसेपर्यंत सुरू न होणं अत्यावश्यक होतं.

बसची सर्वांत खालची पायरी जमिनीपासून दोन -अडीच फूट उंच असायची. मी आधी माझ्या दोन्ही कुबड्या त्या पायऱ्यांवर अशा टेकवून ठेवायचो की जेणेकरून त्या पडणार नाहीत. मग मी बसच्या पायरीवर दोन्ही हात ठेवून हातांच्या जोरावर स्वतःला वर उचलायचो. पायरीवर आल्यावर कुबड्या काखेत घेऊन तोल सावरून मग मोठ्या मुश्किलीने बाकीच्या पायऱ्या चढायचो.

बसची जमीन नेहमी घाण असायची, पण ती कितीही घाण असली तरी मला दोन्ही हात त्यावर ठेवायलाच लागायचे. पावसाळ्याच्या दिवसांत लोकांच्या बूट-चपलांबरोबर येणाऱ्या रस्त्यावरच्या चिखलाने बसची जमीन बरबटलेली असायची, पण मला त्या चिखलातच हात ठेवायला लागायचे, दुसरा पर्यायच नव्हता.

'माझ्या उन्मादाचा परिणाम नक्की होणारच.
अंधाऱ्या समुद्रातून प्रकाशशलाका निघणारच.'
(अमीर कजलबाश यांच्या शेराचा अनुवाद)

एकदा काय झालं, बस माझ्यासमोर थांबली. मी माझ्या कुबड्या आत ठेवल्या आणि पायरीवर हात ठेवायला जागा शोधत होतो तेवढ्यात – तिथे कोणीतरी उलटी केलेली दिसली. आणि तेवढ्यात ड्रायव्हरने बस सुरू केली. आता मला स्वतःला बसमध्ये उचलून घेण्यासाठी फक्त एक-दोन सेकंदांचा अवधी होता. त्या दोन सेकंदांत जर मी बसच्या आत गेलो नसतो तर बहुधा बसच्या चाकाखाली सापडलो असतो. कारण कुबड्या तर मी आत ठेवल्या होत्या, आणि बस पुढे जाऊ लागली होती. आधाराशिवाय मी उभा राहू शकत नव्हतो. माझ्यासमोर दुसरा पर्यायच नव्हता. उलटीने माखलेल्या त्या जमिनीवर

मी हात टेकले आणि पूर्ण जोर लावून स्वतःला बसमध्ये खेचून घेतलं. बसमध्ये चढल्यावर मी ड्रायव्हरकडे रागाने पाहिलं – पण ड्रायव्हरला कधीच कशानेच फरक पडायचा नाही.

बसमध्ये एका महिलेच्या शेजारची जागा रिकामी होती. मी तिथे बसलो. कशीबशी माझ्या बॅगमधून एक वही काढली. त्यातली काही पानं फाडली आणि त्या कागदांनी माझे हात पुसले. उलटीचा उल्लेख केल्यामुळे तुम्हाला ही घटना किळसवाणी वाटली असेल, पण माझ्यासाठी हे नवीन नव्हतं. चालता चालता अनेक वेळा तोल जाऊन पडणं मला नवीन नव्हतं, आणि दुर्दैवाने पडण्याची वेळ आणि ठिकाण मी निवडू शकत नव्हतो. त्यामुळे मी अशा अनेक वेळी, ठिकाणी आणि अशा घाणीत पडलो आहे की, ते सांगून मला तुम्हाला आणखी शिसारी आणायची नाही आहे.

बस ड्रायव्हर्सचं वागणं

दिल्लीमध्ये बस ड्रायव्हर्स खूप घाईत असतात. माझ्या कॉलेजच्या दिवसांत दिल्लीत सरकारी डीटीसी बसेस व्यतिरिक्त बऱ्याच खासगी बसेसदेखील चालायच्या. खासगी बसेसना आधी रेड लाइन म्हणायचे आणि त्या खतरनाक ड्रायव्हिंगसाठी कुख्यात होत्या. त्यांच्यामुळे झालेल्या अपघातांत हजारो लोकांना आपले प्राण गमवावे लागले होते.

नंतर मग त्यावर निळा रंग लावला आणि त्यांना ब्ल्यू लाइन म्हणू लागले, पण रंग बदलला तरी ड्रायव्हर्सचे ढंग काही बदलले नाहीत.

त्या ड्रायव्हर्समधले काही असेही होते, ज्यांना मला त्यांच्या बसमध्ये चढू द्यायचं नव्हतं. दिवसभरात जास्तीत जास्त फेऱ्या व्हाव्यात म्हणून ते नेहमी घाईत असायचे. बस तिच्या मार्गावर जितक्या जास्त फेऱ्या करेल, तितकं जास्त उत्पन्न मिळेल आणि ड्रायव्हर, कंडक्टर आणि बसचे मालक यांना तितका जास्त फायदा होईल.

मला बसमध्ये चढायला जरा वेळ लागायचा आणि काही क्षणांचा तो विलंब त्या ड्रायव्हर्सना मान्य नव्हता. त्यांचे चेहरे आणि बोलण्याच्या पद्धतीवरूनच कळायचं की, मी बसमध्ये चढल्यामुळे ते किती नाखूश आहेत! डीटीसी बसेसचे ड्रायव्हर्स तरी जरा संवेदनशील होते, पण खासगी बसचे ड्रायव्हर्स नेहमी मला काहीना काही टोमणे मारायचे.

"काय रे, तुला दुसरी कुठली बस मिळाली नाही का चढायला?"

हे मी ड्रायव्हर्स आणि कंडक्टर्सच्या तोंडून कित्येक वेळा ऐकलं आहे! ते लोक हे इतक्या जोरजोरात बोलायचे की, बसमधील सगळ्या उतारूंना ऐकू जायचं. त्यामुळे मला खूप शरमल्यासारखं व्हायचं – विशेषतः जेव्हा आजूबाजूला माझ्याच कॉलेजमधल्या मुली असायच्या, तेव्हा तर फारच. तरुण मनाने रचलेले स्वप्नांचे इमले समाजाच्या असल्या टोमण्यांनी नेहमीच चक्काचूर होतात; पण मग मी विचार करायचो की, माझ्या मनाने स्वप्नांचे इमले रचायलाच नकोत, कारण मला अजून पुष्कळ संघर्ष करायचा होता.

असे टोमणे ऐकून मी मनातल्या मनात बस ड्रायव्हरला एक गोष्ट नक्की ऐकवायचो-

'आज तुम्ही माझी चेष्टा करू शकता आहात, पण एक दिवस असा नक्की उगवेल, जेव्हा मला असं बसमध्ये चढायची आवश्यकताच भासणार नाही. एक दिवस माझ्याकडे माझी स्वतःची कार असेल.'

त्या काळी स्वतःच्या गाडीबद्दल विचार करणंदेखील शक्य नव्हतं. तोपर्यंत मी कधी गाडीत बसलोही नव्हतो. पण माझ्या मनामध्ये ठाम विश्वास होता की, कधीतरी मीसुद्धा गाडीत बसेनच.

प्रचंड उकाड्यात चालताना थकून जाऊन मी एखाद्या झाडाखाली क्षणभर दम घ्यायला आणि घाम पुसायला थांबत असे. जो रस्ता चालताना माझं अंग मोडून यायचं, तोच रस्ता गाडीत बसून आरामात पार करणाऱ्या व्यक्तीला मी जेव्हा बघायचो, तेव्हा माझ्या मनात यायचं की आत्ता गेलेल्या गाडीला हाक मारून थांबवून विचारावं की 'भाऊ, तुमच्या गाडीत तीन जागा रिकाम्या आहेत. मलाही घेऊन गेलात तर तुमचं काय जाईल?'

मग पुन्हा विचार यायचा की, नाही मारायची हाक. एक दिवस माझ्याकडेही गाडी असेल, आणि तेव्हा मी एखाद्या थकल्याभागल्या ललितला माझ्या गाडीत बसवून त्याला आराम देईन.

वास्तविक एक बसस्थानक आमच्या कॉलेजच्या गेटच्या समोरच होतं, पण तिथून मेहरौलीला जायला एकच बस होती. ती बहुतेक वेळा भरूनच यायची, आणि कॉलेजपाशी तर आणखी भरायची, कारण कॉलेजची खूप मुलं-मुली त्या बसमध्ये चढायची. इतक्या भरलेल्या बसमध्ये मला चढणं शक्यच नव्हतं, त्यामुळे मला एक किलोमीटर चालत जाऊन लांबच्या एका बसस्थानकावरून बस पकडायला लागायची. त्या स्थानकावरून मेहरौलीला जाणाऱ्या बऱ्याच बसेस होत्या. मी तिथे उभा राहून त्यातल्या त्यात रिकाम्या बसची वाट बघत थांबायचो आणि कमीत कमी भरलेल्या बसमध्येच चढायचो. जिथे बाकी लोक पाचएक मिनिटांतच कोणत्या ना कोणत्या बसमध्ये बसून निघून जायचे, तिथे मी

मात्र अर्धा-पाऊण तास बसची वाट बघायचो. मेहरौलीला जाणारी बस माझ्यासमोर येऊन थांबायची, त्यातून प्रवासी चढायचे-उतरायचे आणि बस पुढे जायची; पण मी एका 'योग्य' बसच्या प्रतीक्षेत असायचो. ती 'योग्य' बसची प्रतीक्षा कधी एक तास, तर कधीकधी दोन-तीन तासांपर्यंत देखील लांबायची. बसस्थानकावर लोक येत-जात असायचे, पण मी एका जागी बसून येणाऱ्या प्रत्येक बसचं निरीक्षण करायचो की, या बसमध्ये मला चढता येईल की नाही. आजूबाजूला पाणी, पान-विडी विकणारे फेरीवाले असायचे. पहिल्या-पहिल्यांदा त्यांनी जेव्हा मला तिथे बराच वेळ उभं असलेलं पाहिलं तेव्हा –कुठल्या बसची वाट पाहतोयेस- हे विचारलं. आता त्यांना काय आणि कसं सांगू की इथून जाणाऱ्या बहुतांश बसेस मला जायचं तिथेच जातात, पण मी 'योग्य' बसची वाट पाहतोय!

बसची 'योग्यता' ठरवण्याचे अनेक निकष होते. बसचं मॉडेल, पायरीची जमिनीपासून उंची, रिकाम्या जागा, बसच्या दारात उभे, लटकणारे लोक, कंडक्टरची उपस्थिती, आणि त्याचं बसच्या दाराकडे लक्ष – आणि कित्येकदा ड्रायव्हर कोण आहे – हेसुद्धा. काही ड्रायव्हर्सचे चेहरे आणि ते कोणती बस चालवतात हे मला ठाऊक झालं होतं. जे ड्रायव्हर्स इतरांपेक्षा बरे वागायचे, त्यांच्या बसमध्ये मी चढायचो. बसचं मॉडेल अशासाठी महत्त्वाचं होतं की, वेगवेगळ्या मॉडेल्समध्ये पायऱ्यांची उंची, रचना वेगवेगळी असायची. एका मॉडेलमध्ये वरच्या दोन पायऱ्या तिरक्या असायच्या. त्या चढायला मला अत्यंत कठीण जायचं. जर बसमध्ये कंडक्टर असेल, आणि त्याचं त्याच्या कामात लक्ष असेल तर ती बस माझ्या दृष्टीने बरी असायची. कारण कंडक्टरने मला चढताना पाहिलं, तर मी पूर्णपणे आत येईपर्यंत तो बस थांबवण्याची शक्यता अधिक असायची. ड्रायव्हर त्यामानाने जास्त घाईत असायचे आणि त्यांचं लक्ष दहा ठिकाणी विभागलेलं असायचं. त्यामुळे कित्येकदा मी चढायच्या आतच ते बस सुरू करायचे. मग मी पडायचो आणि अपघाताची शक्यता वाढायची. माझ्या शरीराचा तोल सांभाळणं अतिशय कठीण होतं, पण तरीही मी चालायचो. डोंबाऱ्याच्या खेळात ताणलेल्या दोरीवर चालण्यासारखीच ती कसरत होती.

> 'Strength is measured in pounds.
> Speed is measured in seconds.
> Courage— you can't measure courage!
> Olympic campaign.'

सर्व परिस्थिती, संभाव्यता, आणि संभाव्यता प्रत्यक्षात येण्याच्या शक्यता, या सगळ्यांचा हिशेब करून त्यापैकी सर्वोत्तम परिस्थितीची मी निवड करायचो.

बनी सिंह

कॉलेजमध्ये जायला लागल्यावर मी मेहरौलीतच राहणारा कोणी विद्यार्थी आहे का हे आतुरतेने शोधत होतो.

कुतुब स्कूलमधला एकही मित्र माझ्या कॉलेजमध्ये आला नव्हता. त्यामुळे मला अगदी एकाकी वाटत होतं. कॉलेजमधून घरी येतानाचा लांब रस्ता एकट्याने कापणं त्रासदायक वाटायचं. कॉलेजमध्ये सबंध दिल्लीतून विद्यार्थी येत असल्यामुळे मेहरौलीत राहणारा कोणी सहाध्यायी मिळण्याची शक्यता कमी होती, आणि पहिल्या आठवड्यात मिळालाच नाही, पण एक दिवस बायोलॉजीच्या प्रयोगशाळेत एक नवीन विद्यार्थी आला. त्या अगदी हडकुळ्या मुलाने माझ्या शेजारच्या सीटवर बसून काम करायला सुरुवात केली. ती बनी सिंह होता.

त्या दिवशी कॉलेज संपल्यावर बनी म्हणाला की, मी ज्या बसस्थानकावरून बस पकडतो, तिथेच तोही जाणार आहे. मग कळलं की तो मेहरौलीतच राहतो, आणखी विचारल्यावर कळलं की त्याचं घर माझ्या घराच्या जवळच आहे. बनीला भेटून मला फार आनंद झाला. आम्ही दोघं कॉलेजमधून एकत्र घरी यायला लागलो.

बनी अभ्यासात कच्चा होता. वर्गात सर्वांत कमी मार्क मिळवून पास होणाऱ्या विद्यार्थ्यांत त्याचं नाव असायचं. पण तो अगदी मनमिळाऊ आणि सगळ्यांना मदत करणारा होता. मी त्याला अभ्यासात शक्य तितकी मदत करायचो. प्रयोगशाळेत प्रयोगासाठी लागणाऱ्या वस्तू मी उचलून एका ठिकाणाहून दुसरीकडे ठेवू शकायचो नाही. ते करायला मला बनी मदत करायचा. कॉलेजच्या प्रयोगशाळेत विद्यार्थी नेहमी दोन-दोनच्या गटातच काम करायचे. त्यामुळे मी आणि बनी एकत्र काम करायचो. प्रयोगशाळेत वस्तू इकडून तिकडे न्यायला मला बनीची मदत मिळाली नसती, तर मला कॉलेज पास करणं आणखीनच कठीण गेलं असतं.

गर्दीतील एकटेपण

दिवस चालले होते. कॉलेजला जाणं-येणं, इमारतीतील जिने चढणं-उतरणं, प्रयोगशाळेत बराच वेळ उभं राहणं, यासारख्या समस्यांना मी सरावलो; पण कॉलेज जीवनाच्या गतीशी जुळवून घेऊ शकलो नाही. कॉलेजची मुलं गट करून कुठे-कुठे फिरायला जायची, तेव्हा मी त्यांच्याबरोबर जाऊ शकायचो नाही. आमच्या वर्गाला दोन-तीनदा दुसऱ्या कॉलेजच्या प्रयोगशाळेतपण नेलं, जेणेकरून

तिथे असलेल्या अधिक चांगल्या सोयी-सुविधांचा आम्ही लाभ घेऊ शकू. पण मी कधी गेलो नाही. दमणूक आणि चालता चालता पडण्याची भीती याव्यतिरिक्त आणखी एक कारण म्हणजे, मी माझ्या दोन-तीन प्राध्यापकांपासून शक्यतो लांबच राहायचो. ते प्राध्यापक विचार न करताच बोलायचे आणि बरेचदा माझ्या दिव्यांगत्वावर असे काही शेरे मारायचे की, मला फार वाईट वाटायचं. भर वर्गात असले टोमणे मी शाळेपासूनच ऐकत आलो होतो, पण कॉलेजमध्ये गेल्यावर या गोष्टी सहन करणं जास्त कठीण होत चाललं होतं. त्यामुळे मी त्यांच्यापासून लांबच राहायचा प्रयत्न करायचो, म्हणजे त्यांना बोलायची संधीच मिळायला नको.

कॉलेजच्या तीन वर्षांत मी तीन वेळासुद्धा कॅन्टीनमध्ये जाऊ शकलो नाही आणि कोणी वर्गमित्राने चल म्हणून म्हटलंही नाही. एखादा खाली तास मिळाला तर मी एकाच ठिकाणी जायचो – पार्कमध्ये पिंपळाच्या झाडाखाली. हे छोटंसं पार्क कॉलेजच्या परिसरातच होतं. तिथे बसून मी माझी पुस्तकं वाचायचो. वर्गमित्रांशी गप्पा मारायचो आणि नोट्स काढायचो.

रोजगाराची काळजी

यथावकाश कॉलेजची दोन वर्षं सरली. दोन्ही वर्षी मी प्रथम श्रेणीत उत्तीर्ण झालो. द्वितीय वर्षाच्या परीक्षेनंतर मी पुढचा विचार करायला सुरुवात केली. मी कॉलेजमध्ये सलग पास तर होत होतोच, पण हे शिक्षण माझ्या फार काही कामाचं नाही असं मला वाटत होतं. मला शिकायचं होतं, खूप शिकायचं होतं- पण माझं शरीरच माझ्या मार्गातला सर्वांत मोठा अडसर होता. मी प्रयोगशाळेत नीट काम करू शकत नव्हतो, कारण प्रयोगशाळांची रचना मला सोयिस्कर नव्हती. चालत घरी जाताना मी इतका दमून जायचो, की अभ्यास करणं अवघड व्हायचं. शाळेपेक्षा माझी दमणूक आता जास्त होत होती, कदाचित वयाचा परिणाम असेल. पोलिओ हा एक असा पर्वत ठरू पाहत होता, जो जितका चढावा तितका आणखीनच उंच उंच होत होता.

कॉलेजनंतर शिक्षण घेणं कदाचित मला शक्य होणार नाही, म्हणून घरीच छोटी-मोठी कामं करून पैसे मिळवण्याच्या बाबतीत मी विचार करू लागलो. त्यासाठी मी 'पंजाब केसरी'तील क्लासिफाइड जाहिराती बघायला लागलो.

दुसऱ्या वर्षाच्या परीक्षेनंतरच्या सुट्टीत, मनात भीती असूनही मी दिल्लीतल्या दूरदूरच्या भागांत काम शोधायला जाऊ लागलो. माझा शाळेतला मित्र राजेंद्र

देखील काहीतरी कामाच्या शोधात होता, त्यामुळे आम्ही दोघं बरोबर जायचो. मी वर्तमानपत्रात अशा जाहिराती शोधायचो, ज्यात घरून काम करता येईल – उदाहरणार्थ- मेणबत्त्या किंवा मोजे बनवायचं काम. बहुतेक नांग्लोई जवळच्या एका कारखान्यात जाऊन मी मोजे बनवायचं मशीन बघितलं होतं. घरी असं मशीन आणून मोजे शिवायचे, मग कारखान्याला ते विकायचे. हे काम चांगलं वाटलं, पण मशीन घ्यायला पैसे नव्हते. वर्तमानपत्रातच वाचलं होतं, की स्वतःचा उद्योग सुरू करण्यासाठी सरकार तरुणांना 'प्रधानमंत्री रोजगार योजने'अंतर्गत कर्ज देतं. त्यासाठी फॉर्म मिळणाऱ्या ऑफिसचा पत्ता दिल्लीच्या दुसऱ्या टोकाचा होता. दिल्ली विद्यापीठाजवळ असलेलं ते ऑफिस शोधायला मी बसने गेलो, पण ते काही सापडेना. त्या दिवशी मी किती किलोमीटर पायी चाललो कोण जाणे, पण शेवटी मी ते ऑफिस शोधून काढलं आणि फॉर्म घेऊन आलो.

घरी मेणबत्त्या बनवण्याच्या कामाबद्दल देखील गांभीर्याने विचार केला. एक-दोन ठिकाणी जाऊन बघूनही आलो. मेण उकळत राहायचं आणि साच्यांत घालत राहायचं. हे सगळं करायला फार बरं वाटत नव्हतं; पण तेव्हा तरी वाटत होतं की, मला असलंच काहीतरी करावं लागणार. मी बनवलेल्या एफिल टॉवरचा फोटोही मी काही जणांना पाठवून सांगितलं की, मी घरी बसून त्यांच्यासाठी अशा गोष्टी बनवू शकतो. घराजवळच्या स्टेट बँकेच्या एका शाखेत जाऊन कर्जाची चौकशीही करून आलो.

असे अनेक प्रयत्न करूनदेखील पदरात काहीच पडलं नाही आणि कॉलेजचं तिसरं वर्ष सुरू झालं.

कॉम्प्युटर शिकण्याचा विचार

कॉलेजचे तिसऱ्या वर्षाचे वर्ग सुरू झाले. त्या काळी भारतात कॉम्प्युटर शिक्षण अगदीच बाल्यावस्थेत होतं, पण कॉम्प्युटर शिकल्याने एक चांगलं करिअर होऊ शकेल हे लोकांना पटू लागलं होतं. तो माझ्यासाठी एक चांगला पर्याय आहे असं मलाही जाणवू लागलं, कारण ते एका जागी बसून करायचं काम होतं. विज्ञानाच्या प्रयोगशाळेतील अडचणी कॉम्प्युटर लॅबमध्ये येणार नाहीत. त्याशिवाय, मी कॉम्प्युटर क्षेत्रासाठी उपयोगी पडेन असंही मला वाटलं, कारण कॉम्प्युटरचं स्वतःचं एक शास्त्र आहे. त्याच्याकडून काम करून घेण्यासाठी तर्क, क्रम आणि योजना बनवण्याची योग्यता पाहिजे – आणि माझ्यामध्ये ही योग्यता स्वाभाविकरीत्याच विकसित झाली होती. म्हणून कॉम्प्युटर हा मला माझ्यासाठी योग्य पर्याय वाटला.

मात्र कॉम्प्युटरबाबत विचार करणं माझ्यासाठी सोपं होतं असं नाही. मला विज्ञानाची प्रयोगशाळा मुळीच सोडायची नव्हती. मला वास्तविक मायक्रोबायोलॉजीमध्ये एम. एस्सी. करायचं होतं. मला सूक्ष्म जीव आणि आण्विक विश्वात होणाऱ्या स्पंदनांपासून ते ब्रह्मांडाच्या विराट विस्तारापर्यंत सगळं काही जाणून, जाणवून घ्यायचं होतं. माझं मन त्या प्रयोगशाळेतच रमत होतं, पण दुर्दैवाने त्या प्रयोगशाळा माझ्यासाठी बनलेल्या नव्हत्या. माझी स्वतःची प्रयोगशाळा असावी, किंवा मी माझ्या सोयीनुसार प्रयोगशाळा सेट करावी या पायरीला पोचेपर्यंत मला अजून खूप शिकावं लागणार होतं. एम. एस्सी., मग पीएच.डी, नंतर पोस्ट डॉक्टरेट – मग मला सहज काम करता येईल अशी प्रयोगशाळा मिळण्याची शक्यता कदाचित निर्माण होईल. पण दैवदुर्विलास हा होता, की तिथपर्यंत पोचण्यासाठी मला गैरसोयीच्या प्रयोगशाळेतच काम करावं लागणार होतं. कॉलेजमधल्या अनुभवावरून मला जाणवलं की, यापुढे मी प्रयोशाळेत काम करू शकणार नाही.

बनी सिंह नसता तर रसायनशास्त्राच्या प्रयोगशाळेत मी एकही प्रॅक्टिकल करू शकलो नसतो. त्यामुळे मी शास्त्र विषयात पुढे शिकण्याचा विचार जड अंतःकरणाने सोडून दिला.

कॉम्प्युटर कोर्सचा शोध

बसने जायला-यायला होणाऱ्या त्रासामुळे, कॉम्प्युटरचा कोर्स करण्यासाठी मी घराजवळची जागा शोधत होतो. चालत आणखी जरा लांब जाणं मला पत्करणार होतं, पण बसचा प्रवास मला कमीतकमी करायचा होता.

आमच्या कॉलेजच्या गेटच्या बरोबर समोर एक छोले-कुल्चेवाला उभा राहायचा. एखाद्या दिवशी कॉलेजमध्ये जास्त वेळ थांबायला लागणार असेल तर मी घरून पोळ्या न्यायचो. दुपारी बनी सिंह आणि मी छोलेवाल्याकडून पाच रुपयाचे छोले घेऊन तिथेच जेवायचो. छोलेवाल्याच्या सायकलपासून सुमारे पन्नास पावलांवर एक छोटा बाजार होता. कॉलेजमध्ये जायला लागून दोन वर्षं झाली तरी मी त्या बाजारात कधी गेलो नव्हतो. एक दिवस कैलास काकांबरोबर सायकलवरून जाताना मला त्याच बाजारात 'फर्स्ट कॉम्प्युटर्स' अशी एक पाटी दिसली.

त्या दिवशी कॉलेजमध्ये एक फ्री पिरियड मिळाल्याबरोबर मी बाहेर पडून 'फर्स्ट कॉम्प्युटर्स' पाशी गेलो. कॉलेजच्या गेटपासून तिथलं अंतर केवळ पन्नास पावलंच होतं. इतक्या जवळ कॉम्प्युटर शिकायची सोय झाल्यामुळे मी फार खूश

झालो, पण तिथे पोचल्याबरोबर माझा आनंद मावळला. ते सेंटर पहिल्या मजल्यावर होतं आणि वर जायला अगदी खड्या ३५ पायऱ्या होत्या. तो खडा जिना बघूनच मी परत फिरणार होतो, पण मग विचार केला की जोखीम पत्करल्याशिवाय चालणार नाही. म्हणून मी हळूहळू चढू लागलो. वर पोचेपर्यंत अनेक वेळा मी पडता पडता वाचलो. आत गेल्यावर एका अत्यंत देखण्या स्त्रीने मला उपलब्ध अभ्यासक्रमांची माहिती दिली आणि सांगितलं की, कोर्सची वर्षाची फी चौदा हजार आहे.

चौदा हजार रुपये आमच्यासाठी खूपच मोठी रक्कम होती, पण आई-पप्पांनी सांगितलं होतं की, हप्त्यांनी फी भरायची सोय असेल तर ते काहीतरी करून महिन्याच्या हप्त्याची सोय करतील. त्यामुळे मी कोर्स करू शकत होतो, पण तो भयंकर जिना ही मोठी अडचण होती. एकदा वाटलं की, करावे दोन हात त्या जिन्याशी; पण मग विचार केला की एखादे दिवशी त्या लढाईत मी जिंकलो, तरी दुसऱ्या दिवशी जिना जिंकू शकतो, आणि जर मी त्या पायऱ्यांवरून गडगडलो, तर कॉलेजचं शिक्षणही थांबेल.

जिना चढणं ही इतरांसाठी क्षुल्लक असणारी बाब माझ्या आयुष्यातल्या महत्त्वाच्या वळणावर माझा रस्ता अडवून उभी होती. पण जे लोक नदीसारखे अविरत प्रवाही राहू शकतात, त्यांचा रस्ता कोणताही कडा अडवू शकत नाही.

'आम्हीही सागर आहोत, आमची ताकद जाणतो,
ज्या दिशेला जायला निघू, रस्ता तयार होईल.'
(बशीर बद्र यांच्या हिंदी ओळींचा अनुवाद.)

आणि सागराला त्याचा मार्ग आठवड्याभरात मिळालाच.

मार्ग मिळाला तोही अगदी रोमांचक तऱ्हेने. त्या दिवशी मी जवळच राहणारे आमच्या शाळेतले एक शिक्षक श्री. गोविंदशरण अग्रवाल यांच्या घरी गेलो होतो. तिथे रद्दी म्हणून कोपऱ्यात टाकलेल्या दोन-चार दिवस जुन्या वर्तमानपत्राच्या एका तुकड्याकडे माझं लक्ष गेलं. त्यावर, मालवीय नगरमध्ये NIIT चं एक नवीन केंद्र सुरू झाल्याची आणि तिथे GNIIT नावाच्या कॉम्प्युटर कोर्ससाठी प्रवेश सुरू असल्याची जाहिरात होती. माझं कॉलेज मालवीय नगरमधेच होतं. जाहिरातीत दिलेल्या पत्त्यावरून मी अंदाज बांधला, की ते केंद्र कॉलेजपासून सुमारे अर्धा किलोमीटर दूर असावं. हा माझ्यासाठी आशेचा किरण होता. दुसऱ्याच दिवशी कॉलेज संपल्यावर दुपारी एकच्या सुमारास मी अर्धा किलोमीटर चालत NIIT च्या मालवीय नगरमधल्या केंद्रात पोचलो. तिथेही जिना होता, पण फर्स्ट कॉम्प्युटर्स इतका खतरनाक नव्हता. तिथे कळलं की GNIIT चा कोर्स

तीन वर्षांचा होता. त्यात दोन वर्षं शिक्षण आणि नंतर एक वर्ष ऑन-द-जॉब ट्रेनिंग. एकंदर फी सुमारे पंचावन्न हजार होईल असं सांगण्यात आलं, पण त्याचबरोबर हेही सांगितलं की NIIT मध्ये थोड्याच दिवसांत 'भविष्य ज्योती शिष्यवृत्ती'साठी परीक्षा घेण्यात येणार आहे. जर मी त्या परीक्षेत उत्तीर्ण झालो आणि मला ती शिष्यवृत्ती मिळाली, तर माझी फी जरा कमी होईल. मी आनंदाने लगेच परीक्षेसाठी नाव नोंदवलं.

'भविष्य ज्योती शिष्यवृत्ती' परीक्षा झाली आणि ती मी पास केल्यावर मला मुलाखतीला बोलावण्यात आलं. मुलाखतीनंतर मला सांगितलं गेलं, की एकूण फी पैकी ५०टक्के फी मला शिष्यवृत्ती म्हणून मिळाली आहे. म्हणजे मला तीन वर्षांसाठी सुमारे २७,५०० रुपये शुल्क भरायचे होते.

घरी येऊन आईला मी ही गोष्ट सांगितली. आईने मला कोर्स करायला सांगितला. माझी क्षमता आणि परिश्रम यांवर माझ्या आई-वडिलांचा विश्वास होता, अन्यथा त्या वेळी इतकी मोठी रक्कम खर्च करणं आम्हाला कठीण होतं.

थोड्या दिवसांतच GNIIT कोर्सची माझी पहिली सेमिस्टर सुरू झाली.

अथक वाहणाऱ्या नदीने आपला मार्ग शोधून एका नव्या क्षेत्रात प्रवेश केला होता!

'ज्यांना गच्चीपर्यंत जायचंय, त्यांना पायऱ्या लखलाभ होवोत,
माझं ध्येय तर आकाश आहे, मार्ग मला स्वतःलाच बनवायचाय.'
('अज्ञात' यांच्या हिंदी ओळींचा अनुवाद)

कॉलेजचं शेवटचं वर्ष

कॉलेजचं तिसरं वर्ष सुरू झालं होतं. आता मी कॉलेज आणि GNIIT दोन्हीचा अभ्यास करत होतो. सकाळी नऊ वाजता मी कैलाश काकांबरोबर NIIT ला जायचो. तिथला वर्ग संपवून चालत कॉलेज, आणि बहुतेक वेळा कॉलेजनंतर पुन्हा NIITमध्ये जाऊन मी कॉम्प्युटरचा सराव करायचो. आता माझं रोज दुप्पट चालणं होत होतं. भर दुपारी कॉलेजमधून NIIT ला जाणं आणि तिथून घरी येणं यांत माझा जवळजवळ जीवच जायचा.

एके दिवशीची घटना मी आजही विसरलो नाही. कॉलेजनंतर मी जादा वर्गासाठी दुपारी NIITमध्ये चाललो होतो. बरोबर माझ्या दोन मैत्रिणीही होत्या. त्या मला ज्युनिअर होत्या आणि त्यांनीही नुकताच NIITचा कोर्स सुरू केला होता. लांब जायचं असेल तेव्हा शक्यतो एकट्यानेच जायचा माझा प्रयत्न

असायचा. चालताना होणाऱ्या दमणुकीमुळे मी बरोबरच्या व्यक्तीशी नीट बोलू शकत नाही. माझं संपूर्ण लक्ष रस्त्याचा उंचसखलपणा, थकावट, घाम यावर केंद्रित असतं. त्या दिवशी मरणाचा उकाडा होता. चालताना माझे स्नायू भरून आले, तोंड कोरडं पडलं आणि घाम डोळ्यांतही भरला. एक क्षण असा आला की दमल्यामुळे मी सूर्याकडे बघत जागच्या जागी थबकलो, आणि त्या मैत्रिणी बोलत बोलत पुढे निघून गेल्या.

मी पुढचं पाऊल उचलायचा प्रयत्न केला मात्र—मी इतका जोरात पडलो, की कोलांट्या खात माझं तोंड फुटपाथवरच्या धुळीत घुसलं. माझी बोटं कुबड्यांच्या खाली दाबली गेल्यामुळे काळीनिळी झाली. त्या क्षणी माझ्या अंगात कणभर देखील ताकद नव्हती. काही वेळ मी धुळीत तसाच पडून राहिलो. माझ्या मैत्रिणींनी वळून पाहिलं आणि त्या माझ्या मदतीला धावत आल्या. घामाने भिजलेला माझा शर्ट आता पूर्णपणे धुळीने माखला होता. घामाने थबथबलेल्या माझ्या चेहऱ्यावर धुळीचा लेप चढला होता आणि काळ्यानिळ्या पडलेल्या बोटांत कुबड्या धरायची शक्ती नव्हती. मी माझ्या मैत्रिणींना एवढंच सांगितलं की, मला थोडा वेळ द्या, मी आपण होऊन उठेन. अचानक पडल्याचा शॉक, वेदना आणि शरम यांतून सावरायला मला काही मिनिटं लागली.

नंतर मी कसातरी उभा राहिलो आणि वेदनेने व्याकूळ झालेल्या माझ्या बोटांची मूठ वळून पुन्हा कुबड्या घेतल्या. माझ्या मैत्रिणी अवाक् होऊन बघत होत्या. मी सेन्टरच्या दिशेने चालू लागलो – तिथे पोचेपर्यंत आमच्यातलं कोणीच काहीही बोललं नाही.

'मी स्वतः भूमी, माझी समर्थता आभाळाएवढी
मोडून पडलो तरी माझी जिद्द पर्वताएवढी'
(मोहसीन नक्वी यांच्या हिंदी ओळींचा अनुवाद)

सेन्टरला पोचल्यावर मी थेट बाथरूम गाठली. मातीने भरलेले हात, तोंड धुतले. कपड्यांवर घामामुळे चिकटलेली माती निघणं शक्य नव्हतं. मी बाथरूममध्ये रडलो देखील – थोडं वेदनांमुळे, थोडं शरमेमुळे – जर मी माझ्या मैत्रिणींसमोर पडलो नसतो, तर मी बोटांच्या वेदनांची पर्वा केली नसती. पण आता मात्र मी त्यांच्या नजरेत अधिकच 'बिच्चारा' झालो आहे हे मी समजून चुकलो.

मी वर्गात गेलो नाही. बाहेरच्या एका रिकाम्या खोलीत बसून घाम वाळवला, बोटांना जरा आराम दिला आणि आजूबाजूला असलेल्या NIITच्या स्टाफच्या नजरा चुकवत राहिलो, जेणेकरून त्यांनी मला माझ्या मातीने भरलेल्या कपड्यांबद्दल विचारू नये. साधारण अर्ध्या तासाने वेदना जरा कमी झाल्यावर मी घरी परतलो.

कॉलेजच्या दिवसांत मी भरपूर पायपीट केली. शक्य तितकं चालणं वाचवलं देखील, पण तरीही खूप चालावं लागलं. मी माझ्या वर्गमित्रांबरोबर कुठेही फिरायला वगैरे जात नसे, पण बॉटनीसाठी हर्बेरियम बनवण्यासाठी मला आसपासच्या उद्यानांत, जंगलांत जावं लागे. शास्त्र विषयाच्या शिक्षणासाठी हे सगळं आवश्यक होतं आणि ते मला पूर्ण करावंच लागणार होतं, अन्यथा मी बायोलॉजीचा पदवीधर कसा झालो असतो!

'आयुष्य कुठेही थांबत नाही, तुफानाला-वादळाला घाबरत नाही,
तू चालला नाहीस तर रस्ते निघून जातील, तुझे डोळे ध्येय शोधत बसतील,
तुला चाललंच पाहिजे, तुला चाललंच पाहिजे'
(इंदीवर यांच्या हिंदी ओळींचा अनुवाद)

NIITचे सुरुवातीचे दिवस

कॉलेजच्या बरोबरीने NIITचा अभ्यास करणं सोपं नव्हतं, पण मला कॉम्प्युटर आवडू लागला होता. प्रथमच मी कॉम्प्युटर पाहिला होता, हाताळला होता. पहिल्या सेमिस्टरमध्ये आम्हाला कॉम्प्युटरविषयीची मूलभूत माहिती दिली जात होती. त्या काळात 'मायक्रोसॉफ्ट' या सॉफ्टवेअर बनवणाऱ्या जगातल्या सर्वांत मोठ्या कंपनीने भारतात 'मायक्रोसॉफ्ट सर्टिफाइड प्रोडक्ट स्पेशालिस्ट'च्या परीक्षा घ्यायला सुरुवात केली होती. एनआयआयटीच्या मालवीय नगर सेन्टरमध्ये या परीक्षेत उत्तीर्ण होणारा मी पहिला विद्यार्थी ठरलो. पहिल्याच फटक्यात ही परीक्षा पास झाल्याबद्दल मला १५०० रुपये बक्षीस मिळालं.

विंडोज ९५ मध्ये प्रोडक्ट स्पेशलिस्ट झाल्यामुळे मला त्या सेन्टरमध्ये स्वतंत्र ओळख प्राप्त झाली होती. इतर अनेक विद्यार्थी माझ्याकडून टेस्ट आणि विंडोज ९५ बाबत सल्ला घेऊ लागले. इतरांशी समान पातळीवर असल्याची जाणीव मला तेव्हा प्रथम अनुभवायला मिळाली. मीही कोणीतरी आहे, मलाही महत्त्व आहे असं वाटू लागलं. पहिल्या सेमिस्टरचा विद्यार्थी- ज्याने दोन-तीन महिन्यांपूर्वी कॉम्प्युटरला पहिल्यांदा हात लावला होता – त्याचं प्रोडक्ट स्पेशलिस्ट होणं ही मोठी गोष्ट होती.

मला सगळीकडून मान मिळत होता आणि त्या सन्मानामुळे मी भविष्यासाठी आत्मविश्वास कमवत होतो.

प्रयोगशाळेतील अडचणी

मी जरी एम.एस्सी. मायक्रोबायोलॉजी करण्याचा विचार सोडून दिला असला, तरी त्याच्या प्रवेश परीक्षेसाठी मी जेएनयूमध्ये अर्ज भरला. लवकरच कॉलेजच्या वार्षिक परीक्षाही सुरू झाल्या. कॉलेजमध्ये रसायनशास्त्र प्रॅक्टिकलच्या अंतिम परीक्षेसाठी आमचा वर्ग दोन बॅचेसमध्ये विभागला होता. दोन्ही बॅचेसच्या परीक्षा वेगवेगळ्या दिवशी होणार होत्या. रोल नंबर बघितल्यावर मला कळलं की बनी सिंहला आणि मला वेगळ्या बॅचेसमध्ये घातलं होतं. हे बघून मी काळजीत पडलो. बनी सिंहच्या मदतीशिवाय मी प्रॅक्टिकल करू शकत नव्हतो. रसायनशास्त्राच्या प्रॅक्टिकलमध्ये पुष्कळ गोष्टी इकडून तिकडे न्यायला लागायच्या. उदाहरणार्थ – एखाद्या रसायनाचं वजन करायचं असेल, तर त्याचं भांडं उचलून तराजू असलेल्या खोलीत घेऊन जाणं. वजन केल्यावर रसायनाचं भांडं पुन्हा आपल्या जागेवर घेऊन येणं. प्रयोगशाळेत माझ्या प्रयोगांचे निष्कर्ष नेहमी बरोबर यायचे; पण वस्तू उचलायच्या, त्या इथून तिथे न्यायच्या, हे करता येत नसल्यामुळे माझी सगळी मेहनत वाया जायची.

मी हेही पाहिलं होतं की, वर्गातले बहुतांश विद्यार्थी, प्रयोगशाळेतले मदतनीस आणि प्राध्यापक मला माझ्या अडचणीत कधीच मदत करायचे नाहीत. सहाध्यायींची गोष्ट मी समजू शकत होतो. त्यांना आपापलं काम पूर्ण करायची काळजी असायची, पण मदतनीस आणि प्राध्यापक नक्कीच मदत करू शकत होते.

पण तसं व्हायचं नाही. बनी सिंहच मला मदत करायचा. आणि त्याला जेव्हा कधी प्रयोगशाळेत माझ्या सल्ल्याची गरज पडायची तेव्हा मीही त्याला मदत करायचो.

तर मी रसायनशास्त्राच्या प्राध्यापकांना सांगितलं की, माझ्या बॅचची परीक्षा आहे त्या दिवशी एक महत्त्वाचं कौटुंबिक कार्य असल्यामुळे मी कॉलेजमध्ये येऊ शकणार नाही, म्हणून माझी बॅच बदलावी. जरा आढेवेढे घेतल्यावर त्यांनी माझी विनंती मान्य केली आणि मला बनी सिंहच्या बॅचमध्ये घातलं. तेव्हा कुठे मी परीक्षा देऊ शकलो. त्या परीक्षेत मला ५० पैकी ४९ गुण मिळाले.

त्या परीक्षेनंतर मी जेएनयूच्या प्रवेश परीक्षेसाठी काहीही तयारी केली नाही, कारण मी मायक्रोबायोलॉजीच्या प्रयोगशाळेत काम करू शकणार नाही, अशी माझी खात्री झाली होती.

या गोष्टीचं मला अतीव दुःख झालं. इतकं – की तयारी झाली नसतानाही मी प्रवेश परीक्षेला जाण्यापासून स्वतःला रोखू शकलो नाही. काहीही तयारी

नसल्यामुळे मी त्या परीक्षेत नापास झालो.

दिव्यांगत्व शरीरात नसतं, तर समाजामुळे येतं. शरीर, त्याच्या क्षमता, आणि आजार हे निसर्गदत्त आहेत – पण समाजाची रचना तर आपण- माणसांनी केली आहे ना! समाजातील प्रत्येक गोष्टीची रचना जर प्रत्येक जण वापरू शकेल अशा रीतीने केली, तर दिव्यांगत्वाला काही अर्थ राहणारच नाही. शरीरात आजार राहतील, पण निदान दिव्यांग व्यक्तीच्या सामाजिक जीवनावर तरी त्याचा परिणाम होणार नाही. उदाहरणार्थ जर कॉलेजच्या प्रयोगशाळेची रचना अशा दृष्टीने केली की, व्हीलचेअर वापरणारी व्यक्तीदेखील तिथे स्वतंत्रपणे काम करू शकेल तर किती चांगलं होईल? असं करण्याने आपण त्या व्यक्तीचा आजार दूर करू शकत नाही, पण त्या आजाराचा परिणाम नक्की कमी करू शकतो.

आजार किंवा अपघात एखाद्या व्यक्तीला शारीरिकदृष्ट्या दिव्यांग करतो, पण त्या व्यक्तीला अक्षम किंवा अयोग्य मात्र समाजच बनवतो.

कॉलेजचा शेवटचा दिवस

इकॉलॉजी आणि टेक्सॉनॉमी या विषयांच्या परीक्षांबरोबरच कॉलेजचा तीन वर्षांचा प्रवास पूर्ण झाला. पेपर झाल्यावर वर्गातल्या मुलामुलींनी एकमेकांचे पत्ते, फोन नंबर घेतले. आमच्या घरी फोन नव्हता. त्यामुळे मी कोणाला माझा नंबर देऊ शकलो नाही. सगळे जणच जरा उदास वाटत होते. मीही काहीसा उदास होतो. ज्या मित्रांचा तीन वर्षं सहवास मिळाला तो आता संपणार. पुन्हा कोणाची भेट घडेल की नाही कोण जाणे! पण आम्ही सगळे आयुष्याच्या एका नव्या रस्त्याच्या आरंभी उभे होतो. कॉलेज हे आमचं ध्येय नव्हे, तर ध्येयपूर्तीच्या मार्गावरील केवळ एक टप्पा होता आणि आता त्या टप्प्यावरून पुढे जायची वेळ आली होती.

आज कॉलेजमधल्या सहाध्यायींपैकी फक्त बनी सिंहशी माझा संपर्क आहे. माझ्याकडे फोनसारखं माध्यम नसल्यामुळे बाकी सर्वांशी माझा संपर्क राहिला नाही. हे पुस्तक माझा एखादा सहाध्यायी वाचेल आणि माझ्याशी संपर्क साधेल अशी मला आशा आहे.

एका नावाजलेल्या कॉलेजमधून पदवीधर झाल्यावर माझं पूर्ण लक्ष पुढच्या आयुष्यात काय करायचं, यावर केंद्रित झालं. भविष्याबाबत मी काहीच योजना आखली नव्हती. मी त्या वेळी अगदी गोंधळलेल्या अवस्थेत होतो, आयुष्याच्या सर्वांत महत्त्वाच्या वळणावर उभा होतो आणि माझ्या पायात दिव्यांगत्वाची शृंखला

होती. मनाला भरारी घ्यायची होती, पण शरीरामुळे ते बांधलं गेलं होतं. शाळा-कॉलेजच्या दुनियेतून मी आता बाहेरच्या उद्योगधंद्यांच्या विश्वात पाऊल टाकणार होतो. पण त्या जगासाठी मी योग्य आहे असं मला वाटत नव्हतं.

काही दिवसांपूर्वीच मी वर्तमानपत्रात दिव्यांगांना शिक्षण देणाऱ्या 'अक्षय प्रतिष्ठान' नावाच्या एका शाळेबद्दल वाचलं होतं. मेहरौलीला लागूनच असलेल्या 'वसंतकुंज' नावाच्या उच्चभ्रू कॉलनीमध्ये ती शाळा होती. त्या शाळेत जाऊन शिक्षकाच्या नोकरीबद्दल बोलावं असं मला वाटलं. ती शाळा मला माझ्यासाठी अगदी योग्य जागा वाटली. याचं एक कारण म्हणजे ती माझ्या घरापासून जवळ होती, दुसरं म्हणजे तिथे दिव्यांग मुलं असल्यामुळे ती माझी टर उडवणार नाहीत, आणि तिसरं म्हणजे तिथले कर्मचारीसुद्धा त्यासाठी प्रशिक्षित असल्यामुळे माझ्या अडचणी, मर्यादा समजून घेतील.

मी तिथल्या मुलांना शास्त्र, थोडंफार इंग्रजी आणि बेसिक कॉम्प्युटर शिकवू शकलो असतो. (तोपर्यंत एनआयआयटी मधील माझं पहिलं सेमिस्टर पूर्ण झालं होतं.)

मुख्य प्रश्न होता तो मला तिथे काम कसं मिळेल हा! मी विचार केला की, पगार मिळो अथवा न मिळो, पण कमीत कमी कामधंद्याच्या जगाची तोंडओळख तरी होईल आणि त्यातील माझी क्षमता अजमावून पाहण्याची संधी मिळेल. म्हणून मी तिथे जाऊन काम मिळेल का ते बघायचं ठरवलं.

मला माझ्या मित्रांच्या तुलनेत मागे राहायचं नव्हतं. त्यांना पुष्कळ गोष्टी त्यामानाने सहज-सोप्या आहेत आणि त्यामुळे ते आयुष्यात भराभर पुढे जातील हे मला ठाऊक होतं.

कॉलेज शिक्षण संपल्यावर आराम करायला माझ्याकडे वेळ नव्हता. मला तातडीने पुढे जायचं होतं.

अक्षय प्रतिष्ठान

कॉलेजची परीक्षा संपल्यावर दुसऱ्याच दिवशी मी अधिक जोमाने काम शोधू लागलो. पण तो दिवस माझ्या आयुष्यात किती परिणामकारक ठरणार आहे याची मला सुतराम कल्पना नव्हती.

त्या दिवशी माझ्या आयुष्याला एक नवीन वळण लागणार होतं.

त्या दिवशी प्रचंड उकाडा होता. पप्पांना ऑफिसला सुट्टी होती. मी त्यांना म्हटलं की, मला वसंतकुंजमधल्या 'अक्षय प्रतिष्ठान' शाळेत घेऊन चला. दुपारी

बाराच्या सुमारास आम्ही तिथे पोचलो. मी तिथे कुणीही न बोलावता आपणहून गेलो होतो, त्यामुळे कोणाला भेटू, काय बोलू याबाबत मनात गोंधळ होता. पप्पा आणि मी शाळेच्या इमारतीत शिरलो आणि कोणाला भेटावं याचा विचार करत होतो, तेवढ्यात तिथून एक महिला चाललेली दिसली.

"अहो, नमस्कार. मला इथल्या मुख्याध्यापकांना भेटायचं आहे." मी त्या बाईंना म्हटलं.

"काय काम आहे?" त्यांनी मला आपादमस्तक न्याहाळत विचारलं.

"मला या शाळेतल्या मुलांसाठी काम करायची इच्छा आहे. मला त्याबदली पगार नाही मिळाला तरी चालेल."

"तुम्ही काय करू शकता?"

"मी शास्त्र शाखेचा पदवीधर आहे. त्याशिवाय मी इंग्रजी आणि कॉम्प्युटर देखील शिकवू शकतो." माझ्या उत्तरात थोडा गर्व डोकावत होता.

"तुमच्या पायांना काय झालंय?" माझ्या कुबड्या बघून मला नेहमी विचारला जाणारा प्रश्न त्यांनी विचारला.

"मी चार वर्षांचा असल्यापासून मला पोलिओ आहे." मीही नेहमी दिलं जाणारं उत्तर दिलं.

"हे कोण आहेत?" त्यांनी पप्पांकडे बघत विचारलं.

"माझे पप्पा आहेत," मी म्हटलं.

"अच्छा, पोलिओसाठी याचं ऑपरेशन वगैरे करवून घेतलं नाही?" त्या बाई पप्पांकडे बघत म्हणाल्या.

"उपचार तर खूप केले ताई. याच्या एका पायात थोडा तरी जीव आला, पण – ऑपरेशन नाही केलं. ऑपरेशन होऊ शकतं हेच आम्हाला माहीत नव्हतं." पप्पांनी माहिती पुरवली.

"का नाही होणार ऑपरेशन? ऑपरेशन नक्कीच होऊ शकतं. हा मुलगा बरा होईल." त्या विश्वासपूर्वक म्हणाल्या.

मी, पप्पा आणि घरच्या सगळ्यांनी स्वीकारलं होतं की, पोलिओचा परिणाम माझा पिच्छा कधीही सोडणार नाही. विशेषतः मी तर ही गोष्ट चांगलीच समजून चुकलो होतो, कारण माझ्या शरीराची दुर्बलता आणि त्याचा माझ्यावर होणारा परिणाम हे मलाच सर्वाधिक भोगावं लागत होतं. याव्यतिरिक्त जीव विज्ञानाच्या पदवी शिक्षणात हेही कळलं होतं की, पोलिओचा प्रभाव पूर्णपणे नाहीसा होत नाही. या सगळ्याच्या उपरांत जेव्हा कोणी 'मी बरा होईन' असं सांगायचं, तेव्हा घरच्यांच्या आशा पुन्हा पल्लवित व्हायच्या.

पण त्या दिवशी त्या बाईंचं बोलणं ऐकून मीही कान टवकारले. औषधांमुळे

माझी परिस्थिती सुधारेल असं मला मुळीच वाटत नव्हतं. मी मागे सांगितल्याप्रमाणे लहानपणापासून हितचिंतकांनी माझ्यासाठी शेकडो प्रकारची औषधं सुचवली होती, पण कशानेही काही फरक पडला नव्हता, पण ऑपरेशन –?

इतक्या वर्षांत कोणी कधी ऑपरेशनविषयी बोललं नव्हतं. औषधांचा काही परिणाम होणार नाही हे मला कळून चुकलं होतं, पण ऑपरेशनमुळे कदाचित फरक पडू शकेल हे मान्य होण्यासारखं होतं.

"याला सेंट स्टीफन्स इस्पितळात घेऊन जा. तिथे डॉक्टर मॅथ्यू वर्गीसना भेटा. ते मोठे डॉक्टर आहेत आणि अशी पुष्कळ ऑपरेशन्स त्यांनी केली आहेत. तिथे तुम्हाला खर्चही जास्त येणार नाही, कारण अशी ऑपरेशन्स तिथे मोफत केली जातात." त्या बाईंनी पप्पांना माहिती पुरवली.

त्यांचं हे बोलणं चालू असतानाच मी ठरवून टाकलं की, सेंट स्टीफन्स इस्पितळात जाऊन त्या ऑपरेशनबद्दल माहिती काढायचीच. त्या वेळी माझी शारीरिक अवस्था इतकी बिघडली होती, की कामधंद्याच्या दुनियेचा सामना करणं मला अत्यंत कठीण होतं.

पूर्णपणे निकामी झालेला माझा उजवा पाय, डाव्या पायापेक्षा सहा इंच बुटका झाला होता आणि पाठीचा कणा वाकडा झाल्यामुळे माझा डावा नितंब वर उचलला गेला होता. या सगळ्यांमुळे उभं राहिल्यावर माझा उजवा पाय जमिनीपासून जवळजवळ एक फूट वर हवेत तरंगायचा. हाडांच्या अशा विकृत सांगाड्यामुळे मला चालण्यासाठी खूप जास्त परिश्रम करावे लागत होते.

कॉलेजच्या शेवटच्या दिवसांत मी नोकरीसाठी एकदोनदा जवळपास असलेल्या लहान लहान कंपन्यांमध्ये गेलो होतो. मुलाखतीच्या दरम्यान त्या ऑफिसेसमध्ये मला जाणवलं की, कुबड्या घेऊन विचित्र चालत येणाऱ्या व्यक्तीला पाहून ते लोक अवघडून जायचे आणि काहीतरी थातूरमातूर बोलून मला वाटेला लावायचे. वास्तविक, मी मुलाखत घेणाऱ्यांच्या समोर गेल्याक्षणीच मला नोकरी मिळण्याची शक्यता मावळत असे. ते लोक स्वतः सूट-बूट–टाय अशा वेशात एकदम स्मार्ट दिसायचे आणि तशाच लोकांना त्यांना नोकरी द्यायची असायची. याउलट मी घाम पुसत, कुबड्या सांभाळत त्यांच्यासमोर जाऊन बसलो रे बसलो, की माझ्या नोकरीची शक्यता तिथेच आटोपत असे.

मला वाटलं की, ऑपरेशनमुळे जर फरक पडला तर कदाचित मला नोकरी मिळणं सोपं जाईल. मी अशा विचारात गढलो होतो. एकीकडे त्या बाई बोलत होत्या.

"याला लवकरच इस्पितळात घेऊन जा. तिथे वर्षभर ऑपरेशन्स होत असतात." त्या पप्पांना म्हणाल्या.

त्या शाळेत मी काम शोधायला गेलो होतो हे मी एव्हाना विसरलो होतो. तिथे उभ्याउभ्याच माझ्या डोक्यात सेंट स्टीफन्स इस्पितळात जायची योजना आखली जात होती. आम्ही घरी आल्यावर मी पप्पांना म्हटलं की, त्या इस्पितळात जाऊन मला ऑपरेशनविषयी जाणून घ्यायचं आहे. माझं बोलणं ऐकून पप्पांना जरा आश्चर्यच वाटलं, कारण कोणत्याही प्रकारचे उपचार घेणं मी काही वर्षांपूर्वीच थांबवलं होतं. मी थकून गेलो होतो. कोणी काही उपचार सांगितला की आम्हाला नव्याने आशा वाटायची, मी औषधं घ्यायचो, व्यायाम करायचो, वेदना सहन करायचो – आणि शेवटी उपयोग मात्र काहीही व्हायचा नाही. अनेक वर्षं चाललेल्या आशा, वेदना आणि निराशा या चक्राने माझी खूप शारीरिक – मानसिक पिळवणूक झाली होती.

पप्पांना आश्चर्य नक्कीच वाटलं, पण ते मला इस्पितळात घेऊन जायला लगेच आनंदाने तयार झाले. पप्पांना ऑफिसला सुट्टी असेल त्या दिवशी तिथे जायचं असं आम्ही ठरवलं. पुढच्या काही दिवसांत मी आशेच्या सागरात डुंबत होतो. काय प्रकारचं ऑपरेशन होणार आहे, त्याचा काय परिणाम होईल हे काहीही मला माहीत नव्हतं; पण ऑपरेशनमुळे फरक पडेल याची मला खात्री होती. मला ठाऊक होतं की, माझ्या परिस्थितीवर औषधासारख्या सोनाराच्या हलक्या हातोडीचा नाजूक ठोका पुरेसा नव्हता. ऑपरेशनची चिरफाड, कापणं, शिवणं यासारखा कठोर घावच काहीतरी करू शकला असता. ऑपरेशनमुळे काहीतरी नक्की होईल असा मला विश्वास होता.

...पण, पुढच्या तीन वर्षांत मला किती प्रचंड वेदना सोसायच्या आहेत याबद्दल मी त्या वेळी पूर्णपणे अनभिज्ञ होतो.

इस्पितळात

१९ मे १९९७ रोजी मी आणि पप्पा सकाळी साडेसातच्या सुमारास आमच्या एलएमएल स्कूटरवरून सेंट स्टीफन्स हॉस्पिटलकडे निघालो. ते इस्पितळ आमच्या घरापासून साधारण वीस किमी लांब, तीसहजारी कोर्टाजवळ आहे. ओपीडी सुरू होण्याच्या दहा मिनिटं आधी आम्ही तिथे पोचलो. हाडांची तपासणी केली जाणाऱ्या खोलीच्या समोरच्या बाकावर मी बसलो. डॉ. मॅथ्यू वर्गीस त्याच खोलीत बसतात असं आम्हाला सांगण्यात आलं होतं. तिथे आणखीही बरेच जण डॉक्टरांची वाट बघत बसले होते. स्त्री-पुरुष, मुलं – म्हातारी माणसं, व्हीलचेअरवर बसलेले लोक आणि रुग्णांच्या बरोबर आलेले निरोगी दिसणारे लोक – अशा

सगळ्या लोकांची तिथे गर्दी होती. हॉस्पिटलच्या व्हरांड्यातला तो नेहमीचा फिनाईलचा वास, रुग्णांचं दुखणं आणि नातेवाइकांची चिंता हे सगळं वातावरणात दाटून राहिलं होतं.

सुमारे एक तासाच्या प्रतीक्षेनंतर आमचा नंबर लागला. आशा, तणाव आणि अधीरता अशा संमिश्र भावना मनात घेऊन मी डॉक्टरांच्या खोलीत गेलो. तिथे दोन ज्युनिअर डॉक्टर्स बसले होते. आम्ही त्यांना सांगितलं की, आम्हाला डॉ. मॅथ्यू वर्गीस यांना भेटायचा सल्ला दिला गेला होता. त्या ज्युनिअर डॉक्टरांनी माझ्या आजाराबद्दल सगळी माहिती विचारून ओपीडी कार्डवर लिहिली. त्यांनी माझे पाय, नितंब आणि कंबर निरखली. मग ते म्हणाले की, डॉ. वर्गीस वॉर्डमध्ये राउंडला गेले आहेत, थोड्या वेळात येतील. आम्हाला बाहेर थांबायला सांगितलं. मी आणि पप्पा बाहेर येऊन पुन्हा बाकावर बसलो. साधारण अर्ध्या तासाने चार-पाच डॉक्टरांचा गट तिथे आला आणि खोलीत गेला. त्या गटातील पुढे चालणाऱ्या डॉक्टरांना सगळ्यांनी नमस्कार केला.

'डॉक्टरसाहेब आले. डॉ. मॅथ्यू आले.' लोकांच्यात कुजबुज सुरू झाली. थोड्याच वेळात डॉक्टरांच्या खोलीतून एक साहाय्यक बाहेर आला आणि त्याने माझं नाव पुकारलं. पप्पांबरोबर मी खोलीत गेलो. तिथे डॉ. वर्गीस बसले होते. त्यांनी हसून माझं नाव विचारलं आणि माझं ओपीडी कार्ड अभ्यासू लागले. मग त्यांनीदेखील माझे पाय, नितंब आणि कंबरेची तपासणी केली. मग त्यांनी ओपीडी कार्डवर काही एक्सरे काढण्याबद्दल लिहिलं आणि म्हणाले की "हे आत्ता लगेच करून घ्या. तासाभरात एक्सरे मिळतील." त्यांनी कार्डवर आणखीही काही लिहिलं. म्हणाले – पैसे द्यावे लागणार नाहीत.

ओपीडी कार्ड घेऊन आम्ही एक्सरे विभागात गेलो. तिथे माझे दोन्ही पाय, नितंब आणि कंबरेचे एक्सरे काढले. एक्सरे मिळण्याची वाट बघत आम्ही तिथेच एक्सरे विभागाच्या बाहेर बसून राहिलो. एक्सरे मिळाले तोपर्यंत ओपीडीची वेळ संपली होती. पप्पा आणि मी भरभर चालत ओपीडी त पोचलो तर डॉ. वर्गीस बाहेर व्हरांड्यातच भेटले. ओपीडी संपवून ते परत चालले होते, पण तरीही त्यांनी तिथेच एक्सरे बघितले आणि ओपीडी कार्डवर काहीतरी लिहीत मला म्हणाले-

"तुझं ऑपरेशन होईल. रिकामा बेड मिळाला की ॲडमिट हो." आणि हसून निघून गेले.

आम्ही इस्पितळात विचारलं, तेव्हा कळलं की बेड रिकामा नाहीये. म्हणून आम्ही घरी परतलो.

त्यानंतर मी आणि पप्पा बेडबद्दल विचारायला बरेचदा तिथे गेलो, पण

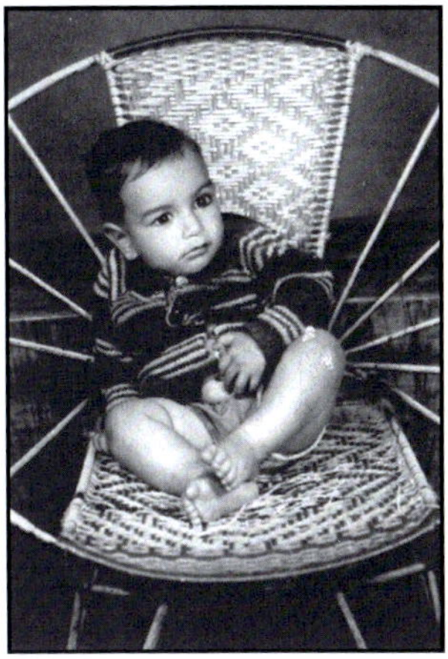

दोन वर्षांचा मी. माझा सर्वांत जुना फोटो. तेव्हा मी एक गुटगुटीत बाळ होतो.

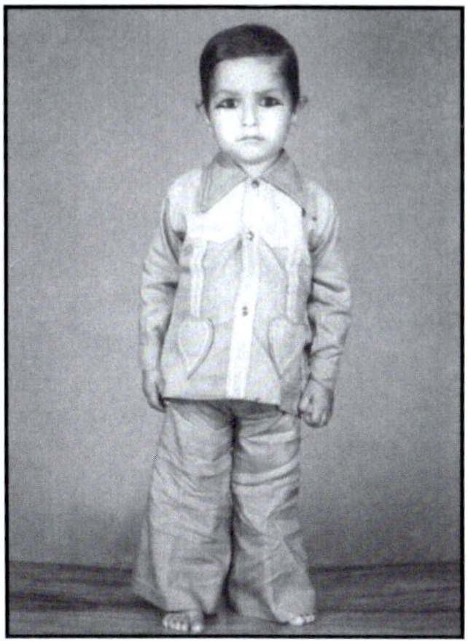

वयाच्या चौथ्या वर्षी दोन्ही निरोगी पायांवर उभा असलेला हा माझा शेवटचा फोटो.

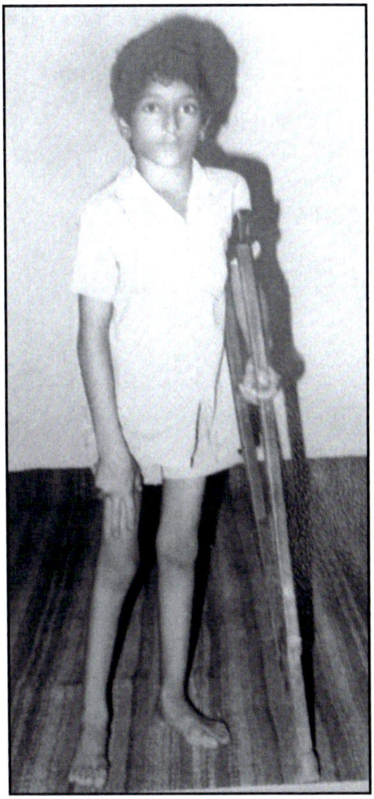

वय आठ-नऊ वर्षं : सफ़दरजंग हॉस्पिटलमधील एका फॉर्मवर लावण्यासाठी काढलेला फोटो

वय वर्षं १४ : राखीपौर्णिमेच्या दिवशी काढलेला फोटो. डावीकडून छोटी पूजा, किशोर, गीता आणि मी.

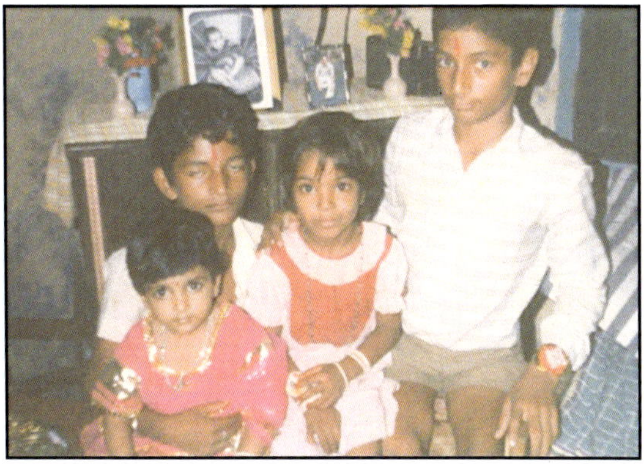

वयाच्या विसाव्या वर्षी भावंडांसोबत मी. त्यावेळी मी दिल्ली विश्वविद्यालयातून B.Sc. Life Sciences करत होतो.

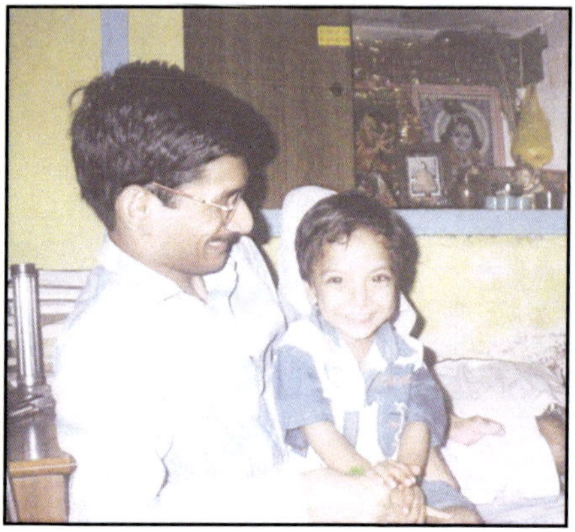

बाविसाव्या वर्षी जीवनाला एक नवं वळण. अडीच वर्षं अंथरुणात काढली. सहा ऑपरेशन्स झाली. सर्वांत मोठ्या शारीरिक आणि मानसिक संघर्षाचा काळ.

वय अंदाजे २१ वर्षं : NIITशी जोडलं जाणं आणि कॉम्प्युटरचे शिक्षण यामुळे जीवनात आमूलाग्र बदल झाला. GNIITमध्ये मला सुवर्णपदक मिळालं होतं...

वयाच्या सोळाव्या वर्षी पहिल्यांदाच देशाटनासाठी निघाल्यावर केरळमधील कोवलम बीचवर काढलेला फोटो.

शैक्षणिक प्रगतीचा काळ...

वयाच्या एकतिसाव्या वर्षी ब्रिटन येथील
हॅरिएट-वॉट विश्वविद्यालयाकडून पीएच.डी.

वयाच्या तिसाव्या वर्षी
स्कॉटलंड सरकारकडून मिळालेल्या
स्कॉलरशिपवर एडिनबर्ग येथे
M.Sc. Bioinformaticsच्या
शिक्षणाची संधी लाभली.

वयाच्या एकोणतिसाव्या वर्षी
चीन आणि थायलंड येथील
नव्या अनुभवांचा प्रवास.

वयाच्या अठ्ठाविसाव्या वर्षी संयुक्त राष्ट्र संघात कामास सुरुवात केली.

सन २०११मध्ये माझ्या ‘कविता कोश’ प्रोजेक्टने पाच वर्षं पूर्ण केली. त्यावेळी जयपूरमध्ये आयोजित कार्यक्रम.

सन २०१८मध्ये भारत सरकार तर्फे विशेष व्यक्तींचा ‘रोल मॉडेल’ पुरस्कार

रिकामा बेड मिळत नव्हता.

त्याचदरम्यान मी घराजवळच्या एका टायपिंग सेन्टरमध्ये टायपिंग आणि शॉर्टहॅन्ड शिकण्यासाठी प्रवेश घेतला. त्याशिवाय माझ्याच कॉलेजमध्ये १५ दिवस डेटा एन्ट्रीचं काम करून १५०० रु. मिळवले. ही माझी आयुष्यातली पहिली कमाई होती.

१२ जुलै १९९७ रोजी पप्पांना वेळ नव्हता, म्हणून मी एकटाच बेडची चौकशी करायला इस्पितळात गेलो. मी एकटा तिथे पहिल्यांदाच गेलो होतो. नेहमीप्रमाणे बेड रिकामा नाही हेच ऐकायला लागेल असं वाटलं होतं, पण नेमका त्याच दिवशी एक बेड रिकामा होता आणि मला लगेच दाखल व्हायला सांगितलं गेलं.

घरून मी ॲडमिट होण्याच्या तयारीने मुळीच गेलो नव्हतो. इतकं पटापट हे कसं झालं ते मलाच कळेना. हॉस्पिटलमधून मी आमच्या शेजाऱ्यांच्या घरी फोन केला आणि घरी निरोप द्यायला सांगितला की, मी इस्पितळात ॲडमिट होतो आहे. ही बातमी ऐकून घरचे चकितच झाले. संध्याकाळपर्यंत पप्पा, किशोर, कैलाश काका आणि आई इस्पितळात पोचले.

पहिलं ऑपरेशन

इस्पितळात दोन दिवस मला औषधं देऊन ऑपरेशनसाठी तयार केलं जात होतं. दोन दिवसांनी १४ जुलै १९९७ रोजी सकाळी एका वॉर्डबॉयने माझ्या दोन्ही पायांचं शेव्हिंग करून सगळे केस काढून टाकले आणि मला घालायला निळ्या रंगाचा एक ढगळ गाउन दिला. आठच्या सुमारास मला स्ट्रेचरवरून ऑपरेशन थिएटरमध्ये नेलं. ऑपरेशन टेबलवर जायचा हा माझा पहिला अनुभव होता. मी समजून चाललो होतो की, थोड्या वेळाचाच तर प्रश्न आहे, हे सगळं लवकरच आटोपेल, पण वास्तव निराळंच होतं.

ऑपरेशन टेबलाच्या आसपास तीन डॉक्टर्स होते. मला कोणाचाच चेहरा नीट दिसत नव्हता, कारण माझा चश्मा काढून घेतला होता. एका डॉक्टरांनी माझ्या पाठीच्या कण्यावर एका विशिष्ट ठिकाणी इंजेक्शन दिलं. ते खूप दुखलं. त्याला लोकल ॲनेस्थेशिया म्हणतात. यामुळे रुग्णाला पूर्णपणे बेशुद्ध करण्याऐवजी ज्या भागाचं ऑपरेशन करायचं आहे, तेवढाच भाग बधिर केला जातो. इंजेक्शन दिल्यावर थोड्या वेळातच मला कंबरेखाली काहीच जाणवेना. कंबरेच्या खाली काही नाहीच आहे असं वाटू लागलं. मग एका डॉक्टरांनी माझ्या चेहऱ्यावर

ऑक्सिजन मास्क लावला आणि मला गुंगी आली. मी जागा झालो तेव्हा स्ट्रेचरवरून मला ऑपरेशन थिएटरमधून बाहेर नेलं जात होतं. ऑपरेशन झालं होतं. थोड्या वेळाने अॅनेस्थेशियाचा परिणाम कमी होऊ लागला आणि मला माझ्या पायांची जाणीव होऊ लागली. उजव्या पायाच्या वरच्या बाजूला मला खूप दुखायला लागलं. जरा उठून पाहिलं तर उजव्या पायाला जांघ आणि नितंबावर पट्ट्या बांधलेल्या होत्या.

मला प्रचंड दुखत होतं, पण दोनच दिवसांत हे सगळं घडलं याचं नवल देखील वाटत होतं. पण त्याचबरोबर हाही संभ्रम मनात होता की, ऑपरेशन तर झालं, पण त्याने फरक काय पडला? गुडघ्याच्या जरा वर जांघेत केलेल्या या ऑपरेशनमुळे मला खरंच काही फायदा होईल का? माझ्या दिव्यांगत्वाच्या व्यापकतेची मी या छोट्याशा ऑपरेशनशी तुलना करून पाहत होतो, पण ऑपरेशनने कसा, काय फरक पडेल हे मला समजतच नव्हतं. भारतात बहुतेक वेळा डॉक्टर्स रुग्णाला विश्वासात घेऊन सांगतच नाहीत, की त्याच्यावर कोणते उपचार केले जाणार आहेत, का केले जाणार आहेत आणि त्यांचा फायदा काय होणार आहे.

वेदनांमुळे मी हॉस्पिटलच्या बिछान्यात इंचभरदेखील हलू शकत नव्हतो. ऑपरेशननंतर सबंध दिवस आणि अर्धी रात्र मी तसाच न हलता पडून राहिलो. जेव्हा त्या एकाच स्थितीत पडून राहणं अशक्य झालं, तेव्हा मला कुशीला वळण्यासाठी मदत करण्याची मी नर्सला विनंती केली. रात्री एक ज्युनिअर डॉक्टर ड्यूटीवर होते, त्यांनाच नर्सने बोलावून आणलं. त्या डॉक्टरांनी आल्या आल्या माझी अवस्था लक्षात न घेता कंबरेपाशी धरून वळवलं. माझी किंकाळी सबंध वॉर्ड भेदून गेली. डॉक्टर 'सॉरी' म्हणाले, पण तोपर्यंत माझ्या पलंगावरची चादर रक्ताने भरली होती.

दोन दिवस मी असाच इस्पितळात पडून होतो.

दोन दिवसांनी तपासताना डॉक्टर म्हणाले –"उद्या आणखी एक ऑपरेशन करू या."

दुसरं ऑपरेशन

१७ जुलै १९९७ रोजी सकाळी माझं 'यॉन्ट्स रिलीज' नावाचं दुसरं ऑपरेशन झालं. या वेळी मला संपूर्ण भूल देण्यात आली होती, कारण पहिल्या ऑपरेशनमुळे मी हलू शकत नव्हतो. त्यामुळे पाठीच्या कण्यात इंजेक्शन देणं शक्य नव्हतं.

दुसऱ्या ऑपरेशननंतर भुलीच्या परिणामामुळे आठ तास मी ठीक होतो. जसजसा तो परिणाम कमी होऊ लागला, तसतसं दुखणं वाढू लागलं आणि संध्याकाळ होता होता वेदनांचा ज्वालामुखी शरीरात धगधगू लागला.

आणखी एक दिवस इस्पितळात ठेवून मला घरी सोडण्यात आलं. त्याआधी डॉ. वर्गीस यांनी येऊन मला तपासलं, आणि म्हणाले, "पंधरा-वीस दिवसांनी पुन्हा ऑपरेशनसाठी ये." हे ऐकून मी चक्रावलोच.

"पुन्हा ऑपरेशन कशाला?" मी विचारलं.

"अजून बरीच ऑपरेशन्स करावी लागतील." ते म्हणाले.

त्यांच्या या बोलण्याने माझ्या 'या छोट्याशा ऑपरेशनने काय फरक पडणार!' या माझ्या शंकेला उत्तर मिळालं होतं. उत्तर हे होतं की, ही तर नुसती सुरुवात आहे. मला आणि घरच्यांना वाटलं होतं त्याप्रमाणे माझं एकच नव्हे, तर बरीच ऑपरेशन्स व्हायची होती.

डॉ. वर्गीसचं बोलणं ऐकून माझ्या मनातलं खूप काही पूर्णपणे बदलून गेलं.

'बरीच ऑपरेशन्स? पण म्हणजे किती? या सगळ्याला किती वेळ लागेल? मी काम कधी करू शकेन? माझ्या करिअरचं काय?' अशा कैक प्रश्नांनी माझ्या डोक्यात थैमान घातलं होतं.

डॉ. वर्गीसना मी विचारायचा प्रयत्न केला की, एकूण किती ऑपरेशन्स होतील? ती सगळी व्हायला किती वेळ लागेल, पण ते अत्यंत व्यग्र असल्यामुळे फक्त एवढंच म्हणाले की, काही महिने लागतील. हॉस्पिटलमधून मी घरी आलो. माझ्या पायावर पक्कं प्लास्टर घातलं होतं, जेणेकरून मी पाय वाकवणार नाही आणि ऑपरेशनचे टाके सुरक्षित राहतील.

काही दिवसांपूर्वी मी अशा विचाराने इस्पितळात गेलो होतो की, डॉक्टर तपासतील, तपासण्या करण्यातच काही आठवडे किंवा महिने जातील – मग ऑपरेशनची तारीखसुद्धा खूप नंतरची ठरेल. झालं मात्र उलटंच. मी दोन ऑपरेशन्स करून घरी आलो, इतकंच नव्हे, तर माझ्या अंदाजापेक्षा पाणी खूपच खोल होतं.

ते उन्हाळ्याचे दिवस होते. प्लास्टरच्या आत खूप घाम यायचा आणि खूप खाज यायची. पण खाजवणं शक्य नव्हतं. प्लास्टर एक महिन्यासाठी होतं. महिन्यानंतर मी जेव्हा पप्पांबरोबर पुन्हा इस्पितळात गेलो, तेव्हा स्कूटरवर बसणं महाकठीण होतं. कारण प्लास्टरमुळे मी पाय वाकवू शकत नव्हतो. हॉस्पिटलच्या ओपीडीमध्ये प्लास्टर आणि टाके काढले आणि पुढच्या ऑपरेशनसाठी पुन्हा दाखल व्हायला सांगितलं. बेड रिकामा आहे की नाही बघण्यासाठी पुन्हा इस्पितळात चकरा मारणं सुरू झालं. अखेर एका आठवड्यानंतर बेड रिकामा झाला आणि

मी इस्पितळात दाखल झालो.

तिसरं ऑपरेशन

२ सप्टेंबर १९९७ रोजी झालेल्या ऑपरेशनचा उद्देश माझ्या उजव्या पायात गुडघ्याच्या खाली 'इलिजारोव रिंग ॲपरेटस' बसवणं हा होता. हे तंत्र सोविएत संघाच्या इलिजारोव नावाच्या एका सर्जनने विकसित केलं होतं. यामुळे अपघात किंवा पोलिओमुळे खुज्या झालेल्या हाडांची लांबी वाढवता येते. सर्वांत चांगली गोष्ट ही की, ही प्रक्रिया नैसर्गिकरीत्या होते आणि 'इलिजारोव रिंग ॲपरेटस' हे या प्रक्रियेला फक्त साहाय्य करतं.

सुमारे चार तास चाललेल्या त्या ऑपरेशनमध्ये माझ्या उजव्या पायात 'इलिजारोव रिंग ॲपरेटस' बसवलं गेलं. एकूण सहा स्टीलच्या पिना हाडातून आरपार ड्रिल केल्या. मग पायात स्टीलचे तीन छल्ले घातले आणि ते स्टीलच्या सळ्यांनी एकमेकांना जोडले. नंतर हाडातून घातलेल्या स्टीलच्या पिना त्या छल्ल्यांना बांधल्या. थोडक्यात म्हणजे माझा गुडघ्याखालचा पाय एका पिंजऱ्यात बंदिस्त झाला होता, आणि त्या पिंजऱ्यातून सहा पिना माझ्या पायाला छेद देत होत्या. दोन पिना गुडघ्यातून आरपार होत्या, दोन घोट्यातून आरपार आणि इतर दोन मधल्या हाडाच्या आरपार घुसवल्या होत्या. परिणामस्वरूप, माझ्या पायावर डझनभर जखमा होत्या आणि त्या बराच काळ ओल्या राहणार होत्या. रोज त्या जखमा साफ कराव्या लागायच्या आणि त्या सतत दुखायच्या.

ऑपरेशनदरम्यान डॉक्टरांनी टिबिया आणि फिब्युला ही खालची दोन हाडं मधोमध कापली. आता हाडांची कापलेली टोकं 'इलिजारोव रिंग ॲपरेटस'द्वारा अगदी सावकाशपणे एकमेकांपासून दूर करायची होती. अशाप्रकारे निर्माण केलेल्या हाडांच्या पोकळीत हाडाची नैसर्गिक वाढ होत जाते आणि हाडाची लांबी वाढते.

तीन-चार दिवस इस्पितळात राहिल्यावर मला घरी सोडण्यात आलं. 'इलिजारोव रिंग ॲपरेटस' मध्ये बसवलेले नट्स चावीने फिरवून हाडांच्या मध्ये जागा निर्माण केली जायची. नट्स किती फिरवायचे याचं प्रमाण कमीजास्त होत राहायचं. दर दोन-तीन आठवड्यांनी मी एकदा इस्पितळात जायचो. तिथे माझ्या पायाचा एक्सरे काढून नवीन निर्माण होणाऱ्या हाडाची प्रगती बघितली जायची. एक्सरे बघून डॉक्टर ॲपरेटसचे नट्स फिरवायची गती कमीजास्त करत राहायचे. डॉक्टरांच्या सूचनेप्रमाणे मी रोज सकाळी ॲपरेटसमधले चार नट्स चावीने फिरवायचो. त्या फिरवण्यामुळे कापलेल्या हाडांची टोकं एकमेकांपासून दूर होत

जायची.

रोज वाढणारा ताण मला जाणवत होता.

'इलिजारोव रिंग ॲपरेटस' लावून मी घरी आलो, तेव्हा माझा अंदाज होता की या संपूर्ण प्रक्रियेला जास्तीत जास्त दोन-तीन महिने लागतील, पण जेव्हा माझं 'इलिजारोव रिंग ॲपरेटस' अखेर काढलं गेलं तोपर्यंत पंधरा महिने उलटले होते.

हे पंधरा महिने मी दिवस मोजत नव्हे; तर सकाळ, दुपार, संध्याकाळ आणि रात्री मोजत काढले होते. प्रत्येक वेळी इस्पितळात जाताना मनात आशा असायची की आज तरी डॉक्टर म्हणतील की चला, आता 'इलिजारोव रिंग ॲपरेटस' काढायला हरकत नाही. पण दर वेळी ते नट्स फिरवायच्या नव्या सूचना देऊन घरी पाठवायचे.

अपघातामुळे खुज्या झालेल्या हाडांची लांबी वाढण्यासाठी ज्यांना 'इलिजारोव रिंग ॲपरेटस' लावलं जातं, ते लोक ऑपरेशन नंतर १५-२० दिवसांतच ॲपरेटस लावलेल्या पायावर वजन देऊन थोडंफार चालायला लागतात. कारण त्या ॲपरेटसची रचनाच अशी आहे जेणेकरून तुटलेल्या हाडावर दाब येत नाही. पण त्या पंधरा महिन्यांत मी मात्र अगदी आवश्यक होतं तेवढंच चाललो. त्या ॲपरेटसबरोबर चालणं माझ्यासाठी अत्यंत धोकादायक होतं. पोलिओमुळे माझ्या कंबर, नितंब आणि पायांच्या स्नायूंमध्ये ताकद नव्हती. ॲपरेटसशिवाय चालतानाही मी बहुतेक रोजच पडायचो. ॲपरेटस घातलेल्या पायावर पडणं म्हणजे आणखी प्रचंड वेदना आणि पडल्यामुळे त्याच्या पिनांचं नुकसान होण्याची शक्यता.

सतत ओल्या जखमांचा वास म्हणजे मुंग्यांना आमंत्रण. शेकडो मुंग्या माझ्या पलंगावर येऊन जखमांवर चावू लागायच्या. दिवसभर त्या मुंग्यांना दूर ठेवणं ही माझ्या रोजच्या कामांमध्ये आणखी भर पडली. रात्रंदिवस मी बिछान्यावरून मुंग्या झाडत राहायचो. रात्री झोपही लागायची नाही, कारण डोळा लागला रे लागला की मुंग्या हल्ला करायच्या. कित्येकदा असं व्हायचं की, रात्री मुंग्या चावल्यामुळे जाग आली तेव्हा माझा संपूर्ण पाय मुंग्यांनी भरलेला दिसायचं. माझ्या जखमांच्या वासाचं मुंग्यांना असं काही आकर्षण होतं की, त्या सगळ्या अडचणी पार करून जखमांपर्यंत पोचायच्याच.

मुंग्यांना रोखण्यासाठी माझ्या पलंगाभोवती हळद आणि बाजारात मिळणाऱ्या एका रसायनाने रेघा आखल्या जायच्या. मुंग्या त्या रेघांच्या आसपास घुटमळत राहायच्या आणि जरा फट मिळाली की आत घुसायच्या. कधीकधी तर त्या रेघा देखील त्यांना रोखू शकायच्या नाहीत.

अखेर हार मानून मी लोखंडाच्या दुमडणाऱ्या पलंगाचा वापर सुरू केला. हा

पलंग भिंतीपासून लांब खोलीच्या मधोमध ठेवला जायचा. पलंगाच्या सहाही पायांखाली पाण्याने भरलेल्या वाट्या ठेवल्या जायच्या. त्यामुळे पलंगावर चढायचे मुंग्यांचे सगळे मार्ग बंद व्हायचे. त्यातूनसुद्धा झोपेत माझं पांघरूण खाली घसरून जमिनीला टेकलं तर त्यावर चढून मुंग्या माझ्या पायापाशी यायच्या.

एनआयआयटीची माझी पहिली सेमिस्टर ऑपरेशन्स सुरू होण्याच्या आधीच पूर्ण झाली होती. ऑपरेशन्सची मालिका सुरू झाल्यावर जेव्हा मला समजून चुकलं, की हे प्रकरण बराच काळ चालणार आहे, तेव्हा हळूहळू दुसऱ्या सेमिस्टरचा अभ्यास सुरू केला. पहिल्या सेमिस्टर मधले माझे सोबती पुढे गेले होते. मी माझ्यापेक्षा ज्युनिअर असलेल्या विद्यार्थ्यांबरोबर शिकत होतो. सहा महिन्यांत पूर्ण होणारी दुसरी सेमिस्टर पूर्ण करायला मला एक वर्ष लागलं. कारण मध्येमध्ये ऑपरेशन्ससाठी मला सुट्टी घ्यावी लागायची. जेव्हा जेव्हा मी दुसऱ्या सेमिस्टरचं पुढचं शिक्षण घ्यायला एनआयआयटीमध्ये परत जायचो, तेव्हा तेव्हा मला नवीन बॅचबरोबर बसायला लागायचं, कारण आधीच्या बॅचचा अभ्यासक्रम माझ्या सुट्टीच्या दरम्यान बराच पुढे गेलेला असायचा.

'फांद्या राहिल्या तर फुलंही, पानंही येतीलच.
हे दिवस वाईट असले तरी चांगले दिवस येतीलच.'
(मंजूर हाश्मी यांच्या हिंदी ओळींचा अनुवाद.)

जिथे पहिल्या सेमिस्टरमध्ये मी ९२.२टक्के मार्क मिळवले होते, तिथेच ऑपरेशन्सच्या मध्येमध्ये पूर्ण केलेल्या दुसऱ्या सेमिस्टरमध्ये फक्त ८५टक्केच मिळवू शकलो. माझ्या मते ते ८५टक्के देखील माझ्यासाठी एक फार मोठं यश होतं, कारण किती वेदना सोसत मी ती सेमिस्टर पुरी केली ते माझं मलाच माहिती. दुसऱ्या सेमिस्टरसाठी जेव्हा कधी मी जायला लागायचो, तेव्हा संध्याकाळचीच बॅच घ्यायचो. संध्याकाळी पप्पा किंवा कैलाश काका मला स्कूटरवरून तिथे घेऊन जायचे आणि क्लास संपेपर्यंत दोन तास तिथेच बाहेर थांबायचे. क्लास संपल्यावर मी शिक्षक किंवा सहाध्यायींशी गप्पा मारायला रेंगाळायचो नाही, कारण बाहेर कोणीतरी माझ्यासाठी दोन तास वाट पाहत थांबलंय याची मला जाणीव होती. घरून निघून स्कूटरवर बसणं आणि स्कूटरवरून उतरून सेन्टरमध्ये जाण्यासाठी जी काही पावलं चालायला लागायची, त्याची मला प्रचंड भीती वाटायची. सेन्टरमध्ये गर्दी असायची. काही वर्ग पहिल्या मजल्यावरही भरायचे आणि त्यामुळे माझा पडण्याचा धोका कित्येक पटीने वाढायचा. अनेकदा मी पडलोही, पडून जखमही झाली. अशा वेळी विशेषतः ऑपरेशन केलेल्या जागचे स्नायू ताणले गेल्यामुळे भयानक वेदना व्हायच्या.

इलिजारोव रिंग ॲपरेटस घालण्याच्या ऑपरेशननंतर मी विचार केला होता की, आता हा पिंजरा पायावरून काढल्यावरच मी एनआयआयटीला परत जाईन. प्लास्टर घातलेला पाय घेऊन एनआयआयटीमध्ये जाणं हेच माझ्यासाठी अत्यंत कठीण ठरलं होतं. आता तर इलिजारोव रिंग ॲपरेटस घातल्यानंतर अनेक ठिकाणी छेदलेला, उघड्या जखमांनी भरलेला आणि सतत खूप दुखणाऱ्या पायाने तिथे जाणं अशक्यच वाटत होतं. पायाच्या वेदना इतक्या होत्या की, जरा जरी ठेच लागली तरी डोळ्यापुढे काजवे चमकायचे.

पण जेव्हा हे निश्चित झालं की इलिजारोव रिंग ॲपरेटस मला बराच काळ झेलायचं आहे, तेव्हा मी ठरवलं की काहीही करून एनआयआयटीमध्ये जाऊन माझा कोर्स पुढे नेलाच पाहिजे.

मी तिसऱ्या सेमिस्टरला प्रवेश घेतला. पप्पा मला स्कूटरवरून तिथे न्यायचे. तो काळ मी कधीही विसरू शकणार नाही.

ॲपरेटस पायावर अशाप्रकारे लावलेलं होतं की, माझा पाय वाकू शकत नव्हता. जेव्हा मी दुचाकी स्कूटरच्या मागच्या सीटवर बसायचो, तेव्हा ॲपरेटस लावलेला माझा पाय थेट ब्रेकपर्यंत जायचा. शिवाय पोलिओमुळे माझ्या त्या पायातली ताकद पूर्णपणे गेली होती, त्यामुळे माझा पाय स्कूटरच्या बाहेरच्या बाजूला वळण्यापासून किंवा पडण्यापासून मी रोखू शकत नव्हतो. पाय बाहेरच्या बाजूला लटकू नये म्हणून तो पाय कापडाच्या पट्ट्यांनी स्कूटरला बांधत असे. त्या पट्ट्या पाय बाहेर पडू द्यायच्या नाहीत, पण थोडा बाहेरच्या बाजूला वळण्यापासून थांबवू शकत नव्हत्या. त्यामुळे स्कूटरच्या ब्रेकच्या शेजारून माझं पाऊल बाहेर यायचं. समोरून येणारं एखादं वाहन आमच्या स्कूटरच्या अगदी जवळून गेलं तर त्याची टक्कर माझा पाय तोडू शकली असती. माझ्या पायांत एरवीसुद्धा इतक्या वेदना व्हायच्या की, एखाद्या वाहनाच्या चाकात माझा पाय अडकण्याच्या कल्पनेनेही माझा थरकाप उडायचा. पण पप्पांना मात्र ही माझी अतिरंजित कल्पना वाटायची. ते मला धीर देत राहायचे की, कोणतंही वाहन स्कूटरच्या इतक्या जवळून जाणार नाही. पप्पांच्या बोलण्याने धीर तर यायचा, पण... एक दिवस माझी ती भयंकर कल्पना सत्यात उतरलीच.

स्कूटरवर बसून मेहरौलीच्या गजबजलेल्या बाजारातून जाणं हे माझ्यासाठी रोज एक भयावह स्वप्न प्रत्यक्ष जगण्यासारखं होतं. बाजारातील प्रत्येक गोष्ट माझ्या पायाचा घास घ्यायला येते आहे असंच मला वाटायचं. पाय इतका दुखत असायचा की, असे विचार मनात येणं साहजिकच होतं. मला सगळ्यात जास्त भीती वाटायची ती रिक्षा आणि सायकलींची, कारण त्यांची चाकं पातळ असायची आणि त्यामुळे बाजारातल्या गर्दीत त्या माझ्या पायाच्या अगदी जवळ यायच्या

आणि एक दिवस मला ज्याची भीती होती तेच घडलं. स्कूटरच्या बाहेर आलेलं माझं पाऊल एका रिक्षाच्या चाकात अडकलं. पप्पांची स्कूटर पुढे चालली होती, आणि तो रिक्षावाला विरुद्ध दिशेला चालला होता.

ती वेदना आठवली की आजही माझ्या अंगावर काटा येतो. ॲपरेटस लावल्यामुळे झालेल्या सगळ्या जखमांतून रक्त वाहायला लागलं आणि संपूर्ण पाय सुजला. रिक्षात अडकून पाय इतका खेचला गेला की घोट्यातून घातलेल्या पिनादेखील वाकल्या. स्कूटरवर बसल्या बसल्याच माझी शुद्ध हरपल्यासारखी झाली.

त्यानंतर जवळजवळ आठवडाभर मला प्रचंड वेदना सोसाव्या लागल्या आणि घरातून बाहेर पडण्याचीच माझ्या मनात भीती बसली.

तरीही एका आठवड्यानंतर मी बाहेर पडून एनआयआयटीमध्ये गेलो. पप्पांचे एक मित्र आहेत. त्यांचं नाव श्री. चंदा भाटिया. चंदा काका त्या वेळी शिंपीकाम करण्याव्यतिरिक्त ऑटोरिक्षाही चालवायचे. मला एनआयआयटीमध्ये नेण्या-आणण्याला मदत करायची पप्पांनी त्यांना विनंती केली. मेहरौली हा अत्यंत गजबजलेला, चिंचोळ्या, वाकड्यातिकड्या गल्ल्या असलेला भाग आहे. आमच्या घरापासून रिक्षापर्यंत देखील मी मुश्किलीने पोचायचो. पण चंदाकाका कशीतरी रिक्षा त्या बाजारातून काढून सगळे अडथळे पार करून आमच्या घरापर्यंत यायचे आणि मला एनआयआयटीला घेऊन जायचे. पप्पापण बरोबर यायचे. तिथे मला सोडल्यावर जवळपासचं भाडं मिळालं तरच चंदाकाका जायचे. लांबचं भाडं नाकारून तिथेच सेन्टरच्या बाहेर पप्पांबरोबर माझा क्लास संपेपर्यंत वाट बघायचे. ऑटोरिक्षात मी उजवा पाय सीटवर पसरून बसायचो. रिक्षात कमीत कमी हादरे बसावेत यासाठी पायाभोवती दोनतीन उश्या लावायचो. चंदाकाका एक कुशल ड्रायव्हर होते. माझ्या अवस्थेचा विचार करून अगदी सांभाळून, काळजीपूर्वक रिक्षा चालवायचे.

माझ्या पायावर नेहमी सूज असायची. त्यामुळे पायात सतत झिणझिण्या यायच्या आणि तो पाय जाडजूड दिसायचा. एनआयआयटीमध्ये क्लाससाठी दोन तास बसून सूज आणखी वाढायची आणि दोन तास होता होता वेदना इतक्या वाढायच्या की, घरी जाणं कठीण होऊन बसायचं. कधीकधी दुखणं असह्य होऊन मी समोर एक खुर्ची ठेवून त्यावर पाय ठेवायचो, जेणेकरून पाय सरळ राहील आणि रक्त खालच्या दिशेला जाणार नाही. असं केलं की दुखण्यापासून जरा आराम मिळायचा.

सूज आणि दुखण्यामुळे मला रात्री झोपही लागायची नाही. रात्रभर अंथरुणात पडल्या पडल्या मी सकाळ होण्याची वाट बघत राहायचो – कधी एकदा घरातले

लोक उठतील आणि आजूबाजूला हालचाल सुरू होईल. दुखणं जरा कमी झालं तरच मला झोप लागायची.

अशा सततच्या दुखण्यातच मी एनआयआयटीची तिसरी सेमिस्टर देखील पूर्ण केली, पण मात्र या वेळी मी माझ्या दुखण्याचा मार्कशीटवर परिणाम होऊ दिला नाही, आणि ९४.६टक्के गुण मिळवले. त्याचबरोबर आणखी एका विषयात मायक्रोसॉफ्ट प्रोडक्ट स्पेशालिस्टची टेस्ट पास झालो. मालवीय नगर सेन्टरमध्ये माझ्याशिवाय आणखी फक्त एकच विद्यार्थी त्या वेळी डबल प्रोडक्ट स्पेशालिस्ट होता.

डॉक्टर माझ्या पायाला लावलेलं ॲपरेटस आज काढतील की उद्या याची प्रतीक्षा करण्यातच १९९८ हे पूर्ण वर्ष सरलं. वर्षभरात मी सुमारे पंधरा वेळा चेकअपसाठी इस्पितळात गेलो, पण प्रत्येक खेपेला हेच ऐकायला लागायचं की अजून वेळ लागेल. मला स्वतःला देखील वाटतं की, जर त्यादरम्यान माझी इच्छाशक्ती प्रबळ नसती तर मी मोडून पडलो असतो. ते पूर्ण वर्ष मी वेदना आणि निराशा यांच्याशी सामना करत काढलं. १९९८ सालदेखील माझ्या इच्छाशक्तीसमोर झुकलं आणि जाताजाता माझ्या संयमाचं मधुर फळ मला देऊन गेलं. जेव्हा ११ डिसेंबर १९९८ रोजी इस्पितळात गेलो, तेव्हा जे शब्द ऐकण्यासाठी मी तळमळत होतो, ते शब्द अखेर डॉक्टरांनी उच्चारले.

"आता हाड चांगलं तयार झालं आहे, आणि पायाची लांबीपण चार इंचाने वाढली आहे. आता हे ॲपरेटस काढायची तुझी इच्छा आहे का?" माझ्या पायाचा एक्सरे बघून डॉ. वर्गीसनी मला विचारलं.

"हो हो. नक्कीच. खूप दुखतं डॉक्टर, तुम्ही लवकरात लवकर ते काढून टाका." मी लगेच होकार दिला.

"तुला किती त्रास होतो याची मला कल्पना आहे, पण आणखी एक महिना तू हे दुखणं सहन केलंस तर बरं होईल. त्यामुळे हाड मजबूत व्हायला आणखी जरा वेळ मिळेल. एका महिन्याने आपण ॲपरेटस काढून टाकू."

मला जरी त्या ॲपरेटसपासून लवकरात लवकर सुटका हवी होती तरी म्हटलं, इतकं सहन केलंय तर त्याचा गुण चांगलाच यायला पाहिजे. मी आनंदातच घरी आलो.

आशेचा एक किरण दुखणं सोसायची किती ताकद देतो याची मला त्या दिवशी पुन्हा एकदा जाणीव झाली.

त्या वेळी मी शिक्षण घेता घेता घरी कॉम्प्युटरसंबंधी विषयाच्या शिकवण्याही घेत होतो. वर्षभरात काही थोडे विद्यार्थी माझ्याकडे शिकायला आले. त्यातली नीला पारधी मला आजही आठवते. ती माझी चांगली मैत्रीण झाली होती. सगळे

शारीरिक-मानसिक कष्ट सोसत मी माझ्या वेळाचा शक्य तितका सदुपयोग करत होतो.

> *'आयुष्य थोडं असलं तरी, वेळ वाया घालवला*
> *तर ते आणखीनच कमी होतं.'*
> *(सॅम्युएल जॉन्सन)*

वेळ वाया घालवणं मला मुळीच पसंत नाही.

इलिजारोव ॲपरेटसपासून सुटका

इलिजारोव ॲपरेटसने माझा पाय चार इंचापेक्षाही अधिक खेचला होता. त्यामुळे पायाच्या स्नायूंमध्ये प्रचंड ताण आणि वेदना जाणवायच्या. डॉक्टर म्हणाले की, इतका ताण घेण्याची स्नायूंची क्षमता नसते. त्यामुळे दुखणं साहजिक आहे.

नवीन वर्षाचा पहिलाच महिना माझ्यासाठी शुभवार्ता घेऊन आला. १५ जानेवारी १९९९ रोजी अखेर इलिजारोव ॲपरेटस माझ्या पायावरून काढलं गेलं. त्या दिवशी सकाळी नऊ वाजता सेंट स्टीफन्स हॉस्पिटलच्या ओपीडीमध्ये गेलो, तेव्हा माझ्या मनात आशा आणि उल्हासाची कारंजी उसळत होती. तिथे नेहमीप्रमाणे माझ्या पायाचा आधी एक्सरे काढला गेला. तो बघितल्यावर डॉक्टरांनी एका साहाय्यकाला ॲपरेटस काढायला सांगितलं. तो साहाय्यक पंधरा महिन्यांपासून जाम झालेले ते नट्स पूर्ण ताकदीनिशी काढायला लागला आणि माझ्या पायाला धडाधड झटके बसू लागले. मोठ्या मुश्किलीने ते नट्स निघाले. त्यानंतर त्या साहाय्यकाने हाडाच्या आरपार घातलेल्या स्टीलच्या पिना कापायला सुरुवात केली. शेवटी सगळ्या पिना पायातून निघाल्या.

तोपर्यंत माझ्या डोळ्यांत दुखण्याच्या आणि आनंदाच्या संमिश्र अश्रूंनी गर्दी केली होती.

ॲपरेटस निघाल्यावर डॉक्टरांनी पायावर प्लास्टर केलं आणि म्हणाले की, हे प्लास्टर दोन महिने राहील आणि मग माझी आणखी काही ऑपरेशन्स होतील.

मी घरी परतलो. त्या दिवशी चंदाकाकांच्या रिक्षातून घरी येताना मी किती आनंदात होतो हे मी सांगूच शकत नाही.

थंडीतील ऊन त्या दिवशी अधिकच सुखद वाटत होतं. मन थुईथुई नाचत होतं.

आता मी घरी अनेक विद्यार्थ्यांना कॉम्प्युटरशी संबंधित विषय शिकवत असल्यामुळे घरी माझा कॉम्प्युटर असणं क्रमप्राप्त होतं. शिकवण्या करून मी पंधरा हजार रुपये साठवले होते. कॉम्प्युटर घेण्यासाठी नीला पारधीने मला काही रक्कम आगाऊ दिली. अशा रीतीने २० फेब्रुवारी १९९९ रोजी मी एक डेस्कटॉप कॉम्प्युटर मासिक हप्त्यांवर घेतला. एचसीएल कंपनीचा तो संगणक विंडोज ९८ वर चालणारा होता. त्यात केवळ १६ एम बी मेमरी आणि २ जी बी हार्ड डिस्क होती. आजच्या तुलनेत तो कसाही असला तरी तो पहिला संगणक माझ्यासाठी ड्रीम मशीन होतं. आमच्या घरात आलेल्या या सर्वांत महाग गोष्टीचा मी भरपूर उपयोग केला. बिछान्यात पडून राहण्याचा कंटाळवाणेपणा देखील त्या संगणकामुळे बराचसा कमी झाला.

जेव्हा मी पुन्हा इस्पितळात गेलो, तेव्हा एक्सरे काढून नवीन हाडाची तपासणी केली गेली. ती संतोषजनक आहे असं बघितल्यावर प्लास्टर काढून टाकलं आणि मला पुन्हा ऑपरेशनसाठी दाखल व्हायला सांगण्यात आलं.

चौथं आणि पाचवं ऑपरेशन

१६ मार्च १९९९ रोजी माझ्या डाव्या पायाच्या वरच्या भागाचं, उजव्या पायाचं पहिलं झालं होतं, तसंच ऑपरेशन झालं. अडीच तास चाललेल्या त्या ऑपरेशनमध्ये जांघ आणि नितंबाच्या हाडांच्या मध्ये एक लांब स्क्रू घातला गेला. त्याशिवाय माझ्या डाव्या गुडघ्याच्या जरा खाली स्टीलची एक मोठी सळी हाडातून आरपार घातली गेली आणि त्या सळीच्या आधारे चार किलोचं वजन माझ्या पायाला लटकवलं गेलं. हे वजन एका अक्षावरून जाऊन माझा पाय खाली ताणून ठेवायचं. वर चढलेला माझा उजवा नितंब ठीकठाक करणं हा त्याचा उद्देश होता.

एक-दीड महिन्याने या ऑपरेशनचे टाके काढले आणि मला पुन्हा एकदा दाखल व्हायला सांगितलं. त्या वेळी मी मनोमन रडल्याचं मला चांगलं आठवतंय. अखंड दुखणं सोसायचं आणि कधीतरी हे दुखणं थांबेल अशी आशा करत राहायचं. दुखणं थांबलं म्हणेपर्यंत पुन्हा ऑपरेशनसाठी दाखल व्हायला सांगितलं जायचं.

सगळ्यात नैराश्य आणणारी गोष्ट म्हणजे हे चक्र किती काळ चालणार हे माहीतच नव्हतं.

चौथ्या ऑपरेशनमधून उठायला मला साधारण महिनाभर लागला. त्यानंतर पुन्हा एकदा इस्पितळ आणि पुन्हा एकदा मी ऑपरेशन टेबलवर.

यावेळच्या ऑपरेशनमध्ये उजव्या घोट्याच्या जवळची सगळी हाडं एकमेकांत फ्यूज केली गेली. त्यामुळे माझ्या उजव्या घोट्याजवळच्या हाडांची हालचाल पूर्ण बंद झाली. माझा उजवा पाय पूर्ण निकामी झालेला असल्यामुळे त्या पायाचा कुठलाच भाग तसाही मी हलवू शकत नव्हतो.

'मानमरातब पाहिजे तर तुझं अस्तित्व मिटवून टाक
बीज मातीत मिसळलं की त्यातून गुलाब फुलतात.'
(अल्लामा इक्बाल यांच्या हिंदी ओळींचा अनुवाद)

या ऑपरेशननंतर पूर्ण पायावर प्लास्टर घातलं गेलं, आणि घोट्यात एक छेद करून त्यातून एक रबरी नळी फ्यूज केलेल्या हाडांपर्यंत घातली होती. आत बराच रक्तस्त्राव होत होता, त्याचा निचरा करण्यासाठी ती नळी घातली होती. त्या नळीला एक पिशवी लावली होती, त्यात ते रक्त गोळा होत होतं. तीन दिवस मी अशा अवस्थेत इस्पितळात पडून होतो. तीन दिवसांनतर मला घरी सोडलं. घरी जायच्या आधी एक डॉक्टर आले आणि म्हणाले – ही नळी काढायची आहे.

माझ्या पावलातल्या वेदनांनी मी हैराण झालो होतो. मला वाटलं की आता ते दुखणं थांबेल, पण त्या डॉक्टरने मागचा-पुढचा काहीही विचार न करता खसकन ती नळी खेचली. रबराची ती नळी हाडांमधून वेगाने बाहेर आली, पण त्या वेळी मला जितक्या वेदना झाल्या, तितक्या आजवर कधीही झाल्या नाहीत. इलिजारोव ॲपरेटसमुळे तीव्र वेदना सहन करण्याची मला सवय झाली होती, पण हे जे दुखलं त्याला सीमाच नव्हती. मी मोठ्याने ओरडून रडायला लागलो. त्या दिवशी मी घरी जाऊ शकलो नाही. वेदनाशामक औषधं घेत हॉस्पिटलमध्येच रात्र काढली. औषधं घेऊनसुद्धा रात्रभर पाय प्रचंड दुखत होता. दुसऱ्या दिवशी दुपारी दुखणं जरा कमी झाल्यावर मी घरी आलो.

ऑपरेशन्सची मालिका सुरू झाल्यापासून अधिकतर नित्यकर्मे मला बिछान्यातच करावी लागायची. त्या सगळ्यांत किशोरने मला खूप मदत केली. एक डबा आणि स्टूल यांच्या साहाय्याने माझ्यासाठी टॉयलेट तयार केलं होतं. ते मी बिछान्यावरच वापरायचो. हाथ धुणं, दात घासणं वगैरे देखील बिछान्यातच. बहुतेक वेळा मी स्पंजिंग करून घ्यायचो, आणि आठवड्यातून दोन-तीनदाच अंघोळ करायचो. कारण अंघोळ करताना जखमा भिजायची शक्यता होती.

पाचव्या ऑपरेशननंतरचं प्लास्टर तीन महिने राहिलं. त्यादरम्यान मी एनआयआयटीच्या चौथ्या सेमिस्टरला प्रवेश घेतला आणि पुन्हा अभ्यास सुरू केला. अखेर प्लास्टर काढल्यावर डॉक्टरांनी उच्चारलेल्या शब्दांनी माझ्या कानात

जणू अमृत ओतलं.

त्या दिवशी ओपीडीमध्ये डॉ. वर्गीस होते. त्यांनी मला सांगितलं की, आता कोणतंही ऑपरेशन करायचं नाही.

माझा माझ्या कानांवर विश्वासच बसेना. एकामागून एक ऑपरेशन्सची मला इतकी सवय झाली होती की, हे प्रकरण कधी संपणारच नाही असं वाटू लागलं होतं. पण अखेर २३ जुलै १९९९ रोजी 'पोलिओ करेक्टिव सर्जरीज' ची मालिका समाप्त झाली. डॉ. वर्गीसनी मला हॉस्पिटलमधल्या कॅलिपर्स बनवायच्या विभागात पाठवलं. तिथे दोन्ही पायांचं माप घेतल्यावर आम्हाला सांगण्यात आलं की, १६ ऑगस्टला येऊन कॅलिपर्स घेऊन जा.

वर्कशॉपमध्ये आम्हाला कॅलिपर्ससाठी ५००० रुपये जमा करायला सांगितले. इस्पितळात पैसे भरायला लागण्याची ही पहिलीच वेळ. सेंट स्टीफन्स इस्पितळात माझ्यावर ऑपरेशन्ससकट झालेल्या सर्व उपचारांसाठी एकही पैसा खर्च आला नव्हता. केवळ इलिजारोव ॲपरेटस आम्हाला बाहेरून विकत घ्यावं लागलं होतं. इस्पितळात 'पोलिओ करेक्टिव सर्जरीज' मोफत होतात.

मनात हाही विचार येतो की, जर हे सगळं मोफत नसतं, तर हे उपचार माझ्यावर होऊ शकले असते का? आमची आर्थिक परिस्थिती फार काही चांगली नव्हती तरी माझ्या कुटुंबाने काही ना काही करून त्यासाठी पैसे जमा केलेच असते. पण कुटुंबावर इतका आर्थिक बोजा टाकून मी ती ऑपरेशन्स करून घेतली असती का, याबद्दल मला शंका आहे.

असो, तर त्या दिवशी चंदाकाकांच्या रिक्षात बसून घरी येताना मला आयुष्य एका सुंदर उत्सवाप्रमाणे वाटत होतं. तो उत्सव गात, नाचत साजरा करावासा वाटत होता.

'दुख भरे दिन बीते रे भैया, अब सुख आयो रे,
रंग जीवन में नया लायो रे.'

प्रचंड वेदना आणि निराशेने भरलेल्या आयुष्याचा एक लांबलचक अध्यायाची इतिश्री होत होती.

डॉ. मॅथ्यू वर्गीस आणि पोलिओ वॉर्ड

डॉ. मॅथ्यू वर्गीस यांच्यामुळे माझ्या जीवनात एक फार मोठं आणि सकारात्मक परिवर्तन घडलं होतं, त्यामुळे त्यांच्या बाबतीत मला लिहिलंच पाहिजे. डॉ. मॅथ्यू

वर्गीस यांच्या मार्गदर्शनाखाली माझी पोलिओ करेक्टिव सर्जरीज नावाची ऑपरेशन्स झाली. त्या ऑपरेशन्समुळे माझ्या शरीराच्या बिघडलेल्या साच्यात खूपच सुधारणा झाली. आज मी सरळ उभा राहू शकतो याच सर्व श्रेय डॉ. मॅथ्यू वर्गीस यांनाच जातं.

डॉ. मॅथ्यू वर्गीस यांनी दिल्लीच्या मौलाना आझाद मेडिकल कॉलेजमधून एमबीबीएस आणि एमएस (ऑर्थोपेडिक्स) केलं. ऑगस्ट १९९९मध्ये त्यांनी नव्या दिल्लीतील सेंट स्टीफन्स हॉस्पिटलच्या संचालकपदाची धुरा घेतली आणि २००६ पर्यंत ते त्या पदावर होते. सेंट स्टीफन्स हे भारतातील एकमेव इस्पितळ आहे, जिथे पोलिओसाठी वेगळा वॉर्ड आहे. तिथे पोलिओची शिकार झालेल्या हजारो लोकांची ऑपरेशन्स झाली आहेत आणि हे सगळं डॉ. वर्गीसच्या नेतृत्वाखाली झालं. त्यांच्याकडे येणाऱ्या पोलिओच्या प्रत्येक रुग्णाला ते ताबडतोब स्वीकारायचे – मग त्याची आर्थिक परिस्थिती कशीही असो. त्यामुळेच मी पहिल्यांदा त्या इस्पितळात त्यांना भेटलो, तेव्हा त्यांनी मला लगेच दाखल व्हायला सांगितलं. डॉ. वर्गीस हाडांचे डॉक्टर आहेत आणि पोलिओमुळे खुज्या झालेल्या हातापायांची लांबी वाढवण्यासाठी ऑपरेशन्स करण्यात ते विशेष तज्ज्ञ आहेत. पोलिओच्या रुग्णांना बरेचदा जनावरांसारखे हातपाय दोन्हीचा उपयोग करून चालणं भाग पडतं. लहानपणी आणि किशोरावस्थेत मीही तसाच चालायचो. अशा रुग्णांचा शारीरिक साचा डॉ. वर्गीस सुधारतात. त्यामुळे रुग्णांना उभे राहून चालता येऊ शकतं.

डॉ. वर्गीस हसतमुख आणि मृदुभाषी आहेत. माझी सेंट स्टीफन्स इस्पितळात ऑपरेशन्स होत होती, तेव्हा ते सबंध हॉस्पिटलचे संचालक होते. साहजिकच ते अत्यंत व्यग्र असायचे, पण तरीही ते रोज पोलिओ वॉर्डमध्ये यायचे आणि रुग्णांच्या सर्व प्रश्नांना हसतमुखाने उत्तरं द्यायचे. त्यांचं जीवन एक अत्यंत सफल आणि अर्थपूर्ण जीवन आहे. त्यांनी अगणित दिव्यांमध्ये तेल घालून त्यांचा प्रकाश अधिक उज्ज्वल केला आहे. सरकारने चालवलेल्या पोलिओ लसीकरण उपक्रमामुळे आता भारतात पोलिओच्या नवीन केसेस जवळजवळ नाहीतच. जागतिक आरोग्य संघटनेने भारताला अधिकृतरीत्या पोलिओ मुक्त जाहीर केलं आहे. म्हणून आता डॉ. वर्गीस यांच्या पोलिओ वॉर्डमध्ये येणाऱ्या रुग्णांची संख्या घटते आहे, आणि रुग्णांचं सरासरी वय वाढत आहे. सेंट स्टीफन्समधला तो पोलिओ वॉर्ड रिकामा व्हावा आणि भारतात पोलिओचा एकही रुग्ण नसावा हे डॉ. वर्गीस यांचं स्वप्न आहे. जेव्हा भारतातून पोलिओ हद्दपार होण्याचा इतिहास लिहिला जाईल, तेव्हा त्यात डॉ. वर्गीस यांचं नाव सुवर्णाक्षरांत लिहिलं जाईल.

डॉ. मॅथ्यू वर्गीस – तुम्हाला मनःपूर्वक धन्यवाद आणि सलाम.

घरात टेलिफोन

आमच्या घरी फोन नव्हता. फोन करायचा असेल तेव्हा बाजारात जाऊन पीसीओमधून करायला लागायचा. त्यामुळे मला एनआयआयटीमधले माझे सहाध्यायी, शिक्षक आणि माझ्याकडे शिकवणीला येणारे विद्यार्थी – यांच्याशी संपर्क राखण्यात मोठी अडचण यायची. ही अडचण मला कॉलेजच्या दिवसातही फार जाणवायची. सहाध्यायींशी फोनवर संपर्क असण्यामुळे बरेचदा गोष्टी सोप्या व्हायच्या. ऑपरेशन्सच्या दरम्यान कधीकधी वेदना इतक्या तीव्र असायच्या की मला शिकवणी घेणं शक्य नसायचं. अशा वेळी विद्यार्थ्यांना येऊ नका म्हणून सांगणं आवश्यक असायचं. या अडचणींत किशोरने मला खूप मदत केली. माझ्या आणि बाहेरच्या जगातील दुव्याचं काम त्याने अनेकदा केलं.

या अडचणींतून मार्ग काढण्यासाठी अखेर आम्ही घरी टेलिफोनचं कनेक्शन घेतलं. फोन आणि संगणक माझ्या पलंगाजवळ ठेवले होते. त्यामुळे पलंगापुरतंच सीमित असलेलं माझं विश्व जरा विस्तारलं होतं.

नवीन कॅलिपर

१६ ऑगस्ट १९९९ रोजी माझा तेविसावा वाढदिवस एक विशेष भेट घेऊन आला. हॉस्पिटलने सांगितलेल्या तारखेनुसार १६ ऑगस्टला मी पप्पांबरोबर पुन्हा सेंट स्टीफन्स इस्पितळात गेलो. तिथल्या वर्कशॉपमध्ये माझ्यासाठी कॅलिपर तयार होता. सफ्दरजंग हॉस्पिटलमधल्या पूर्वीच्या कॅलिपरपेक्षा हा खूपच हलका आणि वेगळा होता. त्याला बूट जोडलेला नव्हता, म्हणजेच या कॅलिपरबरोबर मी कोणतेही पादत्राण घालू शकत होतो. त्याशिवाय मोठा फरक हा होता, की मी या कॅलिपरच्या वरून पॅन्ट घालू शकत होतो. आधीच्या कॅलिपर्सच्या वरून पॅन्ट घालणं फारच कठीण होतं.

कॅलिपर घालून जेव्हा मी हॉस्पिटलच्या वर्कशॉपमध्ये चालण्याचा सराव करत होतो, तेव्हा तिथे असलेल्या एका पुरुषभर उंचीच्या आरशात मला माझं प्रतिबिंब दिसलं. गेल्या दोन वर्षांत मी जे शारीरिक आणि मानसिक कष्ट भोगले होते, त्याचं फळ मला आरशात दिसत होतं. कॅलिपर बांधून, त्यावर पॅन्ट आणि बूट घालून मी अगदी सरळ उभा होतो. जमिनीवर ठेवलेले माझे दोन्ही पाय समान लांबीचे झालं होते, वर खेचला गेलेला नितंब देखील सर्वसाधारण स्थितीत आला होता. माझं शरीर आता एखाद्या सामान्य माणसासारखं

दिसत होतं.

मी – काही क्षण स्वतःलाच ओळखू शकलो नाही.

रातभर का है...

पोलिओ करेक्टिव सर्जरीजमध्ये माझी एकूण पाच ऑपरेशन्स झाली आणि त्या सगळ्या प्रक्रियेला दोन वर्षं लागली. त्या ऑपरेशन्समुळे माझ्या शरीराची विकृत झालेली आकृती पुष्कळशी ठीकठाक झाली; पण चालताना होणारे कष्ट, वेदना आणि थकव्यात काही फरक पडला नाही. त्या दोन वर्षांत कॉलेजमधल्या वर्गमित्रांशी माझा संपर्क तुटला, कारण एकतर आमच्या घरात फोन बराच उशिरा आला आणि दुसरं म्हणजे ते सगळे आपापल्या करिअरच्या धावपळीत गुंतले होते. एक मीच असा होतो की, ज्याला कॉलेजमधून पदवी घेतल्यावर ऑपरेशन टेबलवर जाऊन पडावं लागलं होतं.

मी स्वतःची तुलना इतरांशी करायचो, तेव्हा स्वतःला अगदी तुच्छ, मागास वाटायचो. ज्या उत्साहाने मी शाळा-कॉलेजचं शिक्षण घेतलं होतं, त्या उत्साहाला चांगलीच ठेच लागली होती. मी विचार केला होता की कॉलेज पूर्ण करून मी काहीतरी काम करीन, पण काहीच करू शकलो नाही. कधी एकटा बसून विचार करतो तेव्हा जाणवतं की, कोणत्याही परिस्थितीत हार न मानणं, अखंड वेदना सोसणं, इच्छाशक्ती आणि दृढ विश्वास हेच माझं यश होतं. याव्यतिरिक्त प्रत्येक बाबतीत माझे सहपाठी माझ्याहून कित्येक मैल पुढे गेले होते. एका वेगळ्याच मानसिक औदासीन्याने गेली दोन वर्षं मला घेरलं होतं, पण तरीही मी हार पत्करली नाही आणि रोजच्या रोज परिस्थितीशी झगडत राहिलो – की ही रात्र सरून पुन्हा पहाट होईलच.

'रातभर का है मेहमां अँधेरा,
किसके रोके रुका है सवेरा –'
- *साहिर* लुधियानवी

पोलिओ करेक्टिव सर्जरीज तर झाल्या होत्या, पण पहाट अद्याप दूर होती.

क्षयरोगाशी झुंज

पोलिओची ऑपरेशन्स होऊन तीनच महिने झाले होते. मी माझं आयुष्य हळूहळू रुळावर आणण्याचा प्रयत्न करतच होतो. इतक्यात सप्टेंबर १९९९मध्ये मला ताप येऊ लागला आणि पोटात खूप दुखू लागलं. घरगुती उपचारांनंतर डॉक्टरांची औषधंही झाली, पण दुखणं कमी होण्याचं नावच नाही.

दिवस जात होते. सर्व प्रकारचे उपचार, तपासण्या करून झाल्या; पण कोणताही डॉक्टर, वैद्य, हकीम, इस्पितळ माझ्या दुखण्याचं कारण सांगू शकले नाहीत. दुखणं इतकं वाढलं होतं की, मला सतत शक्तिशाली वेदनाशामक इंजेक्शनच्या प्रभावाखाली पडून राहावं लागायचं. शरीरातली सगळी ताकद गळून गेली होती. मी वाळलेल्या काटकीसारखा झालो होतो. मनही आता मला जाब विचारू लागलं होतं, की दोन वर्षं याच दिवसाच्या आशेने काढली होती का?

माझ्या आयुष्यात वेदनांशिवाय दुसरं काही नाहीच का?

दिवसेंदिवस वाढणाऱ्या दुखण्याने अखेर माझ्या मनात आणखी एका प्रश्नाने डोकं वर काढलं, 'माझा अंत जवळ आला आहे का?'

माझ्या पोटाच्या दुखण्याने बेजार झालो असलो तरी मला माझं शरीर आणि त्यांची क्षमता याची पूर्ण जाणीव होती. मी स्वतःच माझ्या कुटुंबीयांची समजूत घालायचो – काळजी करू नका, लवकरच डॉक्टर दुखण्याचं कारण शोधून काढतील आणि मी बरा होईन. असेच दोन महिने लोटले. अनेक प्रयत्न करूनही ना कारण कळलं, ना त्यावरचा उपाय कळला.

अशाच प्रकारे वाढत वाढत एक दिवस माझ्या वेदनांनी सीमा ओलांडली. त्या संध्याकाळी मला जाणवलं की, माझं शरीर आता आणखी वेदना झेलू शकणार नाही.

स्वतःच्या अस्तित्वावरचं माझं नियंत्रण सुटत चाललेलं मला जाणवलं. खरंच, त्या संध्याकाळइतका मृत्यूच्या इतक्या जवळ मी कधीही पोचलो नव्हतो.

'विचित्र तडफड, घुसमट, ठणका, आहेत असह्य वेदना,
जाण की साधनेचा काल पूर्ण झाला,
रे मना, घाबरू नको!
मुकाट्याने सहन कर, सर्जनात वेदना आवश्यक असते.'
(कन्हैया लाल नंदन यांच्या हिंदी ओळींचा अनुवाद)

मी आई-पप्पांना सांगितलं की, मला एम्स च्या आपत्कालीन विभागात

घेऊन चला. मोठ्या मुश्किलीने मी संध्याकाळी सातच्या सुमारास तिथे पोचलो. तिथे गेल्याबरोबर वेदना कमी करण्यासाठी मला काही औषधं ड्रिपमधून दिली आणि माझ्या पोटाचा एक्सरे काढला.

एमआरआयसारख्या मोठ्या तपासण्या ज्या दुखण्याचं कारण शोधू शकल्या नाहीत, ते एका साध्या एक्सरेमध्ये स्पष्ट दिसत होतं. एक्सरे बघतच डॉक्टरांनी माझ्या दुखण्याला एक नाव दिलं - इंटेस्टिनल ट्यूबरक्युलॉसिस – अर्थात आतड्याचा क्षयरोग. जो आजार तीन महिने प्रत्येक तपासणीपासून लपून राहिला, त्याला एका साध्या एक्सरेने उघड केलं. एक्सरे आधीसुद्धा झालेच होते, पण गेल्या तीन महिन्यांत क्षयाने माझ्या लहान आतड्याची इतकी दुर्दशा केली होती की आता ते स्पष्ट दिसत होतं.

'क्षय आणि मला? हे कसं शक्य आहे? मी आयुष्यात कधी दारू, सिगारेट, बिडी प्यालो नाही.' डॉक्टरांनी आजाराचं नाव सांगितल्याबरोबर माझ्या मनात सर्वप्रथम हेच प्रश्न उभे राहिले.

पण त्या आश्चर्याचा भर ओसरल्यावर लक्षात आलं की, क्षयरोग हा जीवाणूंमुळे होणारा आजार आहे. तो बिडी सिगारेट पिणाऱ्यांनाच होतो असं काही नाही. गेली दोन वर्षं मी सतत इस्पितळात येत-जात होतो, पाच ऑपरेशन्स झाली, दोन वर्षं शरीरात पुष्कळ जखमा ओल्या होत्या, - अशात क्षयाचा जीवाणू शरीरात घुसणं ही फार मोठी आश्चर्याची गोष्ट नव्हती.

एम्सच्या आपत्कालीन विभागाच्या डॉक्टरांनी एक्सरेतील माझी स्थिती बघून सांगितलं की, "आठ तासांच्या आत यांचं ऑपरेशन करावं लागेल नाहीतर फार उशीर होईल."

पप्पा डॉक्टरांना म्हणाले, "तुम्ही लगेच ऑपरेशन करा." पण डॉक्टरांनी सांगितलं की, एम्समध्ये बेड रिकामा नाही. त्यामुळे इथे ऑपरेशन करू शकत नाही. त्यांनी मला लगेच सफ़्दरजंग किंवा एखाद्या खासगी इस्पितळात घेऊन जायला सांगितलं. पप्पांनी पुन्हा विचारल्यावर डॉक्टर म्हणाले की, खासगी इस्पितळात ऑपरेशनचा खर्च पंचवीस हजाराच्या घरात जाईल; पण सफ़्दरजंग इस्पितळात कमी खर्चात होईल, कारण तेही एम्सप्रमाणेच सरकारी इस्पितळ आहे.

ही गोष्ट कळल्यावर मी खासगी इस्पितळात जायला साफ नकार दिला. माझ्या मनात विचार आला – आजपर्यंत मी माझ्या कुटुंबाकडून फक्त घेतच आलो आहे, मी त्यांना काहीच देऊ शकलेलो नाही. जरी सेंट स्टीफन्स इस्पितळात ऑपरेशन्ससाठी पैसे लागले नव्हते, तरी मागच्या दोन वर्षांत माझी औषधं आणि खुराक यावर बराच खर्च झाला होता. आता पुन्हा पंचवीस हजार! ही आमच्यासाठी खूप मोठी रक्कम होती आणि ती खर्च करायला मी तयार नव्हतो. माझी अवस्था

बघून मला वाटू लागलं होतं की, मी माझ्या कुटुंबासाठी बहुधा कधीच काहीच करू शकणार नाही. म्हणून मी पप्पांना म्हटलं की, मला सफ्दरजंग इस्पितळातच घेऊन चला. मला खासगी इस्पितळात जायचं नाहीये.

सफ्दरजंग इस्पितळ एम्सच्या बरोबर समोर आहे. तिथले डॉक्टर म्हणाले की, तिथे मला लगेच दाखल करून घेतील; पण ऑपरेशन उद्या सकाळी नऊच्या आधी होणार नाही. माझ्या घरचे लोक घाबरले होते, कारण एम्सच्या डॉक्टरांनी अवघ्या आठ तासांचा अवधी दिला होता. वेदना आणि अशक्तपणामुळे मलाही माझं अस्तित्व खोल खोल चाललं आहे असं वाटत होतं. मृत्यूचा विचार मनात डोकावू लागला होता. पण असे विचार आणि माझी दुर्बळ अवस्था एका बाजूला सारून मी माझी उरली सुरली ताकद, इच्छाशक्ती आणि आशा एकवटून सफ्दरजंग इस्पितळात दाखल झालो.

आईला म्हटलं, ''मला काहीही होणार नाही.''

सफ़दरजंग इस्पितळातल्या वॉर्डमध्ये पडल्या पडल्या रात्रभर मला जणू या आणि कुठल्या वेगळ्याच जगाच्या मध्ये लोंबकळत असल्यासारखं वाटत होतं. मला सगळं ऐकू येत होतं, समजत होतं; पण मी शरीरापेक्षा वेगळा आहे अशी काहीतरी जाणीव होत होती. मनात एकच विचार सतत रुंजी घालत होता– 'मला जिंकायचंय. ललित पराभूत होऊ शकत नाही.' वेदनाशामक औषधांचा शरीरात मारा होत होता आणि सकाळी होणाऱ्या ऑपरेशनसाठी मला तयार केलं जात होतं. त्या प्रक्रियेदरम्यान जेव्हा डॉक्टरांनी माझ्या शरीरावरच्या आधीच्या ऑपरेशन्सच्या खुणा बघितल्या, तेव्हा त्यांनाही माझा नशिबाचा खेळ बघून हसू आलं. रात्री मला तपासायला आलेले एक डॉक्टर म्हणाले, ''तुझी हिंमत बघून मी ठामपणे सांगू शकतो की, तुला काहीही होणार नाही.''

दुसऱ्या दिवशी सकाळी आठ वाजता मला ऑपरेशन थिएटरमध्ये नेलं आणि नऊच्या सुमारास मी पुन्हा एकदा ऑपरेशन टेबलवर होतो. या वेळी परिस्थिती खूप गंभीर होती. मला जनरल अॅनेस्थेशिया देऊन पूर्ण बेशुद्ध केलं होतं.

ऑपरेशन झालं आणि – मी वाचलो.

चार तास चाललेल्या ऑपरेशननंतर मी शुद्धीवर आलो, तेव्हा मला मुळीच बरं वाटत नव्हतं. शरीराची जाणीवच नव्हती. डोकं गरगरत होतं. उलटी येत होती. उलटीमुळे ऑपरेशन केलेले पोटाचे टाके जोरात ताणले जाऊन मी वेदनांनी कळवळत होतो. एक नळी नाकातून पोटात घातली होती. अन्न पचवण्यासाठी जठरात जे पाचकरस निर्माण होतात ते पोटातून बाहेर काढण्यासाठी ती नळी होती आणि तीच नळी पुढचे अकरा दिवस माझ्या जिवाची पीडा बनली होती.

क्षयरोगाच्या जीवाणूंनी माझ्या लहान आतड्याचं खूप नुकसान केलं होतं.

त्याचा एक फूट लांबीचा भाग पूर्णपणे खराब झाला होता. तो भाग ऑपरेशनमध्ये काढून टाकला. ऑपरेशननंतर अकरा दिवस मला इस्पितळातच ठेवलं होतं. त्या दरम्यान ड्रिपमधून सतत ग्लुकोज आणि औषधं दिली जात होती.

काहीही खायला प्यायला मनाई होती. मी बिछान्यातून हलूदेखील शकत नव्हतो.

अकरा दिवसांनंतर घरी जाताना डॉक्टरांनी मला क्षयाचं औषध न चुकता रोज घ्यायला बजावलं. ते औषध मला नऊ महिने घ्यायचं होतं, पण जीवाणूला कोणतीही संधी द्यायची नाही म्हणून मी ते दहा महिने घेतलं. ऑपरेशननंतर कित्येक महिने मला प्रचंड अशक्तपणा जाणवत होता. क्षयाने माझी सगळी ताकद शोषून घेतली होती, पण हळूहळू याही आव्हानाचा सामना करून मी जिंकलो. ऑपरेशन आणि दहा महिने घेतलेल्या औषधामुळे माझ्या शरीरातून क्षयाचा जीवाणू पूर्णपणे हद्दपार झाला होता.

अम्माचं गमन

जेव्हा मी क्षयाच्या आव्हानाशी झुंजत होतो, तेव्हाच अम्माही आजारी पडली. तिला तसा काही आजार नव्हता, फक्त म्हातारपणामुळे जर्जर होत जाणारं शरीर तिला साथ देत नव्हतं. बघता बघता ती अशक्त होत गेली आणि अखेर तिने या जगाचा निरोप घेतला.

जेव्हा बाबा हे जग सोडून गेले तेव्हा मी लहान होतो. मला दुःख तेव्हाही झालंच होतं, पण अम्माच्या मृत्यूने मी आतपर्यंत हललो. वास्तविक या वेळी मला जीवनचक्र अधिक चांगल्या प्रकारे उमगू लागलं होतं. जो या जगात येतो, त्याला जावंच लागतं, आणि तसं बघितलं तर एका विशिष्ट काळानंतर जगाचा निरोप घेणंच चांगलं.

माझ्या मनाला आता बऱ्यापैकी स्थिरता आली असली तरी अम्माच्या जाण्याने मला खूपच त्रास झाला. आई, पप्पा आणि इतर कुटुंबीयांप्रमाणेच पोलिओबरोबरच्या माझ्या लढाईत अम्माने खूप मदत केली होती. तिला माझी प्रगती पाहायची होती, पण दुर्दैवाने तिने तिच्या शेवटच्या दिवसांत मला अंथरुणात वेदनांनी कण्हताना पाहिलं. तरीही माझ्या सर्व यशांचं अम्माला फार कौतुक होतं आणि ती प्रत्येकाला माझ्या हिमतीबद्दल सांगायची.

अम्मा सुती धोती (घागरा) आणि लांब बाह्यांचा सदरा घालायची. अशा प्रकारचा सदरा हरियाणा आणि आसपासच्या भागातील पारंपरिक वेशभूषेचा भाग होता.

अम्माच्या सदऱ्याच्या वरच्या खिशात नेहमी एक चुरगळलेला रुमाल असायचा. त्याच्या प्रत्येक कोपऱ्यात काहीना काही बांधलेलं असायचं. एका कोपऱ्यात तंबाखू, दुसऱ्यात चिंचोके (चक्कम-पौ हा खेळ खेळायला हे चिंचोके उपयोगी पडायचे.) रुमालाचे बाकी कोपरे आणि मध्यभागी वेगवेगळ्या प्रकारच्या छोट्या छोट्या वस्तू बांधलेल्या असायच्या. अम्माचे खिसे एखाद्या जादूगाराच्या हॅटसारखे होते, ज्यातून उपयोगाची प्रत्येक लहानमोठी गोष्ट निघायची. जेव्हा कधी मला पाटीवर लिहायला खडू लागायचा, तेव्हा अम्मा तिचा कुठला तरी खिसा चाचपायची आणि खडू बाहेर यायचा. नाणी, चाव्या, खडू, पेन्सीलचे तुकडे, खोडरबर, शर्टाची वेगवेगळ्या रंगांची बटणं, आणि इतर काय काय कोण जाणे – प्रत्येक छोट्या आणि उपयुक्त वस्तूला अम्माच्या खिशातून प्रकट व्हायचं माहीत होतं. मी जरी अम्माला चश्म्याशिवायही पाहिलं होतं, तरी आता माझ्या स्मरणात असलेला तिचा चेहरा तपकिरी रंगाच्या भरभक्कम फ्रेमच्या आणि जाड भिंगाच्या चश्म्यासकटच आहे. तिचा सुरकुत्यांचं जाळं असलेला चेहरा तिला खरोखर एका प्रेमळ आजीचं व्यक्तिमत्त्व प्रदान करायचा.

अखेर –

नव्वदच्या दशकात नेहमी 'एकविसाव्या' शतकाबद्दलच्या अनेक गोष्टी ऐकायला मिळायच्या. एकविसाव्या शतकात हे होईल, ते होईल. शेवटी जेव्हा शतक बदललं आणि २००० सालाच्या रूपाने एकविसावं शतक अवतरलं, तेव्हा अख्ख्या जगाने त्या नव्या नवलाईच्या शतकाचं भव्य स्वागत केलं. येणाऱ्या काळात माणूस पृथ्वीवर अधिक चांगलं आयुष्य जगू शकेल अशी सर्वांना आशा होती.

शतक बदललं तेव्हा मला पोलिओच्या कचाट्यात सापडून वीस वर्षं लोटली होती. त्या वीस वर्षांत मी फक्त आणि फक्त संघर्षच केला होता. माझा संघर्ष केवळ जगण्यासाठी नव्हता, तर सन्मानाने जगण्यासाठी होता.

तसा तर प्रत्येक जण जगतच असतो, पण रोजच्या संघर्षात आपला आत्मसन्मान टिकवून ठेवत जगणं हे एक मोठं यश आहे.

तसा तर प्रत्येक जण जगतच असतो, पण लोकांनी एका बाजूला टाकून दिल्यावरही आपली सर्वोत्तम कामगिरी करणं हे एक मोठं यश आहे.

खरंच, तसा तर प्रत्येक जण जगतच असतो, पण समाजाने 'अपंग' म्हणून मारलेल्या शिक्क्यावर मात करून त्याच समाजासाठी उपयुक्त ठरणं हे एक मोठं

यश आहे.

चालता चालता पडणं हे माझ्यासाठी रोजचंच होतं हे मी मागे लिहिलंच आहे. मी हजारो वेळा – होय, खरंच – हजारो वेळा पडलो – पण प्रत्येक वेळी पुन्हा उठून उभा राहिलो, स्वतःला सावरलं आणि पुढे चालत राहिलो. वारंवार पडूनही पुढे चालत राहण्याचं उदाहरण फक्त मुंगीचंच का असावं? आपण स्वतःदेखील ते उदाहरण बनू शकतो. आपण स्वतःदेखील इतरांसाठी प्रेरणास्थान होऊ शकतोच ना!

संघर्ष करण्याची दुर्दम्य इच्छा निरंतर टिकून राहणं हेच माणसाच्या जीवनातील सर्वोच्च यश आहे.

जर तुम्ही संकटांपासून पळून न जाता संघर्ष करत राहिलात तर एक ना एक दिवस निश्चितपणे तुमचा विजय होतो. संघर्षाचा काळ मोठा, खूप मोठा, प्रचंड मोठा असू शकतो; पण एक क्षण असा नक्की येतो, जेव्हा पंख पसरल्याची जाणीव होते आणि उगवत्या सूर्याच्या दिशेने तुम्ही भरारी घेता.

मी जेव्हा दिल्ली विद्यापीठातून शास्त्र विषयात पदवी संपादन केली, तेव्हा माझ्या कुटुंबाच्या इतिहासातला मी पहिला पदवीधर झालो होतो – मग कित्येक वर्षं वेदना सोसून स्वतःचं शरीर ठीकठाक केलं – आणि वीस वर्षांच्या प्रदीर्घ संघर्षानंतर अखेर मला माझ्या पंखांतील ताकदीची जाणीव होऊ लागली होती.

जी क्षमता, कौशल्ये मिळवणं माझ्यासाठी अशक्य मानलं गेलं होतं, ती मिळवल्यानंतर आता त्यांचा उपयोग करण्याची वेळ येऊन ठेपली होती.

अखेर – भरारी घ्यायची वेळ आली होती.

भाग ३

भरारी

पहिली नोकरी

अंगात खूप अशक्तपणा होता, सतत औषधं चालू होती; पण २००० साल सुरू होता होता क्षयरोगाच्या ऑपरेशनमधून मी सावरलो होतो. तोपर्यंत माझ्या कॉम्प्युटर कोर्सच्या चारी सेमिस्टरही पूर्ण झाल्या होत्या. आता मला प्रशिक्षणाच्या दोन सेमिस्टर पूर्ण करायच्या होत्या. त्या प्रशिक्षणादरम्यान आम्हाला एखाद्या कंपनीमध्ये काम करायचं होतं, त्याचं वेतनदेखील मिळणार होतं. मी कॉम्प्युटर प्रोग्रामिंग आणि सॉफ्टवेअर इंजिनिअरिंगच्या क्षेत्रात नोकरी करायला सुरुवात केली. लवकरच मला दिल्लीच्या ओखला भागात असलेल्या एका खासगी कंपनीत नोकरी मिळाली. माझा सुरुवातीचा पगार महिना चार हजार रुपये ठरला.

ओखलामधील माझं ऑफिस घरापासून सुमारे १५ किमी लांब होतं. तिथे पोचायचं एकमेव साधन म्हणजे डीटीसी बस. पहिले दोन-तीन दिवस बसने गेलो तेव्हा लक्षात आलं की, ओखलामध्ये बसथांब्यापासून ऑफिसला पोचण्यासाठी बरंच अंतर चालावं लागत होतं. त्याशिवाय बसमध्ये खूप गर्दी असायची. त्यामुळे चढणं – उतरणं अवघड होतं. इथे मी कॉलेजमध्ये असताना करत होतो तसं रिकाम्या बससाठी थांबूही शकत नव्हतो. त्याचं एक कारण म्हणजे ओखलाला जाणाऱ्या बसेस फारच कमी होत्या आणि दुसरं म्हणजे ऑफिसला वेळेत पोचण्यासाठी ठरावीक वेळातच बस पकडावी लागायची.

दोन-तीन दिवसातच वाटू लागलं की, हे काही जमणार नाही. रोज डीटीसी बसने जाणं शक्य नाही. तेवढ्यात मला मेहरौलीहून ओखलाला जाणाऱ्या एका चार्टर्ड बसबद्दल कळलं. ही बस डीटीसी बसइतकी भरलेली नसायची आणि माझ्या ऑफिसजवळच उतरायची सोय होती. भाडं जरा जास्त असलं तरी मला दुसरा पर्याय नव्हता. त्यामुळे मी चार्टर्ड बसने जायला लागलो.

त्या चार्टर्ड बसचा ड्रायव्हर कधीही माझ्याशी सरळ बोलला नाही. माझ्या बसमध्ये चढण्या-उतरण्यावरून रोज टोमणे मारायचा. बसमधील इतर प्रवाशांसमोर तो असा आव आणायचा की, जणू रोज मला बसने नेऊन माझ्यावर मोठे उपकार करतो आहे.

संध्याकाळी परत येताना तो कित्येकदा मला बघून न बघितल्यासारखं करायचा आणि मला न घेताच निघून जायचा. अशा वेळेला मला परत ऑफिसमध्ये जाऊन घरी फोन करून कोणालातरी स्कूटर घेऊन मला न्यायला बोलवायला लागायचं.

पप्पा, काका किंवा किशोरला मला घरी नेण्यासाठी तीस किमी प्रवास करायला लागायचा. ते सगळेसुद्धा दिवसभर काम करून संध्याकाळी घरी नुकतेच आलेले असायचे आणि कधीकधी लगेच माझा फोन जायचा. मला याचा फार त्रास व्हायचा, पण दुसरा उपायच नव्हता. बरेचदा विचार केला की ऑटोरिक्षाने प्रवास करावा, पण मग माझ्या पगारातला बराच भाग त्यातच खर्च झाला असता.

माझा पहिला पगार मिळाला तेव्हा मी घरातल्या प्रत्येकासाठी काही ना काहीतरी भेटवस्तू घेतली. आई आणि काकीसाठी साडी, पप्पा आणि काकांसाठी शर्टपॅन्ट, पूजासाठी मोत्याची माळ – प्रत्येकासाठी काहीतरी घेतलं. अर्थात मला सक्षम बनवण्यासाठी माझ्या कुटुंबीयांनी जे अथक परिश्रम घेतले होते त्या ऋणाची परतफेड या वस्तूंनी होणं शक्यच नव्हतं.

...आयुष्यात आणखी प्रगती करणं हेच त्यांचे खरे आभार मानणं होय.

संयुक्त राष्ट्रसंघ

हे पुस्तक वाचताना एव्हाना तुमच्या लक्षात आलं असेल की, मी इच्छिलेले मार्ग मला कोणत्या ना कोणत्या स्वरूपात मिळालेच. पाओलो कोएलोने लिहिल्याप्रमाणे – जर एखादी गोष्ट मिळवण्याची तुमची अगदी तीव्र इच्छा असेल तर ती तुम्हाला मिळवून देण्यासाठी संपूर्ण ब्रह्मांड तुम्हाला मदत करतं. गोस्वामी तुलसीदास म्हणतात – जेहि कें जेहि पर सत्य सनेहू । सो तेई मिलई न कछु संदेहू ।

माझीही श्रद्धा आहे, की एखादी गोष्ट प्राप्त करून घेण्यासाठी तुम्ही प्राणपणाने प्रयत्न केलेत तर कधी ना कधी त्याचा मार्ग आपोआप तुमच्यासमोर प्रकट होतो. अट मात्र एकच – धीर सोडायचा नाही.

'सावकाश रे मना, सावकाश सर्व काही घडतं,
माळ्याने शंभर घागरी शिंपल्या, तरी ऋतू आल्यावरच फळ धरतं'
(रहीम यांच्या हिंदी ओळींचा अनुवाद)

मी मागे सांगितल्याप्रमाणे प्राथमिक शाळेत हिंदीच्या पाठ्यपुस्तकात संयुक्त राष्ट्रसंघाबद्दल वाचून त्या संस्थेबरोबर नक्की काम करण्याचा मनात विचार आला होता.

ओखलातील कंपनीत वर्षभर सॉफ्टवेअर प्रोग्रामिंगचं काम केल्यावर संयुक्त राष्ट्रसंघाच्या दिल्लीतील ऑफिसमधल्या नोकरीबद्दल मला माहिती कळली. त्यांना एक आयटी स्पेशालिस्ट पाहिजे होता.

मला ही नोकरी माझ्यासाठी अगदी योग्य वाटली आणि मी लगेच अर्ज केला. एकूण चार उमेदवारांना इन्टरव्ह्यूसाठी बोलावणं आलं. त्यात माझंही नाव होतं. मुलाखत घेणाऱ्यांमध्ये एक जर्मन, एक रशियन, एक इटालियन आणि एक भारतीय अशा व्यक्ती होत्या. त्यांना बघून मला वाटलं की, हे ठिकाण अगदी माझ्या मनाप्रमाणे आहे. मला तर संपूर्ण विश्वच आपलंसं वाटतं. तोपर्यंत माझं इंग्रजीसुद्धा इतकं सुधारलं होतं की, मी आरामात इंग्रजीत बोलू शकलो – आणि – माझी निवड झाली.

माझा आनंद गगनात मावेना. मी चक्क संयुक्त राष्ट्रसंघाच्या स्टाफचा सदस्य झालो होतो.

आता माझं ऑफिस घराजवळ होतं, मानधनही मिळत होतं आणि सर्वांत मोठी गोष्ट म्हणजे एक स्वयंसेवक म्हणून मी संयुक्त राष्ट्रासंघाशी जोडला गेलो होतो. मोबदल्याशिवाय दुसऱ्यासाठी काही करण्यात जो आनंद मिळतो तो अनमोल असतो. स्वयंसेवा ही एका अधिक चांगल्या समाजाची किल्ली आहे.

संयुक्त राष्ट्रसंघात मी जे काही शिकलो ते मी सॉफ्टवेअर इंजिनिअरिंगच्या कंपन्यांमध्ये आयुष्यभर काम करूनसुद्धा शिकू शकलो नसतो. खासगी कंपनीत काम करून मला निश्चितच जास्त पगार मिळाला असता; पण व्यक्तिमत्त्वाला जी झळाळी संयुक्त राष्ट्रसंघात काम करून लाभली, ती बहुधा आणखी कुठेही लाभणं शक्य नव्हतं.

संयुक्त राष्ट्रसंघाशी जोडलं जाणं आणखी एका दृष्टीने महत्त्वाचं होतं ते म्हणजे तेव्हापासून मी माझ्या मनासारखं काम करू लागलो.

आपल्या देशात प्रत्येक क्षेत्रासाठी एक ठरावीक करिअर नेमून दिलेलं आहे. तुम्ही कॉमर्सचे विद्यार्थी आहात, पण तुम्हाला इतिहासातही रुची आहे, तरी कॉलेज तुम्हाला कॉमर्सबरोबर इतिहास नाही शिकू देत. तुम्हाला कॉमर्सबरोबर अकौंट्स वगैरे विषयच शिकावे लागतील. आणि त्या क्षेत्राशी संबंधित काम करण्यातच आयुष्य खर्ची घालावं लागेल.

कॉम्प्युटरचं जे शिक्षण मी घेतलं होतं त्यानुसार मीही सॉफ्टवेअर बनवणाऱ्या कंपन्यांमध्ये प्रोग्रामर म्हणून सुरुवात करून मग सॉफ्टवेअर इंजिनिअर, सीनिअर सॉफ्टवेअर इंजिनिअर, डेव्हलपर, टीम लीडर, मॅनेजर अशी पदं पादाक्रांत करत करत माझं आयुष्य व्यतीत करणं अपेक्षित होतं.

संयुक्त राष्ट्रसंघाशी जोडलं जाणं या मळलेल्या वाटेचा भाग नव्हता. ज्याला

संयुक्त राष्ट्रसंघात काही रस नाही, तो हाच विचार करेल की अमुक कंपनी मला इतके जास्त पैसे देत असताना त्या संयुक्त राष्ट्रसंघात कशाला जायचं? पण मी मात्र माझा करिअर-पाथ माझ्या मर्जीनुसार चोखाळायचा आणि माझ्या आवडीनुसार आक्रमायचा असं ठरवलं होतं. जो आवडेल तोच विषय शिकायचा, जे पसंत असेल तेच काम करायचं. मी परीटघडीचं आणि पूर्वापार चालत आलेलं चाकोरीबद्ध आयुष्य जगायला जगात आलेलो नाही.

'चाकोरीतून त्यांनी चालावं, ज्यांचे चरण दुर्बल आणि पराभूत आहेत,
आम्हाला मात्र आमच्या प्रवासाने तयार झालेले अनिर्मित पंथ पसंत आहेत.'
(सर्वेश्वरदयाळ सक्सेना यांच्या हिंदी ओळींचा अनुवाद.)

शब्दांचं महत्त्व आणि भाषेवर नियंत्रण या गोष्टी मला संयुक्त राष्ट्रसंघात उमगल्या. तिथे ज्या प्रकारे प्रत्येक शब्द तोलून मापून बोलला जातो ते नक्कीच शिकण्यासारखं आहे.

संयुक्त राष्ट्रसंघात काम करताना माझ्या मनाचं क्षितिज खूप विस्तारलं. आता मी केवळ भारतालाच नव्हे, तर संपूर्ण विश्वाला केंद्रस्थानी ठेवून विचार करू शकत होतो. तिथे आम्ही आंतरराष्ट्रीय योजनांवर काम करायचो, त्यामुळे माझ्या दृष्टीने जगातील प्रत्येक देश भारतातील विविध राज्यांप्रमाणेच होता. संयुक्त राष्ट्रसंघात काम करताना -आपल्या मर्यादित विचारांच्या पलीकडे जग किती विस्तृत आहे हे मी शिकलो. हजारो भाषा, संस्कृती, आचरण पद्धती आहेत, स्वार्थ आहे, अर्थव्यवस्था आहेत, योजना, प्रयास, संसाधनं आहेत, दोष आहेत, काळज्या आहेत... संयुक्त राष्ट्रमध्ये मी जवळजवळ वीस देशांतील लोकांबरोबर काम केलं आणि मला जाणवलं की, हे सगळे एकमेकांपेक्षा किती वेगळे आहेत आणि हेही – की तरीही आपणा सर्वांना जोडणारं असं काहीतरी आहे.

युनायटेड नेशन्स वॉलंटिअर प्रोग्रामबरोबर मी चार वर्षं स्वयंसेवक म्हणून काम केलं. त्यानंतर मी संयुक्त राष्ट्रचा कायमस्वरूपी स्टाफ म्हणून रुजू झालो. आता माझ्याकडे संयुक्त राष्ट्रसंघामध्ये एक कायम नोकरी होती, प्रतिष्ठा होती, चांगला पगार, पेन्शन अशा सगळ्या सोयी होत्या – सगळं काही आलबेल होतं.

पण – मला आणखी पुढे जायचं होतं. जग बघायचं होतं, समजून घ्यायचं होतं.

पहिला परदेश प्रवास

मला नेहमी वाटायचं की, प्राथमिक शाळेत जर मास्तरांनी प्रयत्न केला असता तर मीही सगळ्या वर्गाबरोबर प्राणिसंग्रहालय बघायला जाऊ शकलो असतो. चालणं – फिरणं माझ्यासाठी कठीण होतं हे खरं असलं तरी त्याचा अर्थ समाजाने माझ्या मार्गातील अडचणी दूर करण्याचा प्रयत्नच करू नये असा नाही. एखाद्या मुलाला सगळ्या वर्गापासून असं वेगळं काढणं मुळीच योग्य नव्हतं. पण त्यासाठी मी मास्तरांना दोष देत नाही, दोष आहे तो संपूर्ण समाजाचा, जो दिव्यांग व्यक्तींशी सापत्नभावाने वागतो.

असो, मी पूर्वी तुम्हाला सांगितल्याप्रमाणे मी त्याच वेळी निश्चय केला होता की, माझ्या कुठल्याही वर्गमित्राने किंवा शिक्षकांनी बघितलं नसेल इतकं जग मी बघेन. मी त्या वेळी घायाळ झालो होतो, त्यामुळे निश्चय करणं सोपं होतं; पण भारताबाहेर जाऊ शकेन अशी उंची गाठणं हे अत्यंत दुष्कर कार्य होतं.

२००५ साली मला संयुक्त राष्ट्रसंघाच्या एका अधिकृत मिशनवर चीनला जायला सांगितलं. ते ऐकताच माझं मन चिंतेने झाकोळलं. मी दिल्लीच्या बाहेर एकटा कधीच गेलो नव्हतो किंवा घरापासून लांब एकटा कधीच राहिलो नव्हतो. विमानतळ कसा असतो, विमान कसं असतं, चीनमध्ये कायकाय अडचणी येऊ शकतील, खूप जिने असतील अशा ठिकाणी मला जावं लागेल का, मला खूप चालावं लागेल का – असे शेकडो प्रश्न माझ्या डोक्यात घुमायला लागले.

तुम्ही ही भीती समजू शकाल की नाही, माहीत नाही; पण माझ्यासाठी हे खूपच भयावह होतं - एखाद्या तकलादू नावेतून समुद्र पार करण्यासारखं होतं. माझ्यासाठी ती नाव म्हणजे माझे शक्तिहीन पाय होते, आणि दिल्लीच्या बाहेरची दुनिया ही विशाल सागरासारखी होती.

मी मनातून चिंतित नक्कीच होतो, पण पुढे जाण्याची माझी जिद्दही होती. चीनच्या प्रवासासाठी मी स्वतःला तयार करायला सुरुवात केली. मी सुटकेस ओढू शकत नव्हतो, म्हणून बराच विचार करून मी पाठीला लावता येईल अशी मोठी बॅग विकत घेतली. त्यात सगळं सामान भरायचं होतं.

ती बॅग वापरताना काय काय अडचणी येऊ शकतात ते अजमावण्यासाठी मी ट्रेनने कोलकात्याला जायचं आणि येताना विमानाने यायचं ठरवलं, म्हणजे विमानतळ, विमान यांची जरा ओळख होईल. कोलकात्यात मला काम काहीच नव्हतं. प्रवासात मला काय अडचणी येऊ शकतील हे जाणून घेण्यासाठीच तो प्रवास होता. दिल्लीच्या बाहेर मी एकटा पहिल्यांदाच जात होतो.

कोलकात्यात माझी मैत्रीण – सुपात्रा राहते. तिने एका हॉटेलमध्ये माझी राहण्याची व्यवस्था केली. दिल्ली हावडा राजधानी ट्रेनमध्ये बसून मी कोलकात्याला पोचलो. सुपात्रा मला न्यायला स्टेशनवर आली होती. ट्रेन आणि स्टेशनमधील एक एक गोष्ट मी बारकाईने बघितली आणि टिपून ठेवली. कुठल्या परिस्थितीला कसं समोरं जायचं याचा विचार केला. उदाहरणार्थ ट्रेनमध्ये टॉयलेटला जाताना बर्थवरून उठून हलणाऱ्या ट्रेनमध्ये तोल कसा सांभाळायचा, ट्रेनच्या दरवाजाची उंच पायरी कशी चढायची – उतरायची, स्टेशनवरचे जिने चढताना मला उजव्या बाजूने चाललं पाहिजे आणि उतरताना डाव्या बाजूने, अशा अनेक गोष्टी मी टिपून ठेवल्या. मी कधीच एकट्याने प्रवास केला नव्हता, त्यामुळे माझ्यासाठी प्रत्येक अनुभव नवीन होता. प्रत्येक परिस्थिती एक नवीन समस्या होती आणि तिचं समाधान माझं मलाच शोधायचं होतं.

साधारण आठवडाभर मी कोलकात्यात राहिलो. सुपात्राने मला जादूघर, बोटॅनिकल गार्डन, हावडा आणि विद्यासागर ब्रिज, दक्षिणेश्वर काली मंदिर, पार्क स्ट्रीट अशी खूप ठिकाणं दाखवली – पण या सगळ्यापेक्षा वेगळं ठिकाण – कालिघाट येथील 'निर्मल हृदय' बघण्याची मला खूप इच्छा होती. मी सुपात्राबरोबर तिथे गेलो, तेव्हा बराच वेळ तिथे बसून राहिलो. तिथे जे काही घडत होतं ते बघून माझं मन एका असीम शांतीने भरून गेलं. जीवनाचं अगदी भिन्न रूप मी पाहत होतो. एका बाजूला लोक मृत्युशय्येवर पडलेले होते आणि दुसरीकडे अनोळखी लोक त्यांची सेवा करत होते. माणसाने कसं जगावं याचं जणू ते स्वयंसेवक चालतं बोलतं उदाहरण होते.

कोलकाता ते दिल्ली मी एअर इंडियाच्या विमानाने आलो. विमानतळाबद्दल मला काहीही माहिती नव्हती, म्हणून मी सुपात्राला माझ्याबरोबर तिथे येण्याचा आग्रह केला. सामानाने भरलेली माझी बॅग उचलायला सुपात्रा पुढे झाली, पण मला ती स्वतःच उचलायची होती. जेणेकरून मला माझ्या मर्यादा आणि बॅगच्या बाबतीतल्या अडचणी जाणून घेता येतील. मोठ्या मुश्किलीने बॅग वाहत मी कोलकाता विमानतळावर पोचलो. सुपात्राने मला व्हीलचेअर मिळते तिथपर्यंत सोडलं. त्यापुढे ती येऊ शकत नव्हती. ती तिथूनच परत गेली. मी त्या काउंटरवर सांगितलं की, मी चालू शकतो. मला व्हीलचेअर नको. फक्त मला बॅग उचलायला मदत पाहिजे. विमानतळावरच्या कर्मचाऱ्यांनी मला अनेकदा व्हीलचेअर घ्या म्हणून सांगितलं, पण मी नकार दिला. अखेर माझ्याबरोबर एका मदतनिसाला पाठवलं. त्याने माझी बॅग एका ट्रॉलीवर ठेवली आणि चेक इन आणि सिक्युरिटी करून मला विमानापर्यंत सोडलं. विमानात गेल्यावर हवाई सुंदरीने मला माझ्या सीटपर्यंत नेलं आणि सामान ठेवायला मदत केली. दोन तासांचं उड्डाण होतं.

दिल्लीच्या विमानतळावर उतरल्यावरही एक मदतनीस माझी वाट पाहत असलेला दिसला. त्याने माझी बॅग घेतली आणि बाहेर टॅक्सीपर्यंत सोडलं.

तोपर्यंत मला बस ड्रायव्हर्सच्या वाईट वागणुकीचाच अनुभव होता, त्यामुळे विमानतळावर मिळालेल्या मदतीने मी थक्क झालो. मला तर वाटलं होतं की, विमानतळावर सगळीकडे मला माझी बॅग स्वतःलाच वाहावी लागेल. नेहमी विमान प्रवास करणाऱ्या माझ्या एका मित्राने मला सांगितलं होतं की, गरजू लोकांना मदत करणं विमान कंपन्यांना कायद्याने बंधनकारक आहे.

कोलकाता प्रवासात मला जे अनुभव आले, जी माहिती मिळाली, त्याने माझा आत्मविश्वास दृढ झाला. चीनला जाण्यापूर्वी कोलकात्याला जाऊन येणं हा निर्णय अत्यंत योग्य ठरला.

अखेर २००५ साली दिवाळीच्या रात्री माझ्या विमानाने दिल्ली विमानतळावरून शांघाईच्या दिशेने झेप घेतली. दिवाळीच्या रात्री नववधूप्रमाणे सजलेली दिल्ली आकाशातून अधिकच सुंदर दिसत होती.

शांघाईला पोचल्यावर मला ते भारतापेक्षा फार काही वेगळं वाटलं नाही. मात्र स्वच्छता, यंत्रणा, वाहतूक आणि नागरिकांचं वागणं दिल्लीपेक्षा कितीतरी सरस होतं. इमारती खूप उंच होत्या, इंग्रजी अक्षर जवळजवळ दिसतच नव्हतं, शाकाहारी जेवण अगदी कमी ठिकाणी मिळायचं – पण तरीही का कोण जाणे – ही परदेशी भूमी आहे, असं वाटत नव्हतं.

शांघाईमधील माझं अधिकृत काम झाल्यावर माझ्याबरोबर आलेले लोक भारतात परत गेले, पण माझा विचार वेगळाच होता.

चीनला जाऊन चीनची ती जगप्रसिद्ध भिंत पाहिली नाही तर चीनच्या सफरीत काहीतरी उणीव राहिली असती. म्हणून मी मोठं धाडस करून शांघाईहून बीजिंगला जायचं ठरवलं होतं. परक्या देशात, जिथली भाषा मुळीच येत नाही, जिथे इंग्रजीचा वापर जवळजवळ नाहीच, जिथली यंत्रणा, कायदे वेगळे आहेत, अशात प्रथमच परदेशी गेलेल्या व्यक्तीला कुबड्यांच्या आधाराने चालणाऱ्या व्यक्तीला हा निर्णय घेणं अत्यंत कठीण होतं.

शांघाईमध्ये माझ्या दोन मैत्रिणी होत्या- हॅटी आणि कॅथी. त्या दोघींच्या मदतीने मी शांघाई ते बीजिंग ट्रेनचं तिकीट काढलं आणि बीजिंगमध्ये एका हॉटेलचं बुकिंग केलं. हॉटेलचा पत्ता आणि काही महत्त्वाची वाक्यं कॅथीकडून मी चिनी लिपीत लिहून घेतली आणि एका आलिशान ट्रेनने रात्रभर प्रवास करून बीजिंगला पोचलो.

सकाळी-सकाळी ट्रेन बीजिंगला पोचली. तिथे स्टेशनवर उतरताच मला घामच फुटला. स्टेशनमधून बाहेर पडण्यासाठी मला माझी बॅग उचलून लांबलचक

अंतर चालून जावं लागणार होतं. ते अंतर चालता चालता माझ्या शरीरातील प्रत्येक स्नायूने मी 'क्रूर' आहे असा माझ्यावर शिक्का मारला. माझं शरीर पुढे चालवण्यासाठी खरोखर मी माझ्या शारीरिक मर्यादा उल्लंघून जात असे. बाहेर पडल्या पडल्या दिल्लीप्रमाणेच टॅक्सीवाल्यांनी मला घेरलं. त्यांचं चिनी भाषेतलं बोलणं मला समजत नव्हतं आणि त्यांचा इंग्रजीशी छत्तीसचा आकडा. कॅथीने दिलेला कागद दाखवून एका टॅक्सीवाल्याला मी कसबसं समजावून दिलं की मला अमुक हॉटेलमध्ये जायचं आहे. हॉटेलमध्ये पोचल्याबरोबर मी बिछान्यावर आडवा झालो. दुखणाऱ्या स्नायूंमुळे बराच वेळ झोप आली नाही, पण तरीही अनेक अडचणींचा सामना करून अखेर मी बीजिंगला पोचलो, तोही एकटा, याचं खूप समाधानही होतं.

दोन तास विश्रांती घेतल्यावर बाहेर पडून मी फोर्बिडन सिटी आणि समर पॅलेस बघायला गेलो. ही सगळी ठिकाणं चांगली लांबरुंद होती. पण मी सावकाश चालत ती बघितलीच. प्रचंड थकलो होतो, पण जग बघायच्या असोशीने माझ्या पायातली शक्ती राखून ठेवली आणि मी बीजिंगमधल्या माझ्या निवासाचा पुरेपूर लाभ घेतला. संध्याकाळी मी तिआनानमेन स्क्वेअर बघायला गेलो. विजेच्या असंख्य दिव्यांच्या रोशणाईने उजळलेल्या त्या स्क्वेअरमध्ये एका बाकावर मी कितीतरी वेळ बसून येणाऱ्या जाणाऱ्या लोकांकडे पाहत होतो. नंतर एका चिनी मित्राबरोबर एका भारतीय हॉटेलमध्ये जाऊन साग पराठा खाल्ला, तेव्हा कुठे आत्मा तृप्त झाला. गेले बरेच दिवस बटाटे, ज्यूस आणि सलाडवरच भागवत होतो. कारण चीनमध्ये शाकाहारी जेवण कमीच मिळतं.

दुसऱ्या दिवशी मी एक टॅक्सी ठरवली आणि म्युतीयान्यू नावाचं एक ठिकाण बघायला निघालो. ते ठिकाण बीजिंगपासून सुमारे शंभर किमी दूर आहे आणि तिथे चीनच्या भिंतीचा एक अखंड लांबलचक भाग आहे. माझ्या टॅक्सीवाल्याचं इंग्रजी 'एस, नो, ओके' पर्यंतच सीमित होतं. आणि मला तर चिनी भाषेत ते तीन शब्दही धड बोलता येत नव्हते. तरीही प्रवासात आम्ही गप्पा मारत होतो. खाणाखुणा करून आपलं बोलणं दुसऱ्याला समजावण्यात आम्ही बऱ्यापैकी सफल झालो. जाणवलं – की धर्म, भाषा, सरहद्द यांच्या आधारे केलेल्या विभागणीला काहीही अर्थ नाही. माणूस माणसाच्या मनातलं जाणून घेतोच घेतो. दोन-एक तासांच्या प्रवासानंतर आम्ही म्युतीयान्यूला पोचलो.

...आणि काही वेळातच मी हजारो किमी लांबीच्या त्या प्रचंड भिंतीवर चालत होतो.

जगातल्या सात आश्चर्यांपैकी एक असलेली ती भिंत परकीय आक्रमणांपासून चीनचा बचाव करण्यासाठी बांधली गेली. पर्वत, जंगलं, दऱ्याखोऱ्यांतून ती भिंत

सापासारखे वळसे घेत घेत जाते. मी तासभर त्या भिंतीवर होतो. शक्य तितकं हिंडून फिरून बघितलं. अत्यंत सुंदर दृश्य होतं. शेकडो वर्षांपूर्वी मजूर ही भिंत बांधत असतानाच्या काळाचा मी विचार करत होतो.

ज्या मुलाच्या उभं राहण्यावर देखील पोलिओने प्रश्नचिन्ह उभं केलं होतं, त्याने मोठेपणी चीनच्या प्रचंड भिंतीवर चालणं हे एक स्वप्न साकार झाल्यासारखं होतं.

पुढचं शिक्षण

चीनहून परत आल्यावर मी ऑफिसमध्ये नेहमीचं काम सुरू केलं. कोलकाता आणि चीनच्या प्रवासामुळे माझ्या आत्मविश्वासाला नवीन आयाम मिळाले होते. थांबायचा माझा मुळीच इरादा नव्हता, म्हणून मी माझं क्षितिज अधिक विस्तारायची योजना आखली.

संयुक्त राष्ट्रसंघात काम करता करता मी आयटीमध्ये पदव्युत्तर शिक्षणही घेतलं होतं.

GNIIT चा कोर्स देखील मी सुवर्णपदक पटकावून पूर्ण केला होता. आणि त्याशिवाय DOEACCचं ए लेव्हलचं सर्टिफिकेटही माझ्या बायोडेटामध्ये सामील झालं होतं. अशाप्रकारे माझ्याकडे आता बायोलॉजी, आणि आयटी विषयातील चांगल्यापैकी पात्रता होती. आणखी एका विषयात पदव्युत्तर शिक्षणासाठी अभ्यास करायची मी तयारी केली. आधी असलेल्या दोन्ही विषयांतील ज्ञान एकत्र करून बायोइन्फर्मेटिक्समध्ये मला मास्टर्स डिग्री संपादन करायची होती.

पण या वेळी मला भारतात नाही, तर परदेशात शिकायचं होतं.

माझ्यासाठी हे आकाशातील तारे तोडून आणण्यासारखं होतं. काही दिवसांसाठी एकट्याने परदेशात जायचं, तिथे हिंडणं – फिरणं हेच मुळात कठीण होतं. त्याउपर तिथे जाऊन बिऱ्हाड मांडणं आणि शिकणं हे म्हणजे – काय सांगू! माझ्यासाठी कल्पनातीत होतं.

त्याशिवाय परदेशात शिकण्यासाठी पंचवीसेक लाख रुपये लागले असते. इतके पैसे माझ्याकडे नसल्यामुळे शिष्यवृत्ती मिळवणं हा एकमेव उपाय होता.

शिकण्यासाठी परदेशी जाण्यासाठी आणखी एक मोठा निर्णय मला घ्यावा लागणार होता. तो म्हणजे संयुक्त राष्ट्रसंघातील माझ्या कायमस्वरूपी नोकरीचा राजीनामा द्यावा लागणार होता. परदेशात काय होईल, मी व्यवस्थितपणे राहू शकेन की नाही, शिक्षण होऊ शकेल की नाही, नंतर काम मिळू शकेल की नाही

– असे अनेक भयावह प्रश्न माझ्यापुढे आ वासून उभे होते.

लोक नेहमी सुरक्षित कवच शोधत असतात. संयुक्त राष्ट्रसंघात कायमस्वरूपी नोकरी असणं ही खूप मोठी गोष्ट होती. असं स्थैर्य प्रदान करणाऱ्या नोकरीचा आपणहून राजीनामा देऊन स्वतःला एका अपरिचित मार्गावर ढकलणं हा बहुतेक लोकांना वेडेपणा वाटेल, पण किनाऱ्यावर स्वस्थ बसून मोती मिळत नाहीत हेही तितकंच खरं आहे. मोती मिळवण्यासाठी खळबळत्या, खोल पाण्यात उतरावंच लागतं.

'त्यांना पाहिजे ते मिळालं खोल पाण्यात उतरून,
मी वेडी बुडण्याला भ्याले, काठावर राहिले बसून.'
(कबीराच्या दोह्याचा मराठी अनुवाद)

जो मोती शोधण्याचा प्रयत्न करतो, त्यालाच मोती मिळतात.

संयुक्त राष्ट्रसंघात काम करणं हे माझ्या कित्येक दशकांच्या परिश्रमाचं फळ होतं. इथे मी माझ्या आयुष्याला स्थैर्याचा विराम सहज देऊ शकलो असतो – पण मला आणखी पुढे जायचं होतं.

मी परदेशातल्या विद्यापीठांत प्रवेशासाठी अर्ज करायला सुरुवात केली. त्याचबरोबर शिष्यवृत्तीसाठी देखील अर्ज केले. त्या कामासाठी खूप वेळ आणि श्रम खर्च व्हायचे. प्रत्येक विद्यापीठात प्रवेशासाठी आणि शिष्यवृत्तीसाठी वेगळं वेगळं बरंच काही भरून पाठवावं लागायचं. ऑफिसमधून आल्यावर रोज बराच वेळ मी शोधाशोध करण्यात आणि अर्ज भरण्यात घालवायचो.

त्याचा परिणाम असा झाला की, दोन ब्रिटिश आणि दोन स्वीडिश विद्यापीठांतून मला एम. एस्सी. बायोइन्फर्मेटिक्ससाठी प्रस्ताव आले. पण अद्याप अर्धीच लढाई जिंकली होती.

प्रवेश मिळाला, पण शिष्यवृत्ती मिळाल्याशिवाय मला जाणं शक्य नव्हतं.

-पण कष्ट कधी वाया जात नाहीत.

त्या दिवशी दुपारी चारच्या सुमारास मी ऑफिसमध्ये काही तरी कामात मग्न होतो. ई-मेल बघण्यासाठी इनबॉक्स उघडली तर काय – चक्क ब्रिटिश कौन्सिलकडून एक मेल आली होती. मी मेल उघडली. पहिलीच ओळ होती,

'Dear Lalit, I am pleased to let you know that the selection board has recommended you for a full cost award to pursue the M.Sc. in Bioinformatics.'

ही ओळ वाचताच जणू माझ्या भोवतीचं जग स्तब्ध झालं. त्या शिष्यवृत्तीसाठी मी रात्रंदिवस कशी प्रार्थना केली होती, आणि ती मिळणं माझ्यासाठी किती

आवश्यक होतं हे मी तुम्हाला सांगूच शकत नाही. मी ती मेल पुढे न वाचताच ताबडतोब ऑफिसमधल्या माझ्या खोलीतून बाहेर आलो. अत्यानंदामुळे मी नंतर बसूच शकलो नाही. ऑफिसमध्ये सगळीकडे फिरून सगळ्यांना सांगत सुटलो की, मला शिष्यवृत्ती मिळाली आहे. ही पूर्ण शिष्यवृत्ती मला स्कॉटलंड सरकारच्या वतीने हेरियट वॉट विद्यापीठात शिकण्यासाठी मिळाली होती.

माझ्या जीवनाला कलाटणी देणाऱ्या क्षणांमध्ये ही शिष्यवृत्ती मिळण्याचा क्षण अंतर्भूत आहे.

'कविता कोश'

पहिल्यापासूनच मला फारसे मित्र नव्हते. माझं बाहेर जाणं-येणं जवळजवळ शून्यातच जमा होतं. अशा परिस्थितीत माझ्या मनाची खूप घुसमट व्हायची. मनातलं कोणालातरी सांगण्याची, कोणापाशी तरी मन मोकळं करायची इच्छा व्हायची – काय होतं माझ्या मनात? अनंत वेदना, सर्वांशी मैत्री करण्याची इच्छा, अख्खं जग बघण्याची लालसा, आणि स्वतःचं आयुष्य अर्थपूर्ण बनवण्याचं स्वप्न.

त्या सगळ्या गोष्टी – विशेषतः मनातलं दुःख मी कोणापाशीही बोलू शकत नव्हतो. बराच काळ मी मनातल्या भावना दडपून ठेवल्या होत्या, पण आता मला अभिव्यक्त होण्यासाठी एखाद्या माध्यमाची तीव्र गरज भासू लागली. मी अनेक माध्यमांचा विचार केला. – पेंटिंग, संगीत, फोटोग्राफी, साहित्य वगैरे. शेवटी मला वाटलं की, शब्द हे कदाचित माझ्यासाठी सर्वोत्तम माध्यम ठरू शकेल – म्हणून मी कविता लिहायला लागलो. दैनंदिनी तर मी कित्येक वर्षांपासून लिहीत होतोच, आपल्या मनाच्या तळातले भाव व्यक्त करण्यासाठी कविता हे अधिक सक्षम माध्यम आहे.

अशा तऱ्हेने मला कवितेची गोडी लागली. कविता वाचण्यासाठी मी इंटरनेट वापरू लागलो. तेव्हा लक्षात आलं की, इंटरनेटवर कवितांचा मोठा संग्रह उपलब्ध नाहीये. काही चांगले पण तुलनेने छोटे छोटे प्रयोग चालू होते, पण इंटरनेटवर भारतीय काव्याच्या विश्वकोशाची उणीव होती.

मला वाटलं की, हा विश्वकोश तयार करण्याचा प्रारंभ मी करू शकतो. इथूनच 'कविता कोश' नावाच्या एका प्रकल्पाची सुरुवात झाली. मला साहित्याची गोडी होती आणि इंटरनेटचं ज्ञानही होतं. म्हणून मी २००६ च्या सुरुवातीस 'कविता कोश' नावाने विश्वकोशाचं काम सुरू केलं आणि ५ जुलै २००६ रोजी ते एक सार्वजनिक प्रकल्प म्हणून लाँच केलं. आज हा विख्यात विश्वकोश

www.kavitakosh.org या वेबसाइटवर उपलब्ध आहे.

संयुक्त राष्ट्रसंघात काम करताना मी स्वयंसेवा हा माझ्या जीवनाचा एक भाग बनवला होता. आपण जर फक्त स्वतःपुरतंच जगत राहिलो, तर व्यक्तिगत हितापलीकडे जाऊन समाजहिताची कामं कोण करणार? अनेक वर्षं मी संयुक्त राष्ट्रसंघासाठी स्वयंसेवा केली आणि मग 'कविता कोश' योजनादेखील समाजाला समर्पित केली. कविता कोशाचं काम पुढे चालू राहण्यासाठी मी लोकांना आवाहन केलं की, त्यांनी स्वयंसेवी रूपाने मला मदत करावी. सुदैवाने अनेक लोक या प्रकल्पाशी जोडले गेले आणि त्यांनी त्यांचा वेळ आणि श्रम यांचं योगदान देऊन आज कविता कोशाला असं रत्न बनवलं आहे जी राष्ट्रीय संपत्ती मानली जाऊ शकते.

आज कविता कोशाचं संवर्धन बऱ्याच स्वयंसेवी योगदात्यांचा एक आंतरराष्ट्रीय चमू करतो आहे.

गेली बारा वर्षं त्या चमूचं नेतृत्व संस्थापक-संचालक म्हणून मी करतो आहे. आज कविता कोशात दरमहा पाच लाखांपेक्षाही अधिक लोक सुमारे तीस लाख काव्यरचना वाचतात. ही भारतीय काव्याची सर्वांत मोठी ऑनलाइन लायब्ररी आहे. इथे आम्ही हिंदी, उर्दू, राजस्थानी, अंगिका, भोजपुरी, ब्रज भाषा, सिंधी, पंजाबी, गुजराती, मराठी, संस्कृत, नेपाळी इत्यादी अनेक भारतीय आणि परदेशी भाषांतल्या काव्यरचना संकलित करतो. आजमितीस या कोशाची सव्वा लाखाहून अधिक पानं आहेत.

कविता कोश प्रकल्पाने माझं आयुष्य खूप प्रभावित केलं. ही योजना पूर्णत्वाला नेण्यासाठी माझा इतका वेळ आणि श्रम खर्च झाले की, माझी बरीचशी व्यक्तिगत कामं बाजूला राहिली. कविता कोशाऐवजी मी जर माझ्या करिअरवर लक्ष केंद्रित केलं असतं, तर मी करिअरमध्ये खूप पुढे गेलो असतो. हा प्रकल्प केवळ भारतीय साहित्याचा विशाल खजिना आहे म्हणूनच महत्त्वपूर्ण आहे असं नाही, तर स्वयंसेवेच्या माध्यमातून पुढे जाणारा प्रकल्प म्हणूनही याचं महत्त्व आहे. हा प्रकल्प इथवर आणण्यासाठी पुष्कळ स्वयंसेवकांनी खूप कष्ट घेतले आहेत. ज्या ज्या व्यक्तीने या कोशासाठी काम केलं आहे, त्या प्रत्येकाला आज आपल्या श्रमांचं साफल्य बघून अभिमान वाटतो. हा महान प्रकल्प सुरू करून त्याचं दिग्दर्शन करायला मी निमित्त ठरलो याचा मला अपरिमित आनंद आहे.

नंतर मी साहित्यप्रेमींच्या मागणीवरून गद्य साहित्यासाठी गद्य कोशाची देखील स्थापना केली. आज कविता कोश आणि गद्य कोश दोन्हीही प्रकल्प समाजाच्या सहयोगाने भारतीय साहित्याचं रक्षण, संवर्धन करण्याचं कार्य करत आहेत.

एडिंबरा

शाळेत असताना पंजाब केसरी वृत्तपत्रात खेळासंबंधीच्या एका बातमीत एडिंबरा हे नाव पहिल्यांदा वाचल्याचं मला अंधूकसं आठवतंय. तेव्हा हे एडिंबरा कुठे आहे याची सुतराम कल्पना नव्हती आणि तिथे मी आयुष्यातली काही वर्ष राहीन हा विचारसुद्धा कल्पनेच्या बाहेरचा होता.

हेरियट वॉट विद्यापीठ स्कॉटलंडची राजधानी एडिंबरा येथे आहे आणि मला तिथेच बायोइन्फर्मेटिक्समध्ये पदव्युत्तर शिक्षण घ्यायला जायचं होतं.

एडिंबरामध्ये मला कमीत कमी एक वर्ष तरी राहावं लागणार होतं, पण कोलकाता किंवा चीनला जाताना मला जितकी काळजी वाटत होती, तितकी आता वाटत नव्हती. त्या दोन प्रवासांमुळे मला मिळालेला आत्मविश्वास माझ्या मनाला आधार, ताकद देत होता. मात्र मुळीच काळजी नव्हती असंही नाही. कोलकाता आणि चीनमध्ये मी हॉटेलमध्ये राहिलो होतो. त्यामुळे घर चालवायचा प्रश्न नव्हता. एडिंबरामध्ये दीर्घकाळ वास्तव्य करायचं असल्यामुळे तिथे बिऱ्हाड करून स्वतःलाच सगळं सांभाळावं लागणार होतं. त्यामुळे 'घराची स्वच्छता कशी करू, नळापासून शेल्फपर्यंत पाण्याची बादली कशी उचलून ठेवू, बाजारातून किराणा वगैरे कसा आणू' अशा प्रकारच्या चिंता होत्या.

सप्टेंबर २००६ मध्ये मी संयुक्त राष्ट्रसंघाच्या नोकरीचा राजीनामा दिला आणि स्कॉटलंडला जाण्याची तयारी करू लागलो. व्हिसा, विमानाचं तिकीट, एडिंबरामध्ये राहण्याची व्यवस्था, हे सगळं स्कॉटलंड सरकारची शिष्यवृत्ती असल्यामुळे सहजगत्या पार पडलं. ब्रिटनला जाणं येणं, एक वर्ष तिथे राहणं-खाणं, विद्यापीठाचं शुल्क याव्यतिरिक्त शिक्षणासाठी लागणाऱ्या सर्व खर्चाची तजवीज करण्यासाठी ही शिष्यवृत्ती होती. त्या वर्षी या शिष्यवृत्तीसाठी भारतातून केवळ सहा जणांची निवड झाली होती. एडिंबराला पोचल्यावर इतर पाच जणांशी माझी भेट झाली. सुजय कुमार, अनुराग चतरथ, ऐश्वर्या टिपणीस, रुची रेलन आणि नरेंद्र कुमार असे ते पाच जण होते. त्या पाचही जणांशी माझी छान मैत्री झाली आणि त्यांच्या सहवासात घालवलेला काळ हा माझ्या आयुष्यातील आनंदी, संस्मरणीय काळ आहे.

एडिंबरामध्ये हिवाळ्यात तापमान शून्याच्याही खाली जातं, थोडाफार बर्फही पडतो. मी आयुष्यात कधीही बर्फ पडताना पाहिला नव्हता. त्यामुळे ते बघायला आणि शून्याच्या खालचं तापमान अनुभवायला मी उत्सुक होतो. मी एक मोठी सुटकेस घेऊन त्यात तिथल्या हवामानानुसार कपडे भरले. सुरुवातीचे काही

दिवस काम चालण्यासाठी चहा, साखर, उपमा मिक्स, लोणचं, मॅगी यांसारखे खाद्यपदार्थ बरोबर ठेवले.

माझ्या सगळ्या पदव्यांची प्रमाणपत्रे, गुणपत्रिका आणि इतर महत्त्वाची कागदपत्रे घेतली. त्याशिवाय जे जे लक्षात आलं ते ते सामान भरलं आणि ब्रिटिश एअरवेजच्या विमानाने लंडनच्या दिशेने उड्डाण केलं.

माझ्या आयुष्यात हा क्षण फार मोठ्या संघर्षानंतर उगवला होता. माझ्यासाठी ती बाब फक्त व्हिसा घ्या, तिकीट काढा आणि चला लंडनला इथपर्यंतच मर्यादित नव्हती. माझ्यासाठी तो एक विजयाचा क्षण होता. ही भरारी घेण्यासाठी मला हजारो वेळा पडावं लागलं होतं.

लंडनला पोचून मला एडिंबराचं विमान घ्यायचं होतं. लहानपणापासून मी पुस्तकांत वाचलं होतं की लोक लंडनला 'विलायत', आणि चीनला 'पर्वतांच्या पार' आणि 'दूरदेश' म्हणून संबोधतात.

लंडनच्या हीथ्रो विमानतळावर माझ्या पुढच्या विमानाची वाट पाहताना मी विचार करत होतो – की विलायत असो की दूरदेश, माणसाने परिश्रम घेतले, तर त्याच्यासाठी कोणतंच ध्येय अगम्य नसतं.

एडिंबरामधील शिक्षण

मी रात्री दहाच्या सुमारास एडिंबराला पोचलो. विद्यापीठात पोचेतोवर ११ वाजले. तिथे पोचल्याबरोबरच मला जाणवू लागलं की, ब्रिटनमध्ये सगळं किती व्यवस्थित आहे! विद्यापीठातील स्वागतकक्ष रात्री अकरा वाजता देखील चालू होता आणि आंतरराष्ट्रीय विद्यार्थ्यांचं स्वागत करायला, त्यांना मदत करायला तिथे बरेच लोक उपस्थित होते. प्रथम काही कागदपत्रांची औपचारिकता पूर्ण झाल्यावर एक पाकिस्तानी आणि एक ब्रिटिश मुलगी माझी सुटकेस उचलून मला खोलीपर्यंत सोडायला आल्या. लांबचा प्रवास आणि बरंच चालणं झाल्यामुळे मी इतका थकून गेलो होतो की, अंग दुखत असल्यामुळे मला झोपच लागली नाही.

दुसरा दिवसही खूप गडबडीचा होता. विद्यापीठात बरेच फॉर्म्स भरायचे होते, नवीन विद्यार्थ्यांना महत्त्वपूर्ण माहिती देण्यासाठी मीटिंग्ज होत्या. दिल्ली विद्यापीठातील माझ्या अनुभवाच्या बरोबर उलट – इथे सगळं काही अत्यंत सुनियोजित होतं. नवीन विद्यार्थ्याला यत्किंचितही काळजी करण्याची गरज नव्हती. सगळी कामं सुरळीतपणे पार पडत होती.

होस्टेलच्या माझ्या फ्लॅटमध्ये पाच बेडरूम, सामाईक स्वयंपाकघर, बैठकीची

खोली, बाथरूम आणि टॉयलेट होतं. माझ्याबरोबर डॅनियल (मॉरिशस) आणि क्रिस (जर्मनी) हे दोघं वर्षभर तिथे राहिले. बाकीच्या दोन खोल्यांमध्ये नायजेरिया, घाना आणि चीनमधील विद्यार्थी जाऊन येऊन होते. हे सगळे सोबती – विशेषतः डॅनियल आणि क्रिस माझे जवळचे मित्र झाले आणि आम्ही एकत्र सुखाचा काळ व्यतीत केला. रिकामा वेळ मिळाला की मी आणि क्रिस नेहमी बुद्धिबळ खेळायचो. आमचा खेळ तासन्तास चालायचा. आम्ही कॉफी पीत पीत खेळत राहायचो.

माझ्या फ्लॅटपासून सुमारे तीनशे पावलांवर एक छोटंसं दुकान होतं. तिथे रोजच्या आवश्यक गोष्टी मिळायच्या. हे दुकान विद्यार्थी संघटनेतर्फे चालवलं जात होतं. दूध, ब्रेड अशा गोष्टी मी तिथून आणायचो. त्या वस्तू माझ्या बॅकपॅकमध्ये घालून कंबरेवर घेऊन आणायचो. हे फार अवघड काम होतं आणि चालताना मला कित्येक वेळा दम खायला वाटेत थांबावं किंवा बसावं लागायचं. विद्यापीठात बरीच गडबड चालू असायची, पण एक अत्यंत चांगली बाब म्हणजे तिथे कोणी कोणाकडे बघत राहायचं नाही. दूध, ब्रेड आणताना मी घामेघूम व्हायचो; पण कोणीही माझ्याकडे निरखून बघायचं नाही, कोणालाही विचित्र वाटायचं नाही. तिथे प्रत्येक ठिकाणी प्रत्येकाला त्याचं खासगी अवकाश होतं. पण याचा अर्थ असाही नाही की कोणी कोणाला मदत करत नव्हतं. कोणी मदत मागितली तर ताबडतोब लोक पुढे सरसावायचे.

माझ्या फ्लॅटच्या समोरच एक तळं होतं. त्यात बदकं पोहत असायची. चारी बाजूला सुंदर वृक्ष होते. पानगळीच्या दिवसांत त्यांची पानं लाल-शेंदरी व्हायची. त्या झाडांना जणू आग लागल्यासारखी दिसायची. मी बरेचदा सकाळ-संध्याकाळ तळ्याकाठी बसून बदकांना खाणं घालायचो. सगळीकडे शांतता, स्वच्छता आणि आल्हाददायक हवा – दिल्लीच्या तुलनेत तर मला वाटत होतं की, मी जणू पऱ्यांच्या देशात आलो आहे. त्या दिवसांतलं माझं जीवन शानदार होतं. या सगळ्या गोष्टी माझ्या कल्पनेच्याही पलीकडच्या होत्या. मला संपूर्ण शिष्यवृत्ती होती. कोणतीही आर्थिक विवंचना नव्हती. मी ब्रिटनमध्ये शिकत होतो – जिथे बहुधा जगातील सर्वांत महाग आणि सर्वश्रेष्ठ शिक्षण दिलं जात होतं. मी ब्रिटनमधील सर्वांत देखण्या शहरात – एडिंबरामध्ये राहत होतो, एका नवीन क्षेत्रातील ज्ञान संपादन करत होतो.

विद्यार्थ्यांच्या एका वैश्विक समुदायामध्ये जगभरातील नवीन गोष्टी शिकत होतो, विख्यात प्राध्यापकांना शंका विचारायची आणि चर्चा करण्याची संधी मिळत होती – आणि सर्वांत मोठी गोष्ट म्हणजे इथे कोणीही मला त्यांच्यापेक्षा कमी लेखत नव्हतं.

हे स्वप्न नव्हतं, परंतु स्वप्नवत् वास्तव होतं.

एडिंबराला पोचल्यावर दोनचार दिवसांतच वर्ग सुरू झालं आणि मी रोजच्या वेळापत्रकानुसार लेक्चर्सना जाऊ लागलो. माझे कोर्स डायरेक्टर डॉ. एल्बर्ट बर्गर सौम्य व्यक्तिमत्त्वाचे होते. संयुक्त राष्ट्रसंघामध्ये झालेल्या सवयीनुसार मी प्रथम त्यांना डॉ. बर्गर असं संबोधत होतो, पण त्यांनी सांगितलं – "कॉल मी एल्बर्ट." तिथे सगळे जण एकमेकांना असंच संबोधायचे. ब्रिटनमध्ये शिक्षण अत्यंत सघन असतं. कमी वेळात जास्त अभ्यासक्रम पूर्ण केला जातो, त्यामुळे तिथे मास्टर्स कोर्स एका वर्षाचा असतो. मला अभ्यासात अडचण नव्हतीच. मी आरामात अभ्यास करून परीक्षा पास होत गेलो. मी स्वतःवरच जास्तीच्या अपेक्षांचं ओझं लादलं होतं की, मला फक्त पास व्हायचं नाही तर उत्तम प्रकारे पास व्हायचं आहे. अखेर मी शिष्यवृत्तीधारक होतो ना! त्या शिष्यवृत्तीला मला पूर्ण न्याय द्यायचा होता.

त्या विद्यापीठात भारतातून बरेच विद्यार्थी शिकायला आले होते. कोणी कुटुंबाकडून पैसे घेऊन, तर कोणी बँकेतून कर्ज घेऊन. मला शिष्यवृत्ती मिळाली तेव्हा मी निश्चय केला होता की, मी अशा एका भारतीय विद्यार्थ्याला मदत करीन, जो मला त्यायोग्य वाटेल. म्हणजे मीही माझ्याकडून त्याला एक अल्पशी शिष्यवृत्ती देईन. मला मिळालेली शिष्यवृत्ती माझ्यासाठी अत्यंत महत्त्वपूर्ण होती. जेव्हा नियतीने शिष्यवृत्तीच्या निमित्ताने मला जीवनाचा विकास साधण्याची संधी दिली, तेव्हा मला जाणवलं की मीही असंच कोणाच्यातरी विकासाला निमित्त व्हावं; पण तिथल्या बहुतांश भारतीय विद्यार्थ्यांचं वागणं बघून माझी घोर निराशा झाली. मला आढळून आलं की, बहुतेक जण तिथे पैसा कमवायला किंवा ब्रिटनमध्ये स्थायिक होण्याच्या हेतूने आलेले होते. बहुतांश भारतीय विद्यार्थ्यांमध्ये समाज, देश आणि विश्वाच्या बाबतीत विचार करण्याची, बोलण्याची न क्षमता होती, ना त्यात त्यांना रुची होती.

भरपूर पैसा, व्हिसा आणि ब्रिटिश नागरिकत्व, ब्रिटिश पासपोर्ट कसा मिळेल अशाच विषयांवर ते आपापसात बोलत असायचे.

यापेक्षाही त्यांना भारताबद्दल वाईटसाईट बोलताना, आपल्या देशाला ब्रिटनपेक्षा तुच्छ लेखताना ऐकून तर माझी फारच निराशा व्हायची. शेकडो विद्यार्थ्यांपैकी एकही जण मला पात्र वाटला नाही की, ज्याच्यासाठी मी मदतीला तत्पर होऊन उठावं. त्या वेळी मी कोणालाच मदत केली नाही, पण नंतर अनेक वर्षांनी एका मित्राला मदत करून माझा संकल्प सिद्धीला नेला.

एडिंबरामधील बसेस

एडिंबरामध्ये मी लवकरच रुळलो. मला तिथली सर्वांत आवडलेली गोष्ट म्हणजे तिथल्या बसेस. त्यांत चढायला पायऱ्या नव्हत्या. एक चांगला रुंद दरवाजा असायचा आणि सगळ्यात पुढच्या चार सीट्स तुलनेने जास्त गरज असलेल्यांसाठी असायच्या. त्याहीपेक्षा चांगली गोष्ट म्हणजे त्या सीट्स 'राखीव' नव्हत्या. तिथे 'अपंगांसाठी' किंवा 'महिलांसाठी' असे शब्द लिहिलेले नव्हते. तिथे लिहिलं होतं – Priority seats – अर्थात ज्याला जास्त गरज असेल त्याला ती सीट मिळाली पाहिजे.

त्या सीट्सवर कोणीही बसू शकत असे. तिथे बसलेल्या व्यक्तीला जर वाटलं, की उभ्या असलेल्या एखाद्या प्रवाशाला बसण्याची जास्त गरज आहे, तर त्याला, बसलेली व्यक्ती लगेच उभी राहून आपली जागा देत असे. हे सगळं परस्परांच्या समजूतदारपणावर चालायचं. आणि कमाल म्हणजे हा समजूतदारपणा अगदी चोख काम करायचा. एखादा तरुण एखाद्या म्हाताऱ्याला जागा द्यायचा, तर तो म्हातारासुद्धा कडेवर मूल असलेल्या एखाद्या स्त्रीला आपली जागा द्यायचा. माझं तर एडिंबराच्या बसेसवर प्रेमच जडलं. दिल्लीत मला बसने फिरायला किती त्रास व्हायचा हे तुम्ही मागे वाचलंच आहे. दिल्लीच्या बसेस माझ्यासाठी जवळजवळ प्राणघातकच होत्या. त्याउलट एडिंबराच्या बससेवेने मला सबंध शहरात फिरण्याचं स्वातंत्र्य बहाल केलं. आयुष्यात प्रथमच मी काहीही विशेष कारण नसताना उगीचच बसमध्ये बसून इथूनतिथून फिरून आलो.

एडिंबरामध्ये मी साधारण तीन वर्षं राहिलो. त्यादरम्यान एकदाही एकही बस ड्रायव्हर मला टाकून बोलला नाही.

इतर प्रवाशांप्रमाणेच ते माझंही स्वागत हसून करायचे. मी सीटवर बसेपर्यंत बस सुरू करायचे नाहीत. अशा उत्तम बससेवेमुळे मला जणू पंखच लाभले. ते सगळं बघून माझ्या मनात यायचं – समाज जर संवेदनशीलता आणि बुद्धी शाबूत ठेवून वागला तर आयुष्य किती सरळ, सोपं होईल! जर अशी बससेवा मला दिल्लीत मिळाली असती तर कदाचित माझं आयुष्य मी आणखी उज्ज्वल करू शकलो असतो.

एडिंबरामधील जीवन

एडिंबरामध्ये मी जीवनाचे अनेक पैलू पाहिले, जाणले. तिथे पोचल्याबरोबर तिथल्या व्यवस्थितपणाने माझं लक्ष वेधून घेतलं. सर्व काही नियोजनबद्धरीत्या, उत्तमपणे पार पडायचं. लोक अतिशय मनमिळाऊ, मित्रवत् आणि हसतमुख होते. (अर्थात बहुतेक वेळा ते हास्य, शिष्टाचार म्हणून चेहऱ्याला चिकटवलं असावं असंही मला वाटलं.) कोणत्याही दिव्यांग व्यक्तीच्या बाबतीत भेदभाव करायचा नाही असा ब्रिटनमध्ये कायदाच आहे. त्यामुळे तिथली दुकानं, मॉल, रेस्टॉरंट, ऑफिस या सगळ्या ठिकाणांची रचना सर्वांना यायला जायला सोयिस्कर अशीच असते.

एडिंबरामध्ये मी अनेक देशांच्या नागरिकांबरोबर राहिलो आणि मला जाणवलं की त्या सगळ्यांनीच माझं दिव्यांगत्व सहज स्वीकारलं होतं. मी त्यांच्यापेक्षा काहीतरी वेगळा आहे, असं मला कधीही भासलं नाही. जी कामं मी करू शकत होतो, ती मला खुशाल करू दिली जायची. घराची फरशी पुसण्यासारखी कामं करणं मला अवघड होतं, तर ती कामं कधीही माझ्या वाट्याला आली नाहीत. त्याबदली जी कामं करणं मला सोपं होतं, ती कामं मी आपणहून अंगावर घ्यायचो. उदाहरणार्थ, बाथरूम वगैरे स्वच्छ करणं हे काम मी माझ्याकडे घेतलं होतं. स्वयंपाक आणि भांडी घासणं आम्ही आळीपाळीने करायचो. या छोट्याछोट्या गोष्टींचं कोणत्याही दिव्यांग व्यक्तीच्या आयुष्यात खूप महत्त्व असतं. प्रत्येकालाच दुसऱ्याच्या उपयोगी पडायची ऊर्मी असते आणि प्रत्येकातच असं काहीतरी असतंच ज्यामुळे तो दुसऱ्याच्या उपयोगी पडू शकतो.

भारतात मात्र दिव्यांग व्यक्तींना दुसऱ्याच्या उपयोगी पडण्यापासून रोखलं जातं, हे मला पदोपदी जाणवायचं.

एडिंबरामध्ये प्रोफेशनल स्तरावरही लोक दिव्यांगांशी इतर सामान्य लोकांप्रमाणेच वागतात. उदाहरणार्थ, कुठे जाण्यासाठी जर मेटल डिटेक्टरमधून जायचं असेल, किंवा तपासणी करायची असेल, तर तिथले सुरक्षा अधिकारी माझीही इतर लोकांप्रमाणेच तपासणी करायचे. भारतात बहुतेक वेळा असं होत नाही.

नुकतीच घडलेली गोष्ट. मी दिल्लीच्या आयएसबीटी बसस्थानकावर गेलो होतो. प्रवेशद्वारापाशी असलेला रॅम्प बघून आनंद झाला. पण त्यानंतर सुरक्षा तपासणीच्या कक्षात जाण्यासाठी दोन-तीन पायऱ्या होत्या. त्या कक्षाला लागून एक रस्ता केलेला आहे जिथून कदाचित व्हीलचेअरवाले लोक जाऊ शकतील. पण तो रस्ता जुन्या खुर्च्या आणि दगड ठेवून बंद केला होता. आता एखादा

व्हीलचेअरवाला तिथे आला तर त्याला तो रस्ता खुला करणं किती कठीण जाईल! जोपर्यंत कोणीतरी येऊन ते सगळे अडथळे हटवत नाही तोपर्यंत व्हीलचेअरवर बसलेल्या व्यक्तीला वाट बघत बसावं लागेल. इतकंच नव्हे, तर त्याच्या 'बिच्चारेपणाची' जाणीव करून देणारे लोक त्याला घेरूनही टाकतील. माझ्या बाबतीत नेमकं हेच घडलं.

मी दोन-तीन पायऱ्या चढून तपासणी करण्याच्या खोलीत गेलो, तर माझं स्वागत एका महिला कॉन्स्टेबलच्या आवाजाने केलं, "अरे, या बिचाऱ्यांना इथे कशाला यायला लावलं? त्या बिचाऱ्यांना बाहेरूनच जाऊ द्यायचं होतं. या बिचाऱ्यांची काय तपासणी करायची! बिचारे मुळातच इतके त्रासलेले आहेत! बिचारे..." ती महिला कॉन्स्टेबल मला किती वेळा बिचारा म्हणाली कोण जाणे! ती इतक्या जोरात 'बिचारे बिचारे' म्हणत होती की, तिथे असलेले इतर लोक देखील माझ्याकडे निरखून पाहायला लागले. भारतातला प्रोफेशनॅलिझम हा असा आहे. हे असं माझ्या बाबतीत अनेकदा घडतं. एखाद्या मॉलमध्ये गेलो तर तिथले गार्ड्स असे काही वागतात, की जणू मला स्पर्श केला तर त्यांना पाप लागेल. बहुतेक वेळा माझी तपासणी न करताच ते मला पुढे काढतात.

अशा वागणुकीमुळे खूप वाईट वाटतं, शरम वाटते, आणि दुःख होतं – लोकांच्या विचारसरणीचं.

भारतात जनसामान्यांचा व्यवहार बराचसा अनौपचारिकच असतो, पण तो कधी अशिष्टतेच्या, असभ्यतेच्या हद्दीत प्रवेश करतो याचा पत्ताही लागत नाही. स्त्रियांशी वागण्याची जशी एक अदब असते, शिष्टाचार असतो, ज्याप्रमाणे राष्ट्राध्यक्षांशी कसं वागावं याचे वेगळे नियम असतात, ज्येष्ठांशी वागण्याच्या काही विशिष्ट पद्धती असतात, त्याचप्रमाणे दिव्यांगांशी वागण्याचेही काही नियम असतात. सामान्य भारतीय माणूस बहुतेक वेळा ते नियम पळत नाही. याचं मुख्य कारण म्हणजे त्याला ते नियम माहीतच नसतात. हे नियम केवळ इतकंच सांगतात – की दिव्यांगांशी बिचारेपणाचा नव्हे तर बरोबरीचा व्यवहार करा. पण ही इतकी साधी गोष्ट आमचा समाज जाणत नाही.

एडिंबरामध्ये मला कोणीही बिचारा म्हणायचं नाही. तिथे माझ्या कुबड्या बघून फारतर एकदोनदाच कोणी विचारलं असेल की मला काय झालं आहे. आणि गंमत म्हणजे दोन्ही वेळा विचारणाऱ्याला असं वाटलं होतं की, मला रग्बी खेळताना जखम झाली आणि म्हणून मी कुबड्या घेऊन चालतो. दोन्ही वेळा प्रश्नकर्त्यांने अगदी साध्या स्पष्ट भाषेत विचारलं – "ओह! रग्बी खेळताना लागलं वाटतं! हो ना?" मी पोलिओबद्दल सांगितल्यावर त्यांनी "ओह! आय ॲम सो सॉरी टू हिअर दॅट," असं म्हणण्याची औपचारिकता तर निभावली, पण

लगेच विषय बदलला आणि नंतर कधीही माझ्या दिव्यांगत्वाचा मुद्दा प्रत्यक्ष किंवा अप्रत्यक्षपणे आमच्या संभाषणात आला नाही. त्या प्रश्नकर्त्यांच्या भाषेत किंवा चेहऱ्यावरच्या हावभावात माझ्याबद्दल दयापूर्ण सहानुभूती कधीही डोकावली नाही. सहानुभूती व्यक्त करण्याची त्या लोकांची एक वेगळीच पद्धत आहे. ते समोरच्याला कधीही जाणवू देत नाहीत की, तो कुठेतरी कमी आहे. ते सहानुभूती प्रकट करत नाहीत, तर बरोबरीचं स्थान देतात.

शिक्षण सुरू झाल्यावर थोड्याच दिवसांत विद्यार्थी संघटनेच्या वतीने सेंट ॲन्ड्रूज इथे सहलीला जायचा कार्यक्रम ठरला. जायच्या दिवशी सकाळी सकाळी माझ्या फ्लॅटबाहेर एक कार येऊन उभी राहिली आणि मी त्यात बसून इतर दोनतीन विद्यार्थ्यांबरोबर सहलीला गेलो.

मला वाटलं की, सगळेच जण असे छोटे छोटे गट करून गाड्यांनी गेले आहेत, पण नंतर कळलं की बाकी सगळे बसने गेले होते आणि ती गाडी खास माझ्यासाठी मागवली होती. संपूर्ण सहलीत मला एकदाही जाणवलं नाही की गाडीची व्यवस्था फक्त माझ्यासाठीच केली आहे. तुम्ही या घटनेची तुलना माझ्या शाळेतल्या प्राणिसंग्रहालयाच्या सहलीशी करू शकता, जेव्हा मला इतर मुलांबरोबर नेलं नव्हतं.

एडिंबरामध्ये लोक माझ्याकडे टक लावून बघत राहायचे नाहीत. इतर लोकांप्रमाणे मीही सर्व ठिकाणी जायचो आणि लोक मला कोणत्याही पूर्वग्रहाशिवाय भेटायचे. तिथे असताना मला कधीही कोणासमोर जाण्यासाठी मनाची तयारी करावी लागली नाही. याउलट भारतात नवीन लोकांना भेटायला जाताना त्यांची विचित्र नजर झेलण्यासाठी मी स्वतःच्या मनाची तयारी करतो. भारतात बहुतांश लोक जेव्हा मला कुबड्यांसकट पहिल्यांदा पाहतात तेव्हा त्यांची प्रतिक्रिया असते – 'शॉक.' आणि हा शॉक आपल्या चेहऱ्यावरून, बोलण्यातून जाणवू नये यासाठी ते काहीही प्रयत्न करत नाहीत. एडिंबरामध्ये लोकांना असला शॉक मुळीच बसायचा नाही. ते माझ्याकडे आणि माझ्या कुबड्यांकडे बघत राहायचे नाहीत. तिथे लोक माझ्या कुबड्यांना माझा एक अवयवच समजायचे.

शिक्षणात कल्पकता

एडिंबरामध्ये शिकण्याच्या काळात मी एक महत्त्वाची गोष्ट शिकलो. तिथे शिक्षणात कल्पकता, नवनिर्मिती, सर्जनशीलता यावर खूप भर दिला जातो. तिथले माझे प्राध्यापक सांगायचे – 'काहीतरी अभिनव करा, मार्क आपोआप

मिळतील.' मात्र भारतात बघितलं ते मार्कांसाठीच सगळा आटापिटा असतो. भारतात 'नापास' होणं म्हणजे महापाप, आणि ९०टक्के पेक्षा जास्त मार्क मिळवणारा म्हणजे 'महाज्ञानी'. मार्कांभोवतीच फिरणारी आपली शिक्षणपद्धती कल्पकता आणि सर्जनशीलतेला महत्त्व देत नाही.

मला आठवतंय, जेव्हा परदेशात शिकायला जाण्यासाठी शिष्यवृत्ती मिळावी म्हणून अर्ज करत होतो, तेव्हा मी माझ्या एका जवळच्या मित्राला – डॅनियलला – म्हटलं होतं की, मला शिष्यवृत्ती मिळणार नाही, कारण शाळा-कॉलेजच्या परीक्षांमध्ये मला फार काही जास्त मार्क मिळाले नाही.

डॅनियल स्वतः एक ख्यातनाम प्राध्यापक आहे.

"ललित, तुला शाळा-कॉलेजच्या परीक्षांमध्ये किती मार्क मिळाले याला काही महत्त्व नाही. तू जीवनाच्या परीक्षांमध्ये अग्रगण्य राहिला आहेस, हे महत्त्वाचं आहे. तुला दिसेल की परदेशातील विद्यापीठं तुझ्या संघर्षाला अधिक महत्त्व देतील. सामाजिक आणि आर्थिक पार्श्वभूमी अनुकूल नसतानाही पोलिओसारख्या आजाराचा सामना करत तू आज शिष्यवृत्तीसाठी अर्ज करण्याच्या उंचीला येऊन पोचला आहेस, हेच एक फार मोठं यश आहे. तू अर्ज कर. लोक तुझ्या संघर्षाला मान देतील, इतकंच नव्हे, तर तुझ्याकडून प्रेरणाही घेतील.पाश्चिमात्य देशांमध्ये खरोखर सच्च्या प्रयत्नांना खूप महत्त्व दिलं जातं." डॅनियलने सांगितलं होतं.

...आणि डॅनियलचं म्हणणं खरं ठरलं. स्वीडन, ब्रिटन आणि कॅनडा इथल्या विद्यापीठांनी मला प्रवेश देऊ केला आणि अनेक मोठ्या संस्थांनी शिष्यवृत्तीही देऊ केली.

ब्रिटनमधले एक प्राध्यापक मला म्हणाले होते, "आम्ही तुमच्या उत्तरांमध्ये कल्पकता, नावीन्य शोधत असतो. पुस्तकातून घोकून पाठ केलेली उत्तरं लिहिणं मुळीच कठीण नाही. तुम्हाला तुमचा विषय किती समजला आहे आणि तुम्ही तुमच्या ज्ञानाचा कसा उपयोग करता हे आम्हाला बघायचं असतं."

हवामानाची दोन रूपं

एडिंबरामध्ये माझ्या सगळ्याच समस्या सुटल्या होत्या असं मात्र नाही. तिथलं हवामान फारच छान होतं. अगदी स्वच्छ हवा, अधूनमधून पडणारा रिमझिम पाऊस, मधूनच पडणारं सुखद कोवळं ऊन आणि हिवाळ्यात पडणारा बर्फ – हे सगळे ऋतुरंग मला आवडायचे, पण तेच हवामान माझ्यासाठी अडचणीही निर्माण करायचं.

हिवाळ्यात पारा शून्याच्या खाली गेला की रस्त्यावर पडलेलं पावसाचं पाणी गोठायचं आणि रस्त्यावर बर्फाचा एक पातळ थर तयार व्हायचा. त्यामुळे रस्ता प्रचंड निसरडा व्हायचा. त्या रस्त्यावर एकेक पाऊल टाकणं हे माझ्यासाठी मोठंच आव्हान असायचं. प्रत्येक पाऊल विचारपूर्वक टाकावं लागायचं. जो रस्ता मी नेहमी दहा मिनिटात पार करायचो, तोच रस्ता निसरडा झाला की मला तो चालून जायला अर्धा तास लागायचा. प्रत्येक पाऊल टाकण्यापूर्वी कुबड्या टेकवायला योग्य अशी जागा निवडायला लागायची. कधीकधी तर मी अशा ठिकाणी येऊन पोचायचो, की अगदी अगतिक होऊन जायचो. तिथून चालणं अशक्यच असायचं. एकदा तर मी अशा अवस्थेत पंधरा-वीस मिनिटं नुसता उभा होतो. न पडता पुढे कसा जाऊ हे कळतच नव्हतं.

एडिंबरामध्ये जोराचा वाराही सुटतो. हा वारा इतका सोसाट्याचा असतो की, कित्येकदा मला पडायलाच व्हायचं. एकदा मी प्रिन्सेस स्ट्रीटवरून घरी येताना अचानक सोसाट्याचा वारा सुटला आणि माझे पाय जमिनीवर ठरेनासे झाले. वाऱ्याच्या जोरामुळे कुबड्या जमिनीवर योग्य ठिकाणी टिकत नव्हत्या. जवळच एक दिव्याचा खांब होता. कसाबसा मी तिथपर्यंत पोचलो आणि दोन्ही हातांनी त्या खांबाला घट्ट धरलं. जणूकाही त्याला गळामिठीच घातली. वाऱ्याचा जोर कमी होईपर्यंत कितीतरी वेळ मी तसाच उभा होतो.

तिथले इतर लोक या बदलत्या हवामानाचा आनंद लुटायचे. लहान मुलं त्या रस्त्यांवरून मजेत घसरायची. जोराच्या वाऱ्याचाही लोकांना फारसा त्रास वाटायचा नाही. पण माझ्यासाठी मात्र ते निसरडे रस्ते, बर्फ आणि जोराचे वारे ही एडिंबरामधली सर्वांत मोठी संकटं होती. थोडा जरी बर्फ पडला तरी मला घरातच बसावं लागायचं. कारण बर्फाचा थर असलेल्या रस्त्यावरून चालणं मला अशक्य होतं.

डिग्री पूर्ण

वर्षभर अभ्यासात मी मुळीच कुचराई केली नाही. माझ्या कोर्ससाठी माझी वर्ग प्रतिनिधी म्हणून निवड करण्यात आली होती. त्यामुळे विद्यापीठ व्यवस्थापनसंबंधी बैठकींमध्ये मी माझ्या वर्गातल्या विद्यार्थ्यांचं प्रतिनिधित्व करत होतो.

नाताळ येईपर्यंत मला अंदाज आला होता की, मी आणखी मेहनत घेतली तर मला डिस्टिंक्शन मिळू शकेल. ब्रिटनमध्ये सर्व कोर्स डायरेक्टर्स आणि प्राध्यापकांना सूचना असते की फारच चांगला विद्यार्थी असेल तरच डिस्टिंक्शन द्यायचं. अर्थातच डिस्टिंक्शन मिळवणं कठीण होतं. नाताळपर्यंत आमच्या जेवढ्या

असाईनमेंट आणि परीक्षा झाल्या होत्या, त्यांचे निकाल मला डिस्टिंक्शनचा उमेदवार बनवत होते.

एल्बर्टदेखील मला म्हणाले होते की, तुला डिस्टिंक्शन मिळेल. मी जास्त परिश्रम घेऊन माझे सगळे प्रोजेक्ट्स वगैरे पूर्ण केले आणि अंतिम परीक्षेनंतर लागलेल्या निकालात मला डिस्टिंक्शन मिळालं.

वर्षभर वाचवून वाचवून मी इतके पैसे साठवले होते की, आई आणि पप्पांना दीक्षान्त समारंभाला बोलावू शकेन. मी त्यांना यायचा खूप आग्रह केला, पण काही कारणाने ते ब्रिटनला येऊ शकले नाहीत. दीक्षान्त समारंभाचा दिवस उजाडला. मी स्कॉलर्स गाउन घातला आणि शेकडो विद्यार्थी आणि प्राध्यापकांनी खचाखच भरलेल्या सभागृहात कुलगुरूंच्या हस्ते M.Sc. In Bioinformatics with Distinction ची डिग्री घेतली.

माझ्यासाठी हा अत्यंत गौरवपूर्ण दिवस होता. त्या दिवसाचं वर्णन करण्यासाठी माझ्याकडे यापेक्षा अधिक शब्दच नाहीत.

युरोपीय संघासाठी काम

डिग्री मिळवल्यानंतर मला स्कॉटलंडमध्ये राहून काम करण्यासाठी व्हिसा मिळाला. थोड्याच दिवसांत मी मेडिकल रिसर्च कौन्सिल (एम.आर.सी.)च्या ह्यूमन जेनेटिक्स युनिटमध्ये काम करायला सुरुवात केली. एम.आर.सी. ही जगातल्या सर्वोत्तम मेडिकल रिसर्च संस्थांपैकी एक आहे. या संस्थेत अनेक नोबेल पुरस्कार विजेत्यांनीही काम केलं आहे. एम.आर.सी.चं ह्यूमन जेनेटिक्स युनिट एडिंबरामधेच आहे. उंदराच्या गर्भाच्या विकासाच्या विविध टप्प्यांमध्ये कुठले कुठले जीन्स केव्हा केव्हा आपला प्रभाव दाखवतात हे दाखवणारं सॉफ्टवेअर बनवण्याच्या प्रोजेक्टमध्ये मी सामील झालो. या आंतरराष्ट्रीय प्रकल्पात इटली, स्पेन, ब्रिटन इत्यादी अनेक देशांच्या रिसर्च संस्था सहभागी झाल्या होत्या. प्रोजेक्टमध्ये माझी मध्यवर्ती भूमिका होती आणि माझं काम होतं विविध देशांतून सतत येणारा डेटा सांभाळणं, डेटाचं विश्लेषण करण्यासाठी कॉम्प्युटर प्रोग्राम लिहिणं आणि तो इंटरनेटच्या माध्यमातून इतर वैज्ञानिकांना उपलब्ध करून देणं. त्यासाठी मला सर्व देशांच्या प्रयोगशाळांच्या संपर्कात राहून सगळ्या आकड्यांचं व्यवस्थित विश्लेषण करून ते प्रस्तुत करावं लागत असे.

त्या प्रयोगशाळेतल्या माझ्या सगळ्या सहकाऱ्यांची मला आजही खूप आठवण येते.

अल्बर्ट, रिचर्ड, शिंजून, जोल्ट, पीटर, निक, लिसा, वेंकट, इया, मेहरान आणि बिल- सगळेच जण अत्यंत बुद्धिमान, हुशार, कामात एकदम चोख आणि आपापल्या क्षेत्रातले तज्ज्ञ होते. जेवणाच्या टेबलावर किंवा कॉफी मशीनपाशी होणाऱ्या गहन चर्चा फारच सर्जनात्मक असायच्या. अशी कार्यालयं आणि सहकारी असले की तुमच्या व्यक्तिमत्त्वाला आणि विचारसरणीला वेगळाच व्यापक आयाम मिळतो.

दिव्यांगांच्या क्षेत्रात काम

२०१६ पर्यंत ब्लॉग लेखन करण्यात मी स्वतःला चांगल्या प्रकारे प्रस्थापित केलं होतं. माझ्या ब्लॉग्जचे लाखो वाचक आहेत, पण मला आणखी काहीतरी करायचं होतं. आयुष्यात 'विराम' घेण्यासाठी मी जन्माला आलेलोच नाही. कित्येक वर्षांपासून दिव्यांगत्वाच्या क्षेत्रात काहीतरी काम करण्याचं माझ्या मनात होतं. म्हणून मी २०१६ मध्ये WeCapable.com नावाने वेबसाइट लाँच केली. त्या माध्यमातून अपंगांसाठी महत्त्वपूर्ण माहिती उपलब्ध करू लागलो. काही फ्री सॉफ्टवेअर्स बनवून तीही त्या वेबसाइटद्वारे उपलब्ध केली. या वेबसाइटवर सगळी माहिती मी इंग्रजीत लिहितो – आणि लवकरच माझ्या लक्षात आलं, की माझ्या बऱ्याच वाचकांना इंग्रजीत माहिती वाचण्यात अडचण येते.

हा प्रश्न सोडवण्यासाठी मी 'दशमलव' नामक एक यू-ट्यूब चॅनेल सुरू केलं. त्यावर मी WeCapable.com वरचं साहित्य हिंदीतून सादर करतो. हे चॅनेल अल्पावधीतच लोकप्रिय झालं आणि केवळ सहा महिन्यांत पन्नास हजार दिव्यांग त्याच्याशी जोडले गेले. लवकरच ही संख्या लाखाचा आकडा पार करेल. माझ्या या प्रकल्पांद्वारे भारतातील दिव्यांगांच्या वास्तविक समस्या माझ्यासमोर आल्या. सरकारच्या काय काय योजना आहेत, बिनसरकारी संस्था आणि डिसॲबिलिटी ॲक्टिव्हिस्ट्स काय करत आहेत, याव्यतिरिक्त दिव्यांग लोकांच्या आयुष्यातील खऱ्या समस्या वेगळ्याच आहेत. माझ्या चॅनेलच्या माध्यमातून मी त्यांच्या आत्मविश्वासाला खतपाणी घालण्याचा प्रयत्न करतो, एक व्यक्ती म्हणून त्यांचा विकास व्हावा म्हणून उत्तेजन देतो. हे प्रकल्प मला आत्यंतिक समाधान देतात. माझ्याशी जोडल्या गेलेल्या लाखो लोकांच्या जीवनाला स्पर्श करून त्यांचं आयुष्य अधिक आनंदी होण्यासाठी मी काहीतरी योगदान देतो आहे असं मला वाटतंय.

तुम्हीदेखील या चॅनेलशी अवश्य जोडले जाऊ शकता – youtube.com/dashamlav

राष्ट्रीय पुरस्कार

नोव्हेंबर २०१८ मध्ये एका संध्याकाळी मी मित्रांबरोबर बसलो होतो, तेवढ्यात माझा फोन वाजला. तो फोन चक्क भारत सरकारच्या समाजकल्याण आणि सबलीकरण मंत्रालयातर्फे होता. दिव्यांगांसाठी कार्य करत असल्याबद्दल मला रोल मॉडेलचा राष्ट्रीय पुरस्कार दिला जाणार होता. ही बातमी विलक्षण होती. माझ्या आयुष्याला रोल मॉडेलचा राष्ट्रीय दर्जा मिळाला होता. त्या क्षणी शेकडो आठवणींची चित्रफीत माझ्या स्मृतिपटलावर उमटत होती. त्या सर्वांबद्दल तुम्ही या पुस्तकात वाचलंच आहे. अविरत संघर्ष तुम्हाला आयुष्यात कुठून कुठे घेऊन जातो हे जाणवत होतं.

३ डिसेंबर २०१८ रोजी भारताचे उपराष्ट्रपती श्री. वेंकय्या नायडू यांच्या हस्ते विज्ञान भवन, नवी दिल्ली इथे मला हा पुरस्कार प्रदान करण्यात आला. पुरस्कार राष्ट्रपतींच्या हस्ते मिळायचा होता, पण ते परदेश दौऱ्यावर गेले होते म्हणून त्यांच्याऐवजी उपराष्ट्रपतींनी माझा सन्मान केला. या गौरव सोहळ्याला आई, पप्पा, काका, काकी तसेच इतर कुटुंबीय आणि जवळचे मित्र उपस्थित होते. हा पुरस्कार माझ्या 'वेगळा ते विशेष' या यात्रेतला एक महत्त्वाचा टप्पा होता.

रोल मॉडेल म्हणून मिळालेल्या या राष्ट्रीय पुरस्कारात मला एक लाख रुपये रोख दिले गेले. त्या रकमेचे मी दोन भाग केले. एक छोटा भाग, मला इथवर पोचण्यासाठी ज्यांची ज्यांची मदत झाली त्यांच्यात कृतज्ञता म्हणून वाटून दिला. उरलेला मोठा भाग अशा अनोळखी लोकांच्यात वाटला ज्यांच्या आयुष्यात त्या छोट्या रकमेमुळे चांगला फरक पडू शकेल. गौरव सोहळ्यात एका व्यक्तीशी गप्पा चालल्या होत्या. ते म्हणाले की, पुरस्काराची रक्कम अशी वाटून टाकू नकोस. आपल्यासारख्या दिव्यांगांना सामान्य लोकांपेक्षा पैशाची गरज कितीतरी जास्त असते. इतर लोकांची जी कामं कमी पैशात होतात, त्यासाठी आपल्याला खूप जास्त पैसा मोजावा लागतो.

मी त्यांना म्हटलं – "तुमचं म्हणणं अगदी बरोबर आहे, म्हणूनच ज्या लोकांकडे काहीच नाही, त्यांना मी थोडी तरी मदत करू इच्छितो."

वाढता थकवा

चालताना होणारी दमणूक ही माझ्यासाठी नवी गोष्ट नव्हती, पण एडिंबरामध्ये शिकताना आणि काम करताना मी जास्त दमत होतो. डिग्री पूर्ण झाल्यावर मला विद्यापीठातील घर सोडावं लागलं. म्हणून मग मी अनुराग आणि कंचनबरोबर शहरात एक फ्लॅट भाड्याने घेतला. मी रोज सकाळी सातच्या सुमारास निघायचो आणि दोन बसेस बदलून एमआरसीमधील माझ्या ऑफिसला पोचायचो. अनुराग आणि कंचन यांनीपण वेगवेगळ्या ठिकाणी कामं सुरू केली. संध्याकाळी ऑफिसमधून आल्यावर आम्ही आळीपाळीने स्वयंपाक करायचो. एडिंबरामधील माझ्या वास्तव्यात मी दाल, छोले, राजमा, मिक्स व्हेज, आलू टमाटर असे पदार्थ करायचो आणि आम्ही ते भाताबरोबर खायचो. पोळ्या करायला वेळ लागतो म्हणून पोळ्या कधी केल्या नाहीत. हां, तसे कधीकधी बाजारातून फ्रोझन पोळ्या किंवा पराठे आणायचो. आम्ही तिघं एकत्रच जेवायचो. नंतर एखादा सिनेमा बघायचो नाहीतर पुस्तकं वाचायचो. अनुराग आणि कंचनबरोबर मी दीड वर्ष राहिलो. तो काळ देखील आनंदात गेला.

...पण चालताना मी जास्त जास्त थकत चाललो होतो. माझे पाय जणू माझं वजन पेलायला नकार देत होते. इतकी वाईट अवस्था झाली, की एमआरसीचं प्रोजेक्ट मध्येच सोडून भारतात परतायचा मी निर्णय घेतला; पण मग विचार केला की, मी माझ्या शरीराकडून असा पराभव पत्करू शकत नाही. स्वतःला मोठ्या कष्टाने खेचत राहिलो. एडिंबरामधील अखेरच्या काही दिवसांत तर कधीकधी मला टॅक्सी करून घरी यावं लागलं. तिथे टॅक्सी खूपच महाग होती. ऑफिसमधून घरी यायचं भाडं जवळजवळ हजार रुपये व्हायचं. त्यामुळे मी बसनेच यायचा कसोशीने प्रयत्न करायचो. चालणं अगदीच अशक्य झालं तरच टॅक्सी करायचो. हळूहळू असे प्रसंग वाढू लागले. रोज ऑफिसमधून घरी आल्यावर मी कॅलेंडरवर त्या तारखेवर फुली मारायचो. आणखी एक दिवस मी धीर धरला आणि प्रोजेक्ट अर्ध्यातच सोडलं नाही, याबद्दल मीच मला दिलेलं जणू ते बक्षीस होतं.

त्यादरम्यान मी पीएच. डी.साठी विविध विद्यापीठांमध्ये अर्ज करायला सुरुवात केली होती. कॅनडामधील लवाल विद्यापीठाकडून पीएच. डी.साठी तर मला प्रवेश मिळालाच, पण त्याशिवाय कॅनडा सरकारने मला त्यासाठी पूर्ण शिष्यवृत्तीदेखील देऊ केली.

सुमारे अठरा महिने मी एडिंबरामध्ये युरोपीय संघाच्या प्रोजेक्टवर काम केलं

आणि त्यातील माझं काम यशस्वीपणे पूर्ण करून मी दिल्लीला परतलो. काही महिने दिल्लीत राहून मी कॅनडाला गेलो आणि पूर्ण शिष्यवृत्तीवर माझी पीएच. डी. सुरू केली. लवाल विद्यापीठात सगळं शिकवणं आणि रिसर्च फ्रेंचमध्ये असायचं म्हणून मी फ्रेंचचे क्लासेसपण लावले. पण अनेक कारणांमुळे मला पीएच. डी. सोडावी लागली. शारीरिक थकवा आणि कविता कोशाचं वाढतं काम ही दोन मुख्य कारणं होती. थकव्याकडे दुर्लक्ष करून रिसर्चवर लक्ष केंद्रित करण्याचा मी कसोशीने प्रयत्न केला; पण ते होऊ शकलं नाही.

पुढे अनेक वर्षं मला स्वप्नांत दिसायचं की, मी माझ्या विद्यापीठात शिकतो आहे, वर्ग घेतो आहे, माझ्या प्रयोगशाळेत काम करतो आहे. पीएच. डी. अशा तऱ्हेने मध्येच सोडावी लागल्यामुळे माझ्या मनाला खोलवर जखम झाली होती. पीएच. डी. पूर्ण करणं हे माझं स्वप्न होतं. ते स्वप्न अद्याप स्वप्नच आहे आणि शरीर हळूहळू साथ सोडतंय, थकवा वाढतोय; पण तरीही मला आशा आहे की, कधीना कधी मी उत्तम रिसर्च करून पीएच. डी. प्राप्त करेन.

माझं दुःख जवाएवढं

माझं जीवन जरी खडतर असलं, तरी जगातल्या असंख्य लोकांच्या अडचणी माझ्या अडचणींपेक्षा कितीतरी अधिक आहेत याची मला कल्पना आहे. मी नेहमी विचार करतो की, मी जर स्त्री असतो तर दिव्यांगत्वाशी सामना करणं जास्त कठीण झालं असतं. हा समाज स्त्रियांच्या बाबतीत कितीतरी अधिक असंवेदनशील आहे.

आणि त्यात स्त्रीला जर दिव्यांगत्वालाही तोंड द्यावं लागलं तर विस्तवावरून चालल्यासारखी स्थिती. आपल्या सामाजिक वातावरणाची रचना दिव्यांगांच्या गरजा ध्यानात घेऊन केलेलीच नाही- एखाद्या दिव्यांग स्त्रीच्या गरजा लक्षात घेऊन तर मुळीच नाही.

मला काय म्हणायचं आहे ते एका उदाहरणाने स्पष्ट होईल. कल्पना करा की, मी एखाद्या परीक्षा केंद्रात आहे आणि तिथे पहिल्या मजल्यावर जाणारा जिना चढू शकत नाहीये. मी परीक्षा केंद्राच्या अधिकाऱ्यांना माझी परीक्षा तळमजल्यावर घेण्याची विनंती करतो, पण ती ते धुडकावून लावतात आणि 'माणुसकी' म्हणून दोन चपराशांना मला उचलून घेऊन पहिल्या मजल्यावर न्यायला सांगतात. आता माझ्यासमोर दोनच पर्याय आहेत – एक तर परीक्षा न देणं किंवा तरुण असूनही सर्वांसमोर अनोळखी लोकांकडून कडेवर घेतलं जाणं मान्य करणं.

आता त्याच दृश्यात माझ्याऐवजी एखाद्या तरुण मुलीला कल्पून पहा. मी एकवेळ त्यांच्या कडेवरून जाणं मान्य करेनही; पण त्या तरुणीचा विचार करा, जिचं शरीर इथे-तिथे धरून दोन अनोळखी माणसं सर्वांसमोर ओझं उचलावं तशी तिला उचलणार... असं झालं तर तिचा मान, तिची स्वतःबद्दलची प्रतिमा भंग पावणार. त्या तरुणीच्या मनःस्थितीचा क्षणभर विचार करा.

आता हेही सांगतो की, हे दृश्य काल्पनिक नाही, परंतु एक कटू वास्तव आहे, ज्यातून माझ्या एका मैत्रिणीला जावं लागलं. त्या मुलीच्या शरमेची तुम्हाला यत्किंचित जरी जाणीव झाली तरी तुम्ही, ज्यांनी तळमजल्यावर सगळी सोय असूनदेखील तिला उचलून नेण्याची बेअब्रू सहन करणं भाग पाडलं, त्या परीक्षा अधिकाऱ्यांपेक्षा सज्जन आहात.

जिथे विवाहाच्या वेळी शरीराचं सौंदर्य आधी बघितलं जातं, आणि नंतर गुणाबिणांचा विचार होतो, तोच हा समाज आणि दिव्यांगत्वाचा 'डाग' तर कोणत्याही स्त्रीला तथाकथित 'कुरूप' श्रेणीतच उभी करतो. पुरुषांसाठीसुद्धा दिव्यांगत्व हे प्रेम, लग्न याच्या आड येतंच, पण स्त्रियांसाठी तर तो अभिशापच ठरतो. इथे मी अपवादांबद्दल बोलत नाहीये. अपवाद तर प्रत्येक ठिकाणी दिसतातच.

एखाद्या दिव्यांग स्त्रीला या समाजात जगणं किती अधिक कठीण आहे, याची मी आणखी पुष्कळ उदाहरणं देऊ शकतो. दिव्यांगत्व अशी एखादी गोष्ट नाही की, जी तुम्ही आपल्या देहापासून वेगळी काढून जंगलात सोडून येऊ शकता. पोलिओसारखं दिव्यांगत्व आयुष्यभर तुमची सोबत करतं. स्त्री असो वा पुरुष, पोलिओची शिकार झालेल्यांना पोलिओबरोबरच जगावं लागत.

म्हणूनच मला वाटतं की – माझं दुःख त्या मानाने कमी - जवाएवढं आहे. व्हीलचेअरवरच अर्ध आयुष्य काढलेल्या माझ्या मैत्रिणींना पाहिलं की त्यांच्या हिमतीसमोर नतमस्तक व्हावंसं वाटतं. आभा खेत्रपाल, आलोकिता, मोहिनी शर्मा, मधू बागडी, कुंजल प्रदीप छाया – अशा माझ्या कित्येक मैत्रिणी आहेत ज्यांची इच्छाशक्ती आणि जिजीविषा यामुळे मीही प्रेरित होतो.

व्हीलचेअर विरुद्ध कुबड्या

व्हीलचेअर न वापरण्याच्या निर्णयामुळे मला प्रचंड शारीरिक श्रम झाले, पण त्या श्रमांचा मला लाभही झाला. पोलिओमुळे बाहेर जाण्यायेण्याचा माझा पैस मर्यादित होता. मी व्हीलचेअरमध्ये बसलो असतो तर तो आणखी सीमित झाला असता. आमचं घर आणि आसपासचे रस्ते व्हीलचेअरच्या वापरासाठी अजिबात सोयीचे

नव्हते. व्हीलचेअरमध्ये बसणं म्हणजेच घरातून बाहेर न पडणं.

कुबड्या घेऊन चालणं म्हणजे थकवा आणि वेदना सोसणं. मला अनेकदा वाटायचं की, आता मी वेदना सोसू शकत नाही, मला व्हीलचेअर वापरायला पाहिजे. प्रचंड दमल्यानंतर जेव्हा माझ्या मनात असा विचार यायचा, तेव्हा मी झोपून जायचो आणि उठल्यावर व्हीलचेअरचा विचार डोक्यातून हद्दपार करून टाकायचो.

कुबड्या घेऊन चालण्याचा एक तोटापण झाला. कुबड्यांच्या आधाराने मला इथे तिथे फिरताना लोकांनी पाहिलं की त्यांना वाटायचं की, मी अगदी आरामात हिंडूफिरू शकतो. त्यामुळे माझ्या मार्गात अशाही अडचणी येऊ शकतात ज्या मी सहज पार करू शकत नाही हे त्यांच्या गावीच नसायचं.

मी जर व्हीलचेअरमध्ये असतो, तर माझ्या मित्रांनी दुसऱ्या मजल्यावरच्या किंवा जिना असलेल्या रेस्टॉरंटमध्ये भेटायचे बेत आखले नसते. पण मी 'चालू शकत' असल्यामुळे लोक नेहमी माझ्या बाबतीत जिने, लिफ्ट नसणे किंवा गर्दी अशा समस्यांकडे खुशाल काणाडोळा करतात.

माझ्या कुबड्यांच्या आधाराने मी बहुतांश ठिकाणी जाऊ शकतो. पण तरीही कित्येक ठिकाणी जाणं मला फार अवघड असतं. गर्दी आणि जिने यांच्याशी मी दोन हात करू शकतो, पण मी ते करणं टाळतो, कारण ते फार फार कठीण असतं.

मी पाहिलंय की, कोणत्याही कार्यक्रमाचं आयोजन करताना लोक प्रत्येकाची सोय बघतात; पण दिव्यांगाच्या सोयींचा मुळीच विचार करत नाहीत. जेव्हा जेव्हा मला मंचावर आमंत्रित केलं जातं, तेव्हा मंचावर जाण्यासाठी रॅम्प असावा किंवा पायऱ्या रुंद आणि कमी उंचीच्या असाव्यात हे आयोजक कधीही बघत नाहीत. कित्येक वेळा मी अशा संकटात सापडलो आहे की, मंचावर जाण्यासाठी असलेल्या या विचित्र पायऱ्या मी न पडता कशा चढू?

आयोजकांनी थोडा विचार करून कार्यक्रमांची आखणी केली तर ते सर्वांसाठीच सोयिस्कर आणि समाधानकारक ठरेल.

कुटुंबाचं सहकार्य

कोणत्याही आजारात किंवा दिव्यांगत्वात माणसाचा सर्वांत मोठा आधार म्हणजे त्याचं कुटुंब. वास्तविक कुटुंबात परस्परांची काळजी घेणं, एकमेकांच्या आयुष्यात आनंद निर्माण करणं हेच अभिप्रेत असतं. कुटुंबातला एक जण जरी दिव्यांगाशी

नीट वागला नाही, तरी त्याचा दिव्यांगाच्या मनावर फार वाईट परिणाम होऊ शकतो. दिव्यांग व्यक्ती तशीही भीषण शारीरिक, मानसिक अवस्थेशी झुंजत असते, त्यात वर कुटुंबाकडून उपेक्षा झाली तर त्यातून फार दुःखद भविष्य जन्म घेऊ शकतं.

जे लोक अपघातामुळे किंवा म्हातारपणी दिव्यांग होतात, त्यांना दिव्यांगत्वाचा मानसिक धक्का सहन करणं त्या मानाने सोपं असतं.

पण जर कोणी बालपणातच दिव्यांग झाला तर मात्र त्याला ते फारच कठीण असतं. प्रौढ लोकांचं मन प्रगल्भ, मजबूत झालेलं असतं; पण लहान मुलांचं मन कोवळं, कमकुवत असतं, ते कशानेही पटकन प्रभावित होतं.

लहानपणी मनात घर केलेली भीती कधीकधी आयुष्यभर तिथेच मुक्काम करून राहते. यामुळे दिव्यांग मुलाला कुटुंबातील प्रत्येकाकडून प्रेम, मदत आणि आधार मिळणं अत्यावश्यक आहे. सर्वच कुटुंबीयांनी त्याचं मन मजबूत व्हावं, त्याच्या मनात न्यूनगंड उत्पन्न होऊ नये यासाठी झटणं गरजेचं असतं.

त्या बाबतीत मी निःसंशयपणे अत्यंत भाग्यवान आहे. माझ्या पोलिओविरुद्धच्या लढाईत माझं संपूर्ण कुटुंब ठामपणे पाठीशी होतं. अम्मा-बाबांनी पोलिओच्या सुरुवातीच्या दिवसात माझ्यासाठी इलाज, उपचार शोधण्यात कुठेही कसूर ठेवली नाही. अनेक अडचणी असतानाही मला वेळेवर शाळेत घातलं, आई-पप्पांनी घर सांभाळतानाच मला सांभाळण्यासाठी रात्र बघितली नाही की दिवस! त्यासाठी काकीने आईला मदत केली, आणि कैलाश काकाने पप्पांना. कैलाश काकाने जवळजवळ सहा वर्षं मला सायकलवरून शाळा-कॉलेजमध्ये सोडलं. किशोर मोठा झाल्यावर त्याने स्कूटरवरून मला क्लासेस, परीक्षा केंद्रांवर नेलं-आणलं. माझ्या ऑपरेशन्सच्या दरम्यान देखील किशोरची प्रचंड मदत झाली. या सगळ्यांच्या मदतीमुळे मी आयुष्यात संतुलित राहू शकलो आणि पोलिओच्या सुनामीच्या परिणामातून सावरू शकलो.

वयाने लहान असलेल्या माझ्या कुटुंबीयांनी देखील माझ्यासाठी खूप केलं. आज जरी माझ्या गरजा पूर्वीइतक्या क्लिष्ट नसल्या, तरी कुटुंबातल्या या सदस्यांची मदत माझ्यासाठी अनमोल असते. पूजा, नवीन, कपिल आणि मनीष ही माझी धाकटी भावंडं सदैव माझ्या मदतीला तत्पर असतात. किशोरची पत्नी सुधा हिने आमच्या घरातली सुख, शांती आणि प्रेम वृद्धिंगत करण्यात महत्त्वाची भूमिका निभावली आहे.

कोणत्याही मुलासाठी पोलिओ ही आयुष्यभराची लढाई आहे. ती तो कधीच जिंकू शकत नाही. अर्थात, मनात जिद्द असेल तर तो ती लढाई हरणार देखील नाही. दिव्यांगत्वाच्या त्या आयुष्यभराच्या लढाईत जर कुटुंबाची सोबत मिळाली

तर पोलिओसारख्या आजारांना शह देता येऊ शकतो.

इथे मी हेलन केलरच्या आयुष्यातील ॲन सलिवानचं महत्त्व अधोरेखित करू इच्छितो. हेलन केलर जन्मतःच अंध आणि बधिर होत्या. दृष्टिहीनता आणि बहिरेपणा दोन्ही एकत्र म्हणजे दिव्यांगत्वाचा एक भयानक प्रकार. अशा व्यक्तीचा जगाशी संपर्क पूर्णपणे तुटतो, कारण डोळे आणि कान हे जग जाणण्याची सर्वांत प्रबळ माध्यमं असतात. अशा परिस्थितीत ॲन सलिवानने स्पर्शाच्या माध्यमातून हेलनला बाह्य जगाची ओळख करून दिली. इतकं कठोर दिव्यांगत्व असूनही हेलन केलर पदवीधर झाल्या, इतकंच नव्हे, तर संपूर्ण जगासाठी एक आदर्श ठरल्या. त्यांच्या जीवनावर आधारित 'द मिरॅकल वर्कर' हा चित्रपट नक्की बघा.

त्याचप्रमाणे जोसेफ मेरिक याचं अत्यंत कठीण आयुष्य सावरण्यात डॉ. फ्रेड्रिक ट्रीव्स यांचा सिंहाचा वाटा होता. जोसेफ मेरिकचं शरीर आजारांनी, रोगांनी इतकं विकृत झालं होतं की, लोक त्यांना 'एलिफंट मॅन' म्हणायचे आणि भर बाजारात त्यांचा तमाशा मांडायचे. डॉ. ट्रीव्स यांनी जोसेफला अशाच एका तमाशात प्रथम पाहिलं. ते त्याला आपल्या इस्पितळात घेऊन गेले आणि त्यांनी त्यांना एक चांगलं आयुष्य दिलं. ब्रिटनचे राजा सहावे जॉर्ज तोतरे होते. एका सम्राटासाठी तोतरेपणा हे फारच बिकट दिव्यांगत्व होतं. प्रजा राजाच्या मुखातून निघालेल्या शब्दांवर मदार ठेवून सुरक्षितता अनुभवते, पण सहाव्या जॉर्जच्या तोंडून शब्द बाहेर पडायचेच नाहीत. अशा परिस्थितीत लिओनेल लॉग त्यांच्या जीवनात आले आणि एक मित्र बनून लॉग यांनी राजाचा आवाज आणि जीवन दोन्ही सावरण्यात मोलाची मदत केली.

माणसं एकमेकांच्या सोबतीने, परस्परसहयोगाने, समृद्धपणे जगू शकतात. जे लोक फक्त स्वतःपुरताच विचार करतात, आणि स्वार्थी जीवन जगतात ते इतरांसाठी काहीतरी केल्याच्या आनंदापासून वंचित राहतात. ॲन सलिवान आणि डॉ. ट्रीव्स यांनी जे केलं, त्यायोगे त्यांचं आयुष्य समृद्ध झालं.

नियती दिव्यांग बनवते, समाज अक्षम बनवतो

सामाजिक यंत्रणेने मनावर घेतलं तर दिव्यांगत्वाचा परिणाम बराच कमी होऊ शकेल आणि दिव्यांगांचं आयुष्य कितीतरी सुसह्य होऊ शकेल, आणि हे करणं मुळीच कठीण नाही. सर्वप्रथम आपण दिव्यांगत्वाकडे एक चिकित्सीय समस्या म्हणून न बघता एक सामाजिक समस्या म्हणून पाहिलं पाहिजे. दिव्यांगत्व ही

नियतीची किंवा परिस्थितीची 'देणगी' असू शकते, पण अक्षमता ही निर्विवादपणे समाजाची 'देणगी' आहे. आपण जर आपल्या विचारसरणीत आणि आसपासच्या वातावरणात आवश्यक ते परिवर्तन करू शकलो, तर हा समाज प्रत्येकाला एक सुखाचं आयुष्य जगण्याची संधी देऊ शकेल.

दिव्यांग लोक त्यांच्या व्याधीसमवेत कसे जगतात, आणि जीवनाशी, समाजाशी कसा संघर्ष करतात हेही आपण समजून घेतलं पाहिजे. होय, आपला समाजच असा आहे, की त्याच्याशी संघर्ष करावाच लागतो. आपला समाज दिव्यांगांकडे कदाचित जाणूनबुजून तुच्छतेने पाहत नसेल, पण तसं घडतं खरं. याचं कारण म्हणजे चपला-बूट, छत्री, चश्मा यांसारख्याच कुबड्या, व्हीलचेअर किंवा अंध व्यक्तीची काठी याही साहाय्यक वस्तू आहेत. चश्मा लावणारा माणूस 'बुद्धिजीवी' गणला जातो, आणि कुबड्या घेतलेला 'बिचारा' वाटतो हे केवळ समजुतीचे खेळ आहेत. वास्तविक त्या दोन्ही व्यक्ती भिन्न प्रकारच्या शारीरिक दिव्यांगत्वाच्या शिकार आहेत. अधू दृष्टी असलेल्यांना चश्मा देऊन समाजाने त्यांचं 'व्यंग' दूर केलेलं नाही तर त्याचा 'प्रभाव' दूर केला आहे. काट्याकुट्यातून चालता न येण्याच्या अक्षमतेवर समाजाने जोड्यांचा शोध लावून मात केली, अशाच प्रकारे आपल्या यंत्रणेत आणखी काही बदल करून अन्य प्रकारच्या अक्षमतांवर मात करण्याचा प्रयत्न का केला जात नाही?

असा प्रयत्न होत नाही याचं कारण हे असेल का – की चपला-बुटांची गरज प्रत्येकालाच असते, चश्मा असंख्य लोकांना लागतो म्हणून त्या अक्षमता आपल्याला किरकोळ वाटतात? होय, असंच आहे. तर मग भिन्न प्रकारच्या व्यंगाकडे बघण्याचा आपला दृष्टिकोन बदलून आपण त्यांना देखील सर्वसाधारण मानून सामावून का घेत नाही?

बऱ्याच लोकांची अशी समजूत असते की दिव्यांग व्यक्ती 'वेगळ्या' असतात आणि त्यांना कायम दया आणि मदतीची गरज असते. धडधाकट लोकांना ज्या गोष्टींचा विचार करण्याचीही आवश्यकता नसते त्याच गोष्टी दिव्यांगांसाठी मोठी आव्हानं असतात हे तुमच्या गावीही नसेल. तुम्हाला कदाचित याचीही जाणीव नसेल की, दिव्यांग कसे आपल्या समाजाच्या विणीतील कमकुवत धागे समजले जातात आणि त्यांची कशाप्रकारे उपेक्षा केली जाते. खरं सांगायचं तर आपलं समाजपटल बहुधा अशा व्यक्तींच्या अस्तित्वाची दखलच घेत नाही. समाजाच्या अशा असंवेदनशीलतेमुळे दिव्यांग व्यक्तीच्या प्रतिभेचा फारच अल्प अंश देशाच्या विकासात कामी येऊ शकतो.

भारतातील कोट्यवधी लोक विविध प्रकारच्या दिव्यांगत्वाशी सामना करत आहेत. दिव्यांगत्वाने जगाच्या कानाकोपऱ्यात पाय पसरले आहेत. आजारामुळे

येणाऱ्या दिव्यांगत्वाचं नियंत्रण, उपचार आणि उच्चाटन यांत विकसित देश तुलनेने अधिक यशस्वी ठरले आहेत, पण अपघातामुळे येणारं दिव्यांगत्व विकसित देशातही आढळून येतंच.

जगातला एकही माणूस दिव्यांगत्वाच्या धोक्यापासून पूर्णतः सुरक्षित नाही. दिव्यांगत्व कोणालाही, कधीही, कुठेही ग्रासू शकतं. म्हणूनच अशा भयावह घटनांचा प्रभाव न्यूनतम स्तरापर्यंत आणू शकेल असा समाज निर्माण करू या.

समाजाने दया दाखवणं अपेक्षित नाहीये, फक्त एकमेकांच्या भावना समजून घेण्याची क्षमता अंगी बाणवण्याची गरज आहे – मग बाकी सर्व आपोआप सुरळीत होत जाईल.

दिव्यांग मूल वाढवणं

आपलं मूल बिघडणं, वाया जाणं, हे कोणत्याही आईबापासाठी बहुधा सर्वांत मोठं दुःख आहे आणि त्या खालोखाल – मुलांचं आजारपण. मूल आजारी पडलं की आई-वडिलांचं विश्व या मुलाभोवतीच एकवटतं. ते मूलच त्यांच्या यच्चयावत प्रयत्नांचं, प्रार्थनांचं केंद्रस्थान बनतं, आणि जर त्या आजारामुळे मूल दिव्यांग झालं तर मग ते मूल त्यांच्या आयुष्याचाही केंद्रबिंदू बनतं.

एखाद्या दिव्यांग मुलाचं आयुष्य जितकं खडतर असू शकतं, तितकंच त्याच्या आई-वडिलांचंही जीवन कठीण होऊन बसतं. स्त्री-पुरुष म्हणून, पती-पत्नी म्हणून त्यांची जी काही भविष्याबद्दलची स्वप्न असतात, ती अचानक धूसर होतात आणि त्यांचं सगळं लक्ष, मन आणि कर्म आपल्या मुलाचं आयुष्य सावरण्यात गुंतून जातं. एखाद्या दिव्यांग मुलाला वाढवणं, आणि त्याला समाजात ताठ मानेने जगण्यासाठी सक्षम बनवणं ही एक घोर तपश्चर्याच आहे.

माझी आई – सौ. राजबाला- हिचा जन्म हरियाणामधील रोहतक जिल्ह्यातल्या जैसोर नावाच्या एका छोट्या गावात झाला. गावातले बहुतांश लोक शेती करायचे, पण माझे आजोबा घरं बांधायची कामं करायचे. सहा भावंडात माझी आई सर्वांत मोठी. ती कधी शाळेत गेलीच नाही, कारण ती लहान असताना गावात शाळाच नव्हती, आणि मुलींना लांबच्या शाळेत पाठवायची पद्धत नव्हती.

लग्नाच्या वेळी पप्पांना दिल्ली परिवहन निगममध्ये सरकारी नोकरी मिळालेली होती. पप्पांची कायमस्वरूपी नोकरी आणि आईचं घर सांभाळण्याचं कौशल्य यामुळे आमच्या घरात प्रसन्न, संतुलित वातावरण भरून राहिलं. माझ्या जन्मानंतर ती प्रसन्नता अधिकच वाढली, पण मी चार वर्षांचा असताना मला पोलिओ झाला

– आणि—आई-पप्पांचं आयुष्यच बदलून गेलं. मला माहीत नाही - पहिल्या धक्क्यातून सावरायला त्यांना किती वेळ लागला असेल, आपल्या मुलाला पोलिओसारखा आजार झाल्याचं कटू सत्य स्वीकारायला किती अवधी लागला असेल, असंख्य प्रयत्न करूनही आपल्या मुलाला बरं न करू शकल्याबद्दल त्यांना किती असहाय वाटलं असेल, आणि पोलिओची त्यांच्या मुलाशी आता आयुष्यभराची गाठ आहे हे त्यांनी कधी स्वीकारलं असेल- कदाचित आजही ते स्वीकारलं नसण्याची शक्यता आहे.

तारुण्यात माणूस आपल्या बुद्धीच्या जोरावर इतरांपेक्षा कितीही सबळ झाला तरी जन्मतः तान्हं बाळ अक्षम, असहाय असतं.

जर त्या बाळाच्या आई-वडिलांकडून वेळच्या वेळी खाणं-पिणं, संरक्षण आणि वात्सल्य मिळालं नाही तर त्याचं आयुष्य फुलणार, उमलणार नाही. माझ्या आई-वडिलांनी जन्मापासून चार वर्षांपर्यंत माझं उत्तम पालनपोषण करून मला धष्टपुष्ट केलं होतं, पण पोलिओने मला पुन्हा तान्ह्या बाळाच्या असहाय अवस्थेतच ढकललं. मात्र, आईबाप आपल्या मुलांच्या बाबतीत लवकर हार मानत नाहीत. त्यामुळे माझ्या आई-पप्पांनी मला पुन्हा नवजात शिशू अवस्थेतून बाहेर काढून पुष्टतेची भेट दिली. एखाद्या दिव्यांग मुलाच्या आई-वडिलांना केवळ त्याच्या शारीरिक गरजांकडे लक्ष द्यावं लागतं असं नाही, तर त्याच्या मानसिक आरोग्यालाही तितकंच महत्त्व द्यावं लागतं. जर तुम्ही पूर्ण लक्ष त्याच्या शरीरावरच केंद्रित केलं तर त्याचं वर्तमान तुम्ही नक्की सुधारू शकता, पण त्याला चांगलं भविष्य नाही देऊ शकत. त्यामुळे त्याच्या मानसिक अवस्थेकडे पूर्ण लक्ष ठेवणं हे अत्यावश्यक आहे.

हे पुस्तक वाचताना, एखाद्या मुलाला मानसिक स्तरावर दिव्यांगत्वाशी झुंजणं किती कठीण असतं, याचा तुम्हाला अंदाज आलाच असेल. प्रत्येक दिव्यांग मूल आपली एक वेगळी मानसिक संरक्षण यंत्रणा विकसित करतं. दैनंदिन अडचणी, समाज, यंत्रणा यांच्याशी मानसिक स्तरावर लढा देण्याचा प्रत्येकाची आपली अशी एक पद्धत असते. मुलं बहुतेक वेळा त्या संरक्षण यंत्रणेमध्ये इतर कुणाला सामील करून घेत नाहीत. दिव्यांगत्व मुलांना इतरांपेक्षा वेगळं आणि कमकुवत बनवतं. म्हणूनच बहुतांश दिव्यांग मुलं मानसिक स्तरावर अगदी एकटी पडतात आणि हे एकाकीपण कोणाला सांगूही शकत नाहीत.

आई-वडिलांनी मुलांच्या मनांशी शक्य तितकं संलग्न राहावं. मुलांच्या मनात काय चाललंय, कशाकशाचं भय आहे, कोणत्या चिंता आहेत, काय स्वप्नं आहेत, हे जाणून घेण्याचा प्रयत्न करावा. दिव्यांगत्व मुलांचं भावविश्व उद्ध्वस्त करून टाकतं. आई-वडीलदेखील तो विनाश थांबवू शकत नाहीत; पण

मुलाचं मन, इच्छाशक्ती, स्वप्न पुन्हा उमलण्यासाठी ते निश्चितच खूप मदत करू शकतात.

दिव्यांगत्व मुलांना सर्वसाधारण जीवनापासून दूर सारतं.

योग्य वेळी योग्य मदत आणि मार्गदर्शन देऊन मुलाला हळूहळू पुन्हा सामान्य जीवनाकडे आणलं पाहिजे. आजाराच्या परिस्थितीनुसार मुलाचा समाजातील लोकांशी शक्य तितका परिचय करून दिला पाहिजे आणि सामाजिक व्यवहारांमध्ये त्याचाही सहभाग राहील यासाठी प्रयत्न केला पाहिजे. मुलाला कधीही आपण मागे पडलो असं वाटू नये ही खबरदारी आई-वडिलांनी घेतली पाहिजे. माझी आई कधी शाळेत गेली नाही आणि कौटुंबिक परिस्थितीमुळे माझे वडीलही फार शिकू शकले नाहीत, पण त्यांना या सर्व बाबींचं ज्ञान होतं आणि त्यांनी मला मानसिक स्तरावर भक्कम आधार दिला.

केवळ पुस्तकी शिक्षण माणसाला ज्ञानी बनवत नाही. आईने अथक परिश्रम घेऊन फक्त मलाच नव्हे तर आमच्या एकत्र कुटुंबालाही सांभाळलं. पप्पा दिवसरात्रीची तमा न बाळगता काम करून कुटुंबाच्या चरितार्थासाठी पै-पै जोडत राहिले. माझ्या उपचारात त्यांनी कोणतीही कसूर ठेवली नाही. कुठूनही माझ्या उपचारासंबंधी काहीही कळलं की ते मला उचलून घेऊन तिथे धावत जायचे.

आपल्या दिव्यांग मुलाला उज्ज्वल भविष्य देण्यासाठी जिवापाड प्रयत्न करणारे अनेक आई-वडील मला माहिती आहेत. याउलट आपल्या दिव्यांग मुलाच्या भविष्याबद्दल जितका विचार करायला पाहिजे तितका न करणारेही माहिती आहेत. आपल्या दिव्यांग मुलाला त्याच्या नशिबावर सोपवून केवळ आपल्या धडधाकट मुलाबद्दलच आस्था असणारे आईबापदेखील मी पाहिले आहेत. अशा परिस्थितीला फक्त ते आई-वडीलच नाही, तर सगळा समाज जबाबदार आहे. 'या मुलाच्या आयुष्याचं वाटोळं झालं आहे,' हे त्या आई-वडिलांना सांगणारा समाजच तर आहे! काही आईबाप समाजाच्या या म्हणण्यापुढे मान तुकवतात, तर काही ते 'वाटोळं' झालेलं आयुष्य फुलवायचा विडा उचलतात.

मी काय मिस् करतो

जेव्हा लोक माझ्या अंतर्मनाचा धांडोळा घेऊ इच्छितात, तेव्हा अनेकदा ते थेट किंवा आडून विचारतात की, 'पोलिओमुळे मी माझ्या आयुष्यात सर्वांत जास्त काय मिस् करतो.' प्रश्न जितका स्वाभाविक आहे तितकंच त्याचं उत्तरही सरळ आहे.

लांबवर धावणं, धावत जाणं मी सगळ्यात जास्त मिस् करतो. मला जगाची सफर करायची इच्छा आहे, सर्व प्रकारची 'अंतरे' माझ्यासाठी अर्थहीन ठरावीत, मी ठिकठिकाणी जाऊन लोकांना भेटावं, त्यांच्याशी मैत्री जोडावी, आणि चहूबाजूची प्रत्येक गोष्ट समजून, जाणून घ्यावी असं मला प्रकर्षाने वाटतं.

प्रवास करायला, जगातली विविध स्थळं बघायला मला मनापासून आवडतं. सतत प्रवास करत राहावा असं वाटतं, पण शरीर मला रोखून धरतं. कधीकधी वाटतं – माझ्याजवळ चिक्कार पैसा हवा होता, म्हणजे मग शरीराच्या सगळ्या आव्हानांवर मात करून मी जगप्रवास करू शकलो असतो.

टीव्हीवर खेळाडूंना बघतो, तेव्हा सगळे खेळ खेळण्याची जबरदस्त इच्छा होते आणि मला वाटतं की, हा खेळ मी खेळू शकलो असतो तर नक्कीच चांगला खेळलो असतो. भारत क्रिकेटसाठी वेडा आहे, पण मला सगळे खेळ आवडतात. म्हणूनच मला ऑलिम्पिक बघायला फार आवडतं. दर चार वर्षांनी जेव्हा हे क्रीडा महापर्व आयोजित केलं जातं, तेव्हा मला वेगळाच आनंद होतो.

मी ऑलिम्पिक्स नीट लक्ष देऊन बघायला लागलो ते १९९६ पासून. अमेरिकेत अटलांटामध्ये झालेले ऑलिम्पिक्स बघून मी फार प्रभावित झालो होतो. मला अचानक जाणवलं की, ऑलिम्पियस आणि माझ्यामध्ये फारसा फरक नाही. अमेरिकन जिम्नॅस्ट डॉमनिक मोशिआनू आणि कॅरी स्ट्रग तर माझ्यासाठी प्रेरणास्त्रोत बनल्या होत्या. त्या दोन्ही खेळाडूंनी अटलांटा ऑलिम्पिकमध्ये असं काही प्रदर्शन केलं होतं की, शरीर- मन दोन्ही रोमांचित झालं. ऑलिम्पिकमधले सगळे क्रीडाप्रकार मला आवडतात, मी ते सगळे फॉलो करतो; पण जिम्नॅस्टिक्स आणि ॲथलॅटिक्स मला अधिक जवळचे वाटतात.

पोलिओने माझी धावण्याची शक्ती हिरावून घेतली, पण धावण्याची इच्छा तो हिरावू शकला नाही – बरेचदा मला वाटतं की एक सरळसोट, असीम रस्ता असावा आणि त्यावर मी शरीरातला अखेरचा स्नायू तुटेपर्यंत धावत सुटावं. असं खूप वेळा होतं. मी कधी कुठल्या क्रीडास्पर्धेत भाग घेऊ शकलो नाही, पण आयुष्यभर माझा शारीरिक संघर्ष एखाद्या धावपटूप्रमाणेच चालू आहे.

शरीराच्या मर्यादा उल्लंघून नव्या सीमारेषा निर्माण करणं – हे मीदेखील केलं आहे – वारंवार – रोज- वर्षानुवर्षं केलं आहे – माझ्या ध्येयाप्रत पोचण्यासाठी शारीरिक वेदनांची परिभाषाच विसरणं, स्वतःच्या शरीराच्या सहनशक्तीची चरमसीमा गाठल्यावर ती सीमा स्वतःच आणखी दूर ढकलणं - अशा वेळी तुम्ही शरीरपातळीवर राहतच नाही, तुम्ही इच्छाशक्तीच बनता आणि सामर्थ्याची सीमा तर इच्छाशक्तीच ठरवते. शरीराची उच्चतम सीमा ही मनोबलासमोर किती नगण्य असते याचा तुम्हाला प्रत्यय येतो. मन:शक्ती शरीराची उच्चतम सीमा पुन्हा नव्याने निर्धारित

करू शकते, पण हे पुनर्निधारण सगळेच नाही करू शकत. असं दुर्दम्य मनोबल ज्यांच्याकडे असतं तेच ॲथलिट – धावपटू होतात. मी स्वत:ला धावपटूच मानतो, कारण माझं लक्ष्य गाठण्यासाठी मीदेखील माझ्या शरीराच्या सीमा पार करून त्या आणखी पुढे सरकवल्या आहेत. ज्याप्रमाणे समाप्तीरेषा हे उसेन बोल्टचं लक्ष्य असतं, त्याप्रमाणे सकाळी माझं लक्ष्य शाळा हे असायचं, आणि दुपारी घर. ॲथलिट शरीराने नाही, मनाने घडतात.

आजदेखील मी माझ्या शरीराच्या सीमांचं पुनर्निर्माण करण्यासाठी बेचैन असतो, पण हळूहळू साथ सोडणारं शरीर आता मनःशक्तीवर मात करू लागलं आहे. मन आजही धाव घेतं, पण नालायक शरीर त्याला साथ देत नाही. उसेन बोल्टच्या शारीरिक क्षमतांमुळे मी त्याचा प्रशंसक नाही झालो. बहुतेक जण बोल्टचं धावणारं शरीर बघायला आतुर असतात, पण मला त्याचं शरीर बघण्यापेक्षा त्याची पत्रकार परिषद बघण्यात अधिक रस असतो. पत्रकार परिषदेत बोल्टचं मन आणि आत्मविश्वास बोलत असतो – मी जिंकणारच- आणि तो आत्मविश्वासच त्याला इतका महान धावपटू बनवतो. असाफा पॉवेलसारखे धाबपटू असताना जर बोल्ट फक्त 'मी जिंकणारच' एवढं बोलून थांबू शकतो, तर त्याला कोणीही हरवू शकत नाही.

'ऑलिम्पिक इज अ ग्रेट लेव्हलर' – ऑलिम्पिक सर्वांना एका पातळीवर आणतं असं म्हटलं जातं. इथे भलेभले चॅम्पियन्स हरताना आढळतात, तर अगदी अपरिचित नवोदित खेळाडूंचा नवे चॅम्पियन्स म्हणून उदय होताना दिसतो. इथे ना कोणी श्रीमंत असतो- ना कोणी गरीब, ना कोणी काळा – ना गोरा, ना कोणी स्त्री- ना पुरुष.

ऑलिम्पिकमध्ये शरीरं येत नाहीत तर विशुद्ध मनं येतात. तिथे मनोबलाची परीक्षा होते. शरीर जे प्राप्त करू शकत नाही, ते मन कसं पटकावू शकतं- हेच ऑलिम्पिक आपल्याला दाखवतं, शिकवतं.

खेळाव्यतिरिक्त आणखी एक गोष्ट मी खूप मिस् करतो. मला इतरांना सर्व प्रकारची मदत करण्याची इच्छा असते; पण कधी शरीराची मर्यादा पडते, तर कधी लोकांनाच माझ्याकडून मदत घ्यायची नसते.

कॉलेजच्या दिवसांत कित्येकदा असं व्हायचं की, बसमध्ये मी माझ्या सीटवर बसलो असताना एखादी अगदी वृद्ध व्यक्ती किंवा कडेवर मूल असलेली स्त्री माझ्यासमोर उभी राहून प्रवास करत असेल, तर मला नेहमी वाटायचं की, उठून त्यांना जागा द्यावी. अनेकदा मी सीट देण्यासारखी परिस्थितीच नसायची, पण जर मला उभं राहण्यासाठी नीट जागा आणि धरायला काही आधार मिळाला तर मी उभादेखील राहू शकतो; पण माझ्याकडून कोणी अशी जागा स्वीकारेल का?

नाही. भारतात तरी नक्कीच नाही. कारण भारतात दिव्यांगत्व आणि बिचारेपण हे समानार्थी शब्द आहेत.

या संदर्भात मी तुम्हाला एडिंबरामधील दोन घटना सांगतो. पहिली घटना म्हणजे मी एकदा उठून एका गर्भवती स्त्रीला जागा दिली. तिने हसून माझे आभार मानले आणि ती त्या सीटवर बसली. मी तिच्याजवळच एका कोपऱ्यात एका सीटला धरून उभा राहिलो. एडिंबरामध्ये दिव्यांग व्यक्ती 'बिचारी' समजली जात नाही. तिथे लोक प्रत्येक चांगल्या गोष्टीला आदर देतात. दुसऱ्या एका प्रसंगी माझ्याशेजारी उभ्या असलेल्या एका वृद्ध गृहस्थांना माझी जागा देऊ केली, पण त्यांनी हसून नकार दिला. थोड्या वेळाने चालत्या बसमध्ये हलकासा धक्का बसला आणि ते जरा लटपटले. मी बघितलं की, त्यांना उभं राहायला त्रास होतोय; पण ते माझ्याकडून जागा घेत नाहीयेत. म्हणून मी उभा राहिलो आणि त्यांना बसायला सांगून म्हटलं की, मला आता येणाऱ्या स्टॉपवर उतरायचं आहे. तेव्हा ते बसले आणि मी बस थांबल्यावर उतरलो. वास्तविक मला बरंच पुढे उतरायचं होतं, पण त्यांनी बसावं म्हणून मी कितीतरी अलीकडे उतरलो.

मेहरौलीच्या गल्लीबोळांतून जाताना जेव्हा मी एखाद्याला सामानाने भरलेली रिक्षा ओढताना बघतो, तेव्हा मनात येतं की मी मागून धक्का देऊन त्याला मदत करू शकलो असतो तर किती छान झालं असतं.

बाजारात कुणाच्या हातून सामान सांडलं तर ते गोळा करायला मला त्याला मदत करावीशी वाटते. एखाद्या वृद्धासाठी पुढे होऊन दार उघडावंसं वाटतं.

लोकांचं आयुष्य जरा सोपं करावसं वाटतं –

हे सगळं मी मिस् करतो.

पोस्ट पोलिओ सिंड्रोम

माझ्या वाढत जाणाऱ्या थकव्याचं कारण म्हणजे- पोस्ट पोलिओ सिंड्रोम (पी.पी.एस). पोलिओ झालेल्यांना पहिल्या हल्ल्यानंतर १५ ते ३० वर्षांनंतर या नव्या परिस्थितीला तोंड द्यावं लागतं. पोलिओचा व्हायरस शरीरातले जे मज्जातंतू नष्ट करतो, त्यांचं काम इतर मज्जातंतूंना करावं लागतं. त्यामुळे ते मज्जातंतू वेळेआधीच थकू लागतात.

पोस्ट पोलिओ सिंड्रोम हा काही नवीन आजार नाही. ही अवस्था व्हायरसमुळे होत नाही तर पी.पी.एस. हे स्नायूंच्या नव्याने कमकुवत होण्याचं नाव आहे. असं समजा की, पोलिओ दोन टप्प्यांत परिणाम करतो. व्हायरसचा हल्ला हा पहिला

टप्पा. त्या हल्ल्याने क्षतिग्रस्त झालेले स्नायू काम करेनासे होतात. शरीर त्या हल्ल्यातून उठायचा प्रयत्न करतं आणि पुढची पंधरा-वीस वर्षं – 'जे झालं ते झालं' अशा अवस्थेत जातात. त्यानंतर दुसऱ्या टप्प्यात स्नायू अधिकाधिक कमकुवतच होत जातात. या दुसऱ्या टप्प्याला पोस्ट पोलिओ सिंड्रोम म्हणतात.

पोलिओ झालेल्यांपैकी सुमारे ५० टक्के लोकांना पी.पी.एस.ला सामोरं जावं लागतं. पी.पी.एस.ची मुख्य लक्षणं स्नायूंचा अशक्तपणा आणि थकवा ही असल्यामुळे त्याचं निदान होणं अवघड असतं. अशक्तपणा, थकवा पी.पी.एस.मुळे आहे की, दुसरा एखादा आजार किंवा वाढणारं वय स्नायूंना कमकुवत करत आहे, हे ठरवणं कठीण असतं.

पी.पी.एस. झालेल्या व्यक्तीला सतत थकवा जाणवत राहतो, स्नायू पूर्वीप्रमाणे काम करत नाहीत, तसंच स्नायू आणि सांधे दुखत राहतात. पी.पी.एस. प्रगतिशील असतो. म्हणजेच परिस्थिती काळाबरोबर आणखीनच बिघडत जाते.

या समस्येवर काही इलाज नाही, उपचार नाहीत. डॉक्टर एवढाच सल्ला देतात की, शरीराला जास्त शिणवू नका, दमणूक होणार नाही असे हलके व्यायाम करा, समतोल आहार घ्या, वजन वाढू देऊ नका आणि व्हीलचेअरसारख्या साधनांचा वापर करा.

गेल्या दहा वर्षांपासून माझा थकवा सतत वाढतोच आहे. तुम्ही मागे वाचल्याप्रमाणे शाळा-कॉलेजच्या दिवसांत मी स्वतःला रोज दोन-तीन किमीपर्यंत ताणायचो, पण आता मात्र मी फार चालू शकत नाही. स्नायूंमध्ये विनाकारण विचित्र थकवा जाणवत राहतो, बरेचदा वेदनाही होतात.

गेली काही वर्षं माझ्या शरीरात पोस्ट पोलिओ सिंड्रोम मला जाणवतो आहे. त्या थकव्यामुळे मला हिंडणं –फिरणं आणि काम करणं कठीण होऊन बसलंय, पण तरीही मी पुरेपूर मेहनत करतो आहे. रोज मी जवळजवळ दहा तास काम करतो. कधीकधी इतकं दमायला होतं की, मनात निराशा दाटू लागते. अशा वेळी मला माझ्या आत्मविश्वासाला पुन्हा नव्याने उभं करावं लागतं. आत्मविश्वासाच्या पुनर्निर्माणाची ही प्रक्रिया अखंड चालत आली आहे, चालू आहे आणि चालतच राहील.

चरैवेति

दिव्यांगत्व आयुष्याला फार वेगळं वळण देतं, त्यामुळे छोट्या छोट्या किरकोळ गोष्टींसाठी सुद्धा दिव्यांगांना नवीन मार्ग शोधावे लागतात. साधं दार उघडणं

असो की जिना चढणं, रस्ता ओलांडायचा असो की बाथरूम मधल्या ओल्या फरशीवर चालणं, शौचालयाच्या सीटवर बसणं असो की त्यावरून उठणं, रेस्टॉरंटमध्ये खुर्चीवर बसल्यावर ती सारखी करणं असो की हात लांब करून पाण्याचा ग्लास उचलणं – प्रत्येक साधी गोष्ट एक मिशन होऊन जाते, आणि प्रत्येकाला आपापल्या कुवतीनुसार नवीन पद्धती शोधाव्या लागतात. या अशा मार्गांच्या माध्यमातूनच आयुष्य चालतं, पुढे सरकतं.

शाळेत असताना आय.ए.एस. होण्याचं स्वप्न मला सोडून गेलं, त्यानंतर मी शक्यतो साधी, सोपी वाट चोखाळली नाही.

भारतात आय.ए.एस. होणं सोपं नाही, पण आय.ए.एस. होण्याचं स्वप्न सहज बघता येतं. कोट्यवधी लोक ते स्वप्न बघतात. पण शाळेच्या दिवसांनंतर मला वाटू लागलं की, समाजाने सुरक्षित आणि सन्माननीय मानलेल्या मार्गावरूनच मी चाललं पाहिजे असं मुळीच नाही. संयुक्त राष्ट्रसंघातील नोकरी सोडणं, परदेशातून परत येणं, स्वयंसेवेसाठी जास्त वेळ देणं, पीएच. डी. सोडणं, असे अनेक निर्णय माझे कुटुंबीय आणि मित्रांच्या दृष्टीने कठीण-कठोर होते; पण माझ्यालेखी ते सोपे होते. कारण माझ्या मनाने जे आदेश दिले तेच मी करत गेलो. कामाला कधी ओझं मानलं नाही. ज्या कामात आव्हान उरलं नाही, ते सोडून दिलं. मन जे करा म्हणून सांगतं ना, तेच आपण केलं पाहिजे. जे काम इतरांपेक्षा आपण अधिक चांगलं करू शकतो तेच काम आपण केलं पाहिजे. नवे मार्ग चोखाळूनदेखील आपण समाजासाठी उपयुक्त ठरू शकतो. दुनियेच्या या जंगलात आपण आपल्या पावलांनी काही नवीन पायवाटा बनवल्या पाहिजेत, ज्या भविष्यात कोणालातरी पर्याय म्हणून उपयोगी पडू शकतील.

माझ्या मते समाजाकडून काही घेण्यापेक्षा त्याला काही देण्याचा अधिक प्रयत्न केला पाहिजे. स्वत:चे पाय इतके घट्ट रोवून उभं राहावं, की आणखी चार लोकांना आधार देऊन त्यांनाही सक्षम करू शकू. जे लोक वाटण्यापेक्षा जमा करण्यातच धन्यता मानतात ते समाजाबाबत असलेली आपली जबाबदारी पार पाडत नाहीत. कोणाकडे क्षमतेची भीक मागू नका, आपल्या कठोर परिश्रमांनी ती मिळवा आणि मग त्या जोरावर इतरांनाही सामर्थ्यवान व्हायला मदत करा, जे तुमच्याइतके सक्षम नाहीत.

आयुष्यात आपण जितकं मोठं ध्येय साध्य करायचं ठरवू तितकंच सामर्थ्य आपण प्राप्त करू शकतो. म्हणूनच स्वप्नं बघायची ती भव्यदिव्य असावीत, जी साकार करण्यासाठी जी काही मेहनत लागेल ती करायला आपण तयार असू. आयुष्यात आपण जे जे करू ते लोकांना सक्षम आणि प्रसन्न बनवण्याच्या उद्देशाने करावं. त्यातूनच आपल्याला आव्हानात्मक, पण तरीही अर्थपूर्ण जीवन

मिळतं. असं जीवन समाधानी, आनंददायी असतं आणि त्यात कंटाळा, उबग यांना मुळीच स्थान नसतं.

ऐकायला जरा विचित्र वाटेल, पण दुःख आणि असफलता हे जीवनाच्या इंजिनासाठी इंधन म्हणून उत्तम काम करतं.

आपण पाहिलेली अनेक स्वप्न पूर्ण होत नाहीत. त्या पराभवामुळे मन विदीर्ण होतं, पण वेदना आणि पराजय आपल्याला अधिक चांगल्या आयुष्यासाठी ऊर्जाही देतात. त्या ऊर्जेचा कसा वापर करायचा हे सर्वस्वी आपल्यावर अवलंबून आहे. दुःखात जगणं आणि दुःखाबरोबर जगणं या दोन्हींत खूपच फरक आहे.

पोलिओच्या साथीने आजवर कंठलेल्या माझ्या जीवनातील काही आठवणी मी या पुस्तकात लिहिल्या आहेत. आयुष्यभर चालणाऱ्या या संघर्षातील बऱ्याच गोष्टी अजून बाकी आहेत ज्या लिहायला शब्द सापडले नाहीत, म्हणून लिहिल्या नाहीत.

मी अजूनतरी व्हीलचेअर वापरायला सुरुवात केलेली नाही. जोपर्यंत सहनशक्तीची चरमसीमा येत नाही तोपर्यंत मी कुबड्या घेऊनच चालणार. या कुबड्यांशी माझं जुनं, जिवाभावाचं नातं आहे. त्यांनी माझी अखंड सोबत केली आहे. या मला भारतातील अनेक राज्यं, त्याचप्रमाणे चीन, थायलंड, स्पेन, जर्मनी, यूके, मॉरिशस, कॅनडा अशा कित्येक ठिकाणी घेऊन गेल्या आहेत – पण मला तर संपूर्ण जग बघायची आस आहे.

अद्याप जगात बरंच काही बघायचं, जाणायचं आणि करायचं बाकी आहे—
अद्याप समाजाचं बरंच देणं बाकी आहे...
अजून आयुष्य चालू आहे- संघर्ष सुरू आहे-
माझी भरारी सुरूच आहे...

'सूर्य आहे मी, जीवनाचा अंतिम श्वास मागे ठेवून जाईन
अस्ताला गेलो तरी रक्तिमा मागे ठेवून जाईन.'
(इक्बाल साजिद यांच्या हिंदी ओळींचा अनुवाद)

◆